சிந்தித்த வேளையில்...

முனைவர் செ. சைலேந்திரபாபு, இ.கா.ப.,

சிக்ஸ்த்சென்ஸ் பப்ளிகேஷன்ஸ்
10/2 (8/2) போலீஸ் குவார்ட்டர்ஸ் சாலை
(தியாகராயநகர் பேருந்து நிலையத்திற்கும் காவல் நிலையத்திற்கும் இடைப்பட்ட சாலை)
தியாகராயநகர், சென்னை – 600 017
Phone: 2434 2771, 2986 0070 Cell: **72000 50073**
Sixthsense Publications 6 th sense_karthi
e-mail : sixthsensepub@yahoo.com
Website: www.sixthsensepublications.com

Title:
Sinthitha velayil...
Author:
Dr. Sylendra Babu, I.P.S.,

Publisher
K.S. Pugalendi
Managing Editor
P. Karthikeyan
Layout
M.Magesh
M. Nisha

Address:
Sixthsense Publications
10/2(8/2) Police Quarters Road,
(Between Thiyagaraya Nagar Bus Stop & Police Station)
Thiyagaraya Nagar, Chennai - 17
Phone: 24342771, 29860070 Cell: **72**00**50**0**73**
/Sixthsense Publications
/ 6 th sense_karthi
e-mail : sixthsensepub@yahoo.com
Website: www.sixthsensepublications.com

Edition:
First : **April, 2018**
Second : **August, 2018**
Third : **September, 2019**
Fourth : **January, 2022**
Fifth : **October, 2025**
Pages : 232
Price : 366

© **Dr. Sylendra Babu**

தலைப்பு : **சிந்தித்த வேளையில்...**
நூலாசிரியர்: முனைவர் **செ. சைலேந்திரபாபு**, இ.கா.ப.,

பக்கங்கள் : 232
விலை : 366
முதற்பதிப்பு : ஏப்ரல், 2018
இரண்டாம் பதிப்பு : ஆகஸ்ட், 2018
மூன்றாம் பதிப்பு : செப்டம்ப, 2019
நான்காம் பதிப்பு : ஜனவரி, 2022
ஐந்தாம் பதிப்பு : அக்டோபர், 2025

© முனைவர் செ. சைலேந்திரபாபு

சிக்ஸ்த்சென்ஸ் பப்ளிகேஷன்ஸ்
10/2 (8/2) போலீஸ் குவார்ட்டர்ஸ் சாலை
(தியாகராயநகர் பேருந்து நிலையத்திற்கும் காவல் நிலையத்திற்கும் இடைப்பட்ட சாலை)
தியாகராயநகர், சென்னை – 600 017
தொலைபேசி : 24342771, 29860070
கைபேசி: **72**00**50**0**73**
மின்னஞ்சல்: sixthsensepub@yahoo.com

இந்தப் புத்தகத்திலுள்ள எந்த ஒரு பகுதியையும் பதிப்பாளர் மற்றும் எழுத்தாளர் அனுமதியை எழுத்து மூலம் பெறாமல் பதிப்பிக்கக் கூடாது

F372

No part of this book may be reproduced or transmitted in any form without permission in writing from the author or publisher

நீங்கள் Smart Phone உபயோகிப்பவராக இருந்தால் QR Code Reader Application மூலம் இதை Scan செய்தால் நேரடியாக எமது இணையதளத்திற்கு சென்று மேலும் எங்கள் வெளியீடுகள் பற்றிய விவரங்களைப் பெறலாம்.

A1 ISBN :978-81-933669-9-8

அறிமுகம்

கடந்து வந்த பாதையைத் திரும்பிப் பார்க்கிறேன். இதுவரை ஐந்து இலட்சம் மாணவர்களுடன் கலந்துரையாடியிருக்கிறேன். அவ்வப்போது அவர்களின் கேள்விகளுக்கும் பதில் அளித்திருக்கிறேன். இருந்தாலும் நான் கூறிய சில பதில்களில் எனக்கே திருப்தி இருந்தது இல்லை. எனவே சரியான பதிலுக்காகத் தொடர்ந்து சிந்தித்திருக்கிறேன். சிறிது கால இடைவெளிக்குப் பின்னர்தான் அந்தக் கேள்விகளுக்கான தெளிவான பதில்கள் எனக்குக் கிடைத்திருக்கின்றன.

இப்படிப் பல சந்தர்ப்பங்களில் என்னிடம் கேட்கப்பட்ட கேள்விகளையும் அதற்கான என் பதில்களையும் 'சிந்தித்த வேளையில்...' என்ற தலைப்பில் இங்கே தொகுத்து வழங்கியுள்ளேன். இது எனது சொந்த சிந்தனை என்பதால் இதில் ஆகா, பிரமாதம் என்று சொல்வதற்கு ஏதும் இருக்காது. இலக்கிய நயமும் இதில் இருக்காது. ஆனால் உண்மை இருக்கும். ஒன்றை மட்டும் என்னால் இங்கே உறுதியாகச் சொல்ல முடியும். இது நகல் அல்ல, அசல்.

மனம், மாணவர், ஆசிரியர், பெற்றோர் என்று இவை ஒவ்வொன்றிலும் இரண்டு பொருள் குறித்து விவாதம் நடத்தப்பட்டாலும் அனைத்து விவாதப் பொருள்களும் அனைவருக்குமே பொருத்தமானவைதான் என்பேன். எனவே வாசகர்கள் இதை முதல் அத்தியாயத்தில் இருந்தே படிக்கலாம்.

ஒவ்வொரு தலைப்பின் ஆரம்பத்திலும் உலக அளவில் பேசப்பட்ட ஒரு அறிஞரின் மேற்கோள் காட்டப்பட்டிருக்கும். ஏன் நம்மூர் அறிஞர் ஒருவரின் மேற்கோளைக் காட்டவில்லை என்று கேள்வி எழுப்புவீர்கள். அதற்கான எனது பதில் இதுதான்: தமிழ் அறிஞர்களில் பெரும்பாலானோரை நமக்கு முன்னரே

தெரியும். அவர்களது மேற்கோள்களையும் நமக்குத் தெரியும். எனவேதான் நமக்கு இதுவரை தெரியாத ஒரு அறிஞரைப் பற்றி - அதுவும் மற்ற நாட்டு மக்களுக்கு நன்றாகத் தெரிந்திருக்கும் ஒரு அறிஞரைப் பற்றி நீங்கள் தெரிந்து கொண்டால் அது இன்னும் சிறப்பானதாக இருக்கும் என்று நினைத்தேன். இந்த விளக்கம் போதுமானது என்று கருதுகிறேன்.

இந்நூலில் நான் வலியுறுத்தும் கருத்துகளை, கூறும் ஆலோசனைகளை நீங்கள் ஏற்றுக்கொள்ள வேண்டும் என்று ஒருபோதும் கூற மாட்டேன். ஆனால் இவற்றை உங்களது அறிவால் பகுத்துப் பாருங்கள் என்று மட்டும் வேண்டிக்கொள்கிறேன். எனது கருத்துகளிலிருந்து மாறுபடுவதற்கான எல்லா உரிமை களும் உங்களுக்கு இருக்கிறது. அந்த உரிமையை நான் மதிக்கவும் செய்கிறேன். நமது மக்கள் அனைவரும் உடல்நலம், கல்வி அறிவு, பொருள் நலம் என அனைத்தையும் ஒருங்கே பெற்று தரமான, வளமான வாழ்க்கை வாழ உதவவேண்டும் என்ற நோக்கத்துடன்தான் இந்த நூலை நான் எழுதினேன்.

- ஆசிரியர்

சமர்ப்பணம்
ஆர்வமிருந்தும் கல்லூரியில் சேர்ந்து படிக்க வசதியில்லாத குழந்தைகளுக்கு இந்நூல் அர்ப்பணிக்கப்படுகிறது.

இந்நூல் மூலம் ஆசிரியருக்குக் கிடைக்கும் அனைத்து வெகுமதியும் ஏழைக் குழந்தைகளின் கல்விக்காக மட்டும் செலவிடப்படும்.

– ஆசிரியர்

பதிப்புரை

முனைவர். செ. சைலேந்திர பாபு, கோவை வேளாண்மைப் பல்கலைக் கழகத்தில் முதுகலைப் பட்டமும், சென்னைப் பல்கலைக் கழகத்தில் முனைவர் பட்டமும் பெற்றவர். 1987 ஆம் ஆண்டு இந்தியக் காவல் பணிக்குத் தேர்ந்தெடுக்கப்பட்ட இவர் ஐந்து மாவட்டங்களில் காவல்துறைக் கண்காணிப்பாளராகவும், இரண்டு சரகங்களில் காவல்துறைத் துணைத் தலைவராகவும், வட தமிழ்நாட்டில் காவல்துறைத் தலைவராகவும், சென்னை மாநகர இணை ஆணையாளராகவும், கோவை மாநகர ஆணையாளராகவும், கடலோரப் பாதுகாப்புக் குழும கூடுதல் காவல்துறை இயக்குநராகவும், சட்டம் ஒழுங்கு காவல்துறை கூடுதல் இயக்குநராகவும், சிறைத்துறைத் தலைவராகவும் பணியாற்றியுள்ளார்.

முனைவர் செ. சைலேந்திர பாபு ஐ.பி.எஸ்., அவர்கள் கடமையுணர்வுக்காகக் குடியரசுத் தலைவர் பதக்கமும், உயிர் காப்பு நடவடிக்கைகளுக்கான பிரதம மந்திரி பதக்கமும், வீரதீரச் செயலுக்காக முதலமைச்சர் பதக்கமும், சந்தனக் கடத்தல் வீரப்பன் கும்பலை அடக்கியமைக்கு STF வீரப்பதக்கமும் பெற்றுள்ளார்.

I.A.S., I.P.S., I.F.S., போட்டித் தேர்வை எதிர்கொள்ள இளைஞர்களுக்கு இலவசப் பயிற்சி அளிக்கிறார். மாரத்தான் ஓட்டமும், நெடுந்தூர சைக்கிள் மிதித்தலும், வெகுதூரம் நீந்துதலும் இவரது பொழுதுபோக்குகள். 2016 ஆம் ஆண்டு நவம்பர் - டிசம்பர் மாதத்தில் காஷ்மீரிலிருந்து கன்னியாகுமரி வரையுள்ள 4500 கி.மீ. தூரத்தை 32 நாட்களில் சைக்கிளில் பயணித்துக் கடந்தவர். இலங்கையில் தலை மன்னார்லிருந்து தமிழ்நாட்டின் தனுஷ்கோடி வரை 28.7 கி.மி தூரத்தை 12 மணி 30 நிமிடத்தில் 27.3.18 அன்று நீந்திக் கடந்தார். இவரை www.sylendrababu.com என்ற இணையதளத்தில் தொடர்பு கொள்ளலாம்.

நன்றி

எனக்கு எழுத்தறிவித்தவர்களும், என்னை எழுத வைத்தவர்களும் ஆசிரியர்களே! இந்த நூலில் இருந்த கருத்துப் பிழைகளையும், எழுத்துப் பிழைகளையும் களைய எனது ஆசிரியப் பெருமக்கள் எனக்குப் பெரிதும் உதவினார்கள். அவர்களின் பெயர்களைக் குறிப்பிட்டு நன்றி சொல்வது எனது கடமையாகும்.

திரு. ஜி. சண்முகவேல், தலைமை ஆசிரியர், அரசினர் மேல்நிலைப்பள்ளி, எம்.ஜி.ஆர். நகர், சென்னை

'மற்றும்

அவருடன் பணியாற்றும் ஆசிரியர்கள்

திரு. *M.* இராஜேந்திரன்,
திருமதி *P.* அமுதா,
திருமதி. *S.* நிலவழகி,
திருமதி. *P.* ராஜலட்சுமி

திருமதி. *R.* விஜயஸ்ரீ

மற்றும்

திரு. ரெ. முரளி, ஆசிரியர், நகராட்சி உயர்நிலைப்பள்ளி, கரூர்.

ஆசிரியர்கள் அல்லாத நண்பர்களும் பிழைகளை நீக்க உதவியுள்ளார்கள். அவர்களது பெயர்களைக் குறிப்பிட்டு நன்றி சொல்ல நான் கடமைப்பட்டுள்ளேன்.

திரு. அரங்க பெருமாள்,
மூக்காயம்மாள் அறக்கட்டளை, எ.சித்தூர், வேடசந்தூர்.
திரு. செ. செ. சிவக்குமார்,
நூலகர், மாவட்ட மைய நூலகம், கரூர்.
திரு. ச. தேவேந்திரன், எனது உதவியாளர்.

இறுதியாக, இந்தச் சிந்தனைகளை நூல் வடிவில் வெளியிட முன்வந்த சிக்ஸ்த்சென்ஸ் பதிப்பக உரிமையாளர், திரு. கே.எஸ். புகழேந்தி மற்றும் அவரது மகன் பு. கார்த்திகேயன் இவர்களுக்கும் நன்றி கூறிக்கொள்கிறேன்.

ஆசிரியரின் பிற நூல்கள்:

- நீங்களும் ஓர் I.P.S. அதிகாரி ஆகலாம்
- சாதிக்க ஆசைப்படு
- உடலினை உறுதி செய்
- அமெரிக்காவில் 24 நாட்கள்
- உனக்குள் ஒரு தலைவன்
- நம்மாலும் முடியும்
- 24 போர் விதிகள்
- *You too become an I.P.S. Officer*
- *Be Ambitious*
- *Health and Happiness*
- *Principles of Success in Interview*

ஆசிரியர் மேற்கண்ட நூல்கள் மூலம் வரும் வெகுமதியை ஏழைக் குழந்தைகளின் கல்விக்காக அர்ப்பணிக்கிறார்.

பொருளடக்கம்

மனம்
1. புத்தாண்டு வாழ்த்துகள் 11
2. மனச்சோர்வு 19

மாணவர்
3. பிளஸ் 2 மாணவர்களுக்கு 28
4. பொதுத்தேர்வு 39

இளைஞர்
5. படிப்பும் வேலையும் 47
6. போராட்டங்கள் 56

பெற்றோர்
7. குழந்தை வளர்ப்பு 69
8. நிம்மதியான வாழ்க்கை 77

அறிவியல்
9. அறிவியல் வளர்ச்சிப் பாதை 87
10. இணையதளம் 99

ஆசிரியர்
11. ஆசிரியர் பொறுப்பு 105
12. எழுத்தின் வல்லமை 115

வாழ்க்கை
13. சிறந்த வாழ்க்கை 129
14. புகழும், நற்பண்பும் 139

போராட்டம்
15. எதிரிகளும், எதிர்ப்பும் 149
16. வாழ்வில் வெற்றிபெற 161

கல்வி
17. படிப்பும், சாதனையும் 173
18. பெண் கல்வி 183

விளையாட்டு
19. ஒலிம்பிக் போட்டிகள் 195
20. விளையாட்டுக் கல்வி 205

பொது
21. தூய்மை 213
22. பணி ஓய்வு 223

மனம்

ஜூலியன் நாட்காட்டியை உருவாக்கியவர் ரோமாபுரி தளபதி ஜூலியஸ் சீசர். ரோமாபுரியின் முதல் கடவுள் அல்லது வாசல் கடவுளின் பெயர் ஜனூஸ். இதிலிருந்து தான் ஜனவரி என்ற பெயர் வந்தது. ஆனால் பொதுமக்கள் இன்று உலக அளவில் பயன்படுத்துவது ஜார்ஜியான் நாட்காட்டி யைத்தான். போப் கிரிகோரி XIII என்பவர் அக்டோபர் 1582 ஆம் ஆண்டு இதை அறிமுகம் செய்தார். எனவே இந்த நாட்காட்டி அவர் பெயரிலேயே அழைக்கப்படுகிறது. அன்று ரோமாபுரியில் பழக்கத்தில் இருந்த ஜூலியன் நாட்காட்டியில் காணப்பட்ட குறைகளைக் களைந்த பின்னரே அது ஜார்ஜியன் நாட்காட்டியாயிற்று. இந்திய மாநிலங்களில் புத்தாண்டு வெவ்வேறு நாட்களில் கொண்டாடப்படுகின்றது. தமிழ்ப் புத்தாண்டு ஜனவரி 13 அல்லது 14 ஆம் நாள், தெலுங்குப் புத்தாண்டு மார்ச் 18 ஆம் நாள், மலையாளப் புத்தாண்டு ஏப்ரல் 14 ஆம் நாள் என அனுசரிக்கப்படுகிறது.

ஜூலியஸ் சீசர் (கி.மு. 100 - கி.மு. 44)

கி.மு. 45 ஆம் ஆண்டு ஜனவரி முதல் நாள் புத்தாண்டாகக் கொண்டாடப்பட்டது.

1. புத்தாண்டு நல்வாழ்த்துகள்

ஒவ்வொரு புத்தாண்டின் முதல் நாளன்றும் புதிது புதிதாகச் சபதங்கள் எடுப்பதும், அதன்படி சில நாட்கள் மட்டும் நடந்துகொள்வதும் மக்களின் வாடிக்கையான செயலாகக் காலம் காலமாக இருந்து வருகிறது. அதுபோல இந்த ஆண்டு முடியும் தருவாயிலும், வருகிற புத்தாண்டில் புதிதாக என்ன செய்யலாம்? எந்தெந்தப் பழக்கங்களைக் கைவிடலாம் என்ற சிந்தனையில் இருக்கும் வாசகர்களுக்காகத்தான் கீழ்க்கண்ட அறிவுரைகள்.

சிறுவர்களில் 18 வயது முடியும் தறுவாயிருப்பவர்கள் தாங்கள் 19 ஆம் வயதில் அடியெடுத்து வைப்பதை விரும்பி வரவேற்பார்கள். ஆனால் மற்றவர்கள் நிலை அப்படிப்பட்டதல்ல. டிசம்பர் 31 முடிந்தவுடனேயே நமது வயதுடன் ஒரு ஆண்டு அதாவது ஒரு

வயது சேர்ந்துவிடுகிறது. நமக்கு இன்னும் ஒரு வயது கூடிவிட்டது என்ற கவலை அப்போது நமக்கு ஏற்படுகிறது. இருந்தாலும், எதிர்காலத்தை நினைத்துப் பார்க்கும்போது, இன்றைய நாள், நாம் உயிரோடு இருக்கப்போகிற எஞ்சிய நாட்களைக் கணக்கிட்டுப் பார்க்கும்போது எவ்வளவு இளமையான நாள் என்பது நமக்குப் புரியும். கடந்த காலத்துடன் ஒப்பிட்டுப் பார்க்கும்போது இன்றைய இந்த நாள் நமது வாழ்நாளிலேயே எவ்வளவு முதிர்ச்சியான அனுபவங்களுடன் நாம் இருக்கும் நாள் என்பதும் நமக்குத் தெரியும்.

புத்தாண்டு தினத்தில் நாம் செயல்படுத்த நினைத்தவற்றைத் தவறாமல் செய்ய ஆரம்பித்துவிட வேண்டும். இதை அந்த 365 நாட்களும் நாம் கடைபிடித்தால் - தொடர்ந்து செய்து வந்தால் அவை நம் பழக்கமாகவே ஆகியிருக்கும். அதுவே நமது நற்குணங்களில் ஒன்றாகவும் நாளடைவில் ஆகியும்விடும். ஆண்டுகள் போகப்போக அதுவே நமது வாழ்க்கை முறையாகவும் மாறியிருக்கும்.

புதுப் பழக்கங்கள்

அதிகாலையில் 5 மணிக்கு எழுங்கள். செய்வதற்கு ஒரு வேலையும் இல்லை என்றாலும் கூட காலை 5 மணிக்கெல்லாம் எழுந்து விடுங்கள். மிகக் கடினம் என்று நீங்கள் நினைக்கும் ஒரு செயலை காலை 5 முதல் 7 மணிக்குள் செய்து முடியுங்கள். அந்த நேரத்தில் உங்களுக்குப் பிடிக்காத ஒரு பாடத்தைக் கூட ஒரு முறை வாசியுங்கள். ஒன்றும் புரியவில்லை என்றாலும் கூட விடாமல் வாசித்துப் பாருங்கள். விடியும் முன் எழுவதை விட நல்ல பழக்கம் ஏதுமில்லை. விடிந்த பின்னரும் எந்தக் கவலையுமின்றி உறங்கும் மாணவன் வாழ்க்கையில் வெற்றி காண்பது அரிது; அவன் மிகப்பெரிய செல்வந்தனின் மகனாகவே இருந்தாலும் கூட!

1. செய்தித்தாள் படியுங்கள்

   தினமும் காலையில் ஒரு மணி நேரம் செய்தித்தாள்களைப் படிப்பதைப் பழக்கமாக்கிக் கொள்ளுங்கள். அதுவும் ஒரு ஆங்கிலப் பத்திரிக்கையைக் கண்டிப்பாகப் படியுங்கள். தமிழ்நாடு, இந்தியா, உலகம் என்று அனைத்துலகிலும் நடக்கும் நிகழ்வுகளைப் படியுங்கள். அந்தச் செய்திகளின் அற்புதத் தன்மையை மனதார உணர்ந்து அதை உள்வாங்கிக்கொண்டு அது பற்றிச் சிந்தியுங்கள். படித்ததை நினைத்துச் சிரியுங்கள், மனம் கரைந்து அழுங்கள், கோபப்படுங்கள். எடுத்துக்காட்டாக ஊழல் புரிபவர்கள் மீதும், மக்களை ஏமாற்றுபவர்கள் மீதும் சினம் கொள்ளுங்கள்.

2. தினமும் உடற்பயிற்சி

தினமும் ஒரு மணி நேரமாவது ஓடுங்கள் அல்லது சைக்கிள் ஓட்டுங்கள். டென்னிஸ், ஷட்டில் போன்ற விளையாட்டுகள் கூட உடல் நலத்துக்கு நல்லவைதான். ஆனால் ஒரு மணி நேரமாவது அவற்றைத் தொடர்ந்து விளையாட வேண்டும்.

3. உடல்நலம்

உடலில் ஏதேனும் நோய் இருக்கிறதென்றால், உடனே டாக்டரிடம் சென்று அது குறித்துப் பரிசோதனை செய்துகொண்டு அதற்கான தகுந்த சிகிச்சையைப் பெறுங்கள். டாக்டர் என்றால், மருத்துவக்கல்லூரியில் படித்தவர்கள் மட்டும்தான் டாக்டர்கள். அவர்களது மருத்துவ முறை மட்டும்தான் விஞ்ஞானப் பூர்வமானது. மற்ற மருத்துவ முறைகளின் உண்மைத் தன்மை இன்னும் நிரூபிக்கப்படவில்லை! உடல்நலம் என்று வந்தால் நிரூபிக்கப்படாத மருத்துவ முறைகள் எதையும் ஒரு போதும் நம்பி அந்த முறை சிகிச்சைகளைப் பின்பற்றாதீர்கள்.

4. சுய பரிசோதனை

உங்களிடம் என்னென்ன திறமைகள் இருக்கின்றன, அதுபோல என்னென்ன குறைபாடுகள் இருக்கின்றன என்பதைச் சுயபரிசோதனை செய்து பார்த்துத் தெரிந்து கொள்ளுங்கள். பாட முடியும் என்றால் நல்ல பாடகராகவும், பேச முடியும் என்றால் சிறந்த பேச்சாளராகவும், எழுத முடியும் என்றால் புகழ்பெற்ற எழுத்தாளராகவும் பயிற்சிகள் எடுங்கள். உங்களிடம் இல்லாத திறமைகளை எண்ணி வருந்தாதீர்கள். அதைப்பற்றிக் கவலைப்பட்டுக் கொண்டிருப்பதை விட்டு விடுங்கள். எனக்குப் பாட வராது என்பது எனக்கே தெரியும். எனவே நான் பாடப்போவது இல்லை! அதற்காக என் நேரத்தை வீணடிக்க மாட்டேன். இதில் எனக்கு எந்த மனவருத்தமும் இல்லை என்ற தீர்மானமான முடிவுக்கு வாருங்கள்.

5. தீர்மானியுங்கள்

உங்களுக்குத் தேவையானவற்றை எல்லாம் ஒரு காகிதத்தில் எழுதுங்கள். ஒரு சராசரி இளைஞன்கூடப் பல துறைகளிலும் சாதனை படைத்தாக வேண்டும் என்ற நிலையில் உலகம் இருப்பதை உணருங்கள். எனவே அனைத்துத் துறையிலும் உங்களுக்கான இலக்கு புத்தாண்டில் என்ன என்பதை நிர்ணயுங்கள்.

வ.எண்	துறை	இலக்கு	வரும் ஆண்டில் செய்ய வேண்டியவை
1.	உடல்நலம்		
2.	மன நலம்		
3.	கல்வி		
4.	பணி		
5.	வருமானம்		
6.	மனித உறவு (a) உறவினர் (b) நண்பர்கள்		
7.	எதிர்காலத்தில் நம்பிக்கை		
8.	வாழ்நாள் சாதனை		

பட்டியலிடப்பட்ட இந்த எட்டு துறைகளிலும் உங்களுக்கான இலக்கு எது? புத்தாண்டில் அதை நிறைவேற்றுவதற்காக நீங்கள் என்னென்னவெல்லாம் செய்ய வேண்டும் என்பதை எழுதுங்கள். படிக்கும் இதே நொடிப்பொழுதில் அவற்றைத் தவறாமல் எழுதியும் விடுங்கள்.

காலையில் எழுந்ததும் இந்த இலட்சியப் பட்டியலை 10 நிமிடங்கள் படித்துப் பாருங்கள்.

மக்கள் தொண்டு

உங்கள் முன்னேற்றத்திற்காக முன் கண்டவற்றைச் செய்யுங்கள். அதே வேளையில் இந்த நாட்டு மக்கள் வசதியாகவும், மகிழ்ச்சியாகவும், கௌரவமாகவும் வாழக் கீழ்க்கண்டவற்றைப் புத்தாண்டிலிருந்து செய்ய முயற்சியுங்கள்.

அ) நேர்மையாக வாழ ஆர்வம் காட்டுங்கள். உங்கள் வாழ்க்கையை எளிமையாக அமைத்துக் கொள்ளப் பழகுங்கள். வருமானத்துக்குள் செலவு செய்யுங்கள். லஞ்சம் வாங்காதீர்கள்.

ஆ) பட்ட கடனை உடனே திருப்பிச் செலுத்தி விடுங்கள். அதில் காலம் தாழ்த்தாதீர்கள்.

இ) உடல் தூய்மை, வீட்டில் தூய்மை, தெருவில் தூய்மை என்று தூய்மையைக் கடைப்பிடியுங்கள். மக்கள் அனைவருமே இவற்றையெல்லாம் பின்பற்றினார்களென்றால் நாளடைவில் மொத்த நாடுமே தூய்மையானதாகிவிடும்.

ஈ) நீங்கள் செய்யும் பணியை உலகத் தரத்துடன் செய்வதற்கு முனைப்புக் காட்டுங்கள். உங்கள் வேலையின் தரத்தை உயர்த்த உங்களால் மட்டுமே முடியும்.

உ) ஒரு குழந்தை மட்டுமே பெறுதல் நலம். இந்தியாவில் தான் அதிக அளவுக்குக் குழந்தைகள் இருக்கின்றன. இன்னும் அதிகமான குழந்தைகளைப் பராமரிக்கத் தேவையான பொருளாதார வளம் இந்த நாட்டில் இல்லை.

ஊ) சினிமா, கிரிக்கெட், தொலைக்காட்சி ஆகியவை மட்டுமே வாழ்க்கை அல்ல. அவை பொழுதுபோக்குகள் மட்டுமே. அவற்றிற்காக அதிக நேரமும், பணமும் செலவிடாதீர்கள். அவற்றைப் பற்றி அதிகம் பேசி நேரத்தை வீணடிக்காதீர்கள்.

எ) ஓரளவுக்குப் பொருளாதார வசதி வந்தபிறகு ஒரு ஏழை வீட்டுப் பிள்ளையையாவது படிக்க வையுங்கள்.

ஏ) ரோல் மாடல் என்றும், புனிதமானவர் என்றும், ஞானி என்றும், யோகி என்றும் நம்பி எவர் காலிலும் போய் விழாதீர்கள். இந்த உலகில் அப்படிப்பட்ட புனிதர்கள் யாரும் இல்லை. இவர்கள் எல்லாருமே உங்களைப்போன்ற மனிதர்கள்தான். அவர்களும் நம்மைப்போன்றே *Homo Sapiens* என்ற பாலூட்டி உயிரின வகையைச் சேர்ந்தவர்கள்தான்.

ஐ) எந்தச் சூழ்நிலையிலும் சுய கவுரவமும், தன்மானமும் உள்ள மனிதனாகத் தலை நிமிர்ந்து நில்லுங்கள்.

ஐம்பெரும் ஆலோசனைகள்

1 நூல் படியுங்கள்

செய்தித்தாள்களைப் படிக்க வேண்டும் என்று வலியுறுத்தினேன். அதுபோலவே உலகின் மிகச்சிறந்த நூல்களைத் தேடிப் படியுங்கள். தினமும் 50 பக்கங்களாவது படியுங்கள். படிப்படியாக உங்களது உலக அறிவு

வளரும். நூல்கள் என்னும்போது உலக அளவில் பேசப்படுகிற நூல்களைத் தேடிப் பிடித்துப் படியுங்கள். உலகச் சிந்தனையாளர்களின் நூல்களைப் படியுங்கள். ஒரு சில நூல்கள் மட்டுமே புனிதத்தன்மை உடையவை என்பதில் உண்மை இல்லை.

2. கெட்ட பழக்கங்களைக் கைவிடுங்கள்

சிகரெட் பிடிக்கும் பழக்கம் இருந்தால் அதை உடனே விட்டுவிடுங்கள். கொஞ்சம் கொஞ்சமாக அதை விட்டு விடுகிறேன் என்றோ, நான் மனது வைத்தால் உடனே நிறுத்திவிடுவேன் என்றோ உங்களுக்கு நீங்களே போலி சமாதானம் செய்து கொள்ளாதீர்கள். வேண்டாம் என்றால் வேண்டாம் அவ்வளவுதான். முடிவு செய்த பிறகு அன்றிலிருந்து ஒரு சிகரெட் கூடப் பிடிக்கக்கூடாது. அதுபோலவே மதுப்பழக்கம் இருந்தால் அதையும் உடனே கைவிட வேண்டும். கம்ப்யூட்டர் விளையாட்டுகளில் அதிக நேரத்தைச் செலவிடுதல், தொலைபேசியை அதிகமாகப் பயன்படுத்துதல், பேஸ்புக், தொலைக்காட்சி பார்ப்பது போன்றவற்றில் நேரத்தை வீணடிப்பது இவற்றை முற்றிலும் ஒழிக்க முடியவில்லை என்றாலும் பெருமளவுக்குக் குறைத்துக் கொள்ளுங்கள்.

3. அன்பு செலுத்துங்கள்

புத்தாண்டிலிருந்து நம்மிடம் பேசுபவர்களிடம் அன்பாகப் பேசவும், நம்மைப் பார்க்க வருபவர்களிடம் பணிவாக நடந்து கொள்ளவும் செய்யுங்கள். கோபப்படுவதையும், எரிச்சல் அடைவதையும், ஏமாற்றுவதையும், மனச்சோர்வடைவதையும், மற்றவர்களை இழிவுபடுத்துவதையும் குறைத்துக் கொள்ளுங்கள். முடிந்தால் முற்றிலும் இவற்றைத் தவிருங்கள். தன்னார்வத்தோடு ஏதாவது தொண்டு செய்ய முற்படுங்கள். அதனால் பிறருக்கு உதவும் குணம் வளரும்.

4. வீட்டில் அதிக நேரம்

வீட்டில் மனைவி மக்களுடன் அல்லது பெற்றோருடன் அதிக நேரத்தைச் செலவு செய்யலாம். அப்படியே வீணாய் ஊர் சுற்றுவதையும் குறைக்கலாம். இதனால் பிரச்சனைகளில் சிக்குவதிலிருந்து தப்பிக்கலாம். வீட்டைக் கூட நாமாகச் சுத்தம் செய்யலாம். அங்குள்ள தேவையற்ற பொருட்களை வெளியேற்றலாம். புத்தகங்களை

ஒழுங்காக அடுக்கி வைக்கலாம். ஒவ்வொரு பொருளையும் அதற்கான இடத்தில் கொண்டுபோய் வைக்கலாம். சமையல் கற்றுக்கொள்ளலாம். பிற்காலத்தில் நமக்கான உணவை நாமே தயாரிக்க அது உதவும்.

5. சுற்றுலா செல்லுங்கள்

இதுவரை பார்த்திடாத ஒரு ஊருக்கு இந்தப் புத்தாண்டில் சென்று வாருங்கள். ஓரளவுக்குப் பொருளாதார வசதி உள்ளவர்கள் ஜப்பான், சிங்கப்பூர், ஹாங்காங், நார்வே, ஸ்வீடன் போன்ற ஒரு வளர்ந்த நாட்டிற்குச் சென்று வர ஒரு திட்டம் தீட்டுங்கள். சுற்றுலா மூலமாகக் கிடைக்கும் கல்வி சாதாரணமானது அல்ல!

மனம்

குழந்தைகள் மத்தியில் புகழ்பெற்ற ஹாரிபாட்டர் என்ற நூலின் ஆசிரியர். இவரது நூல்கள் இதுவரை 40 கோடி பிரதிகள் விற்பனையாகியிருக்கின்றன. உலகளவில் அதிகமாக விற்கப்பட்ட நூல்கள் இவரது நூல்கள் தான். நூல்களின் மூலம் இவருக்குக் கிடைத்த வருமானம் 2380 கோடி ரூபாய்கள். ஒரு ஆராய்ச்சியாளராக வாழ்க்கையைத் துவங்கி இருந்தாலும், திருமணம், விவாகரத்து, வேலை இழப்பு, மனச்சோர்வு என்று வறுமையில் தள்ளப்பட்ட இவர் ஐந்தே ஆண்டுகளில் அந்த மனச்சோர்விலிருந்து விடுதலையாகி தனது கற்பனை நாவலான ஹாரிபாட்டர் என்ற நூலை எழுதினார். ஹாரிபாட்டர் நூலை வெளியிட எவரும் முன்வரவில்லை. பன்னிரெண்டு நிறுவனங்கள் அதன் கையெழுத்துப் பிரதியைத் திருப்பி அனுப்பிவிட்டனர். இறுதியில் புளும்ஸ்பரி என்ற பதிப்பகத்தார் அதை வெளியிட்டனர். ஹாரிபாட்டர் பெயரில் வந்த சினிமாக் கதையும் இவரால் எழுதப்பட்டதுதான். போராடினால் வாழ்க்கையில் வெற்றியும் கிடைக்கும், அதிர்ஷ்டமும் வந்து சேரும் என்கிறார் இவர்.

ஜெ.கே.ரவுலிங் பிறப்பு: 31 ஜூலை, 1965

"மனச்சோர்வு பற்றி அதை அனுபவிக்காதவர்களிடம் விளக்கிச் சொல்வது அவ்வளவு சுலபமான காரியம் அல்ல. அது சோகம் போன்றது அல்ல. சோகம் என்றால் என்ன வென்று எனக்குத் தெரியும். அது உணர்ச்சிப் பூர்வமானது. ஆனால் மனச்சோர்வு என்பது உணர்ச்சியே இல்லாதது."

2. மனச்சோர்வு

உலகில் உள்ள 12 கோடி மக்கள் மன உளைச்சலால் அவதிப்படுகிறார்கள். மன உளைச்சல் என்பதை Mental Stress என்றும், மனச்சோர்வு என்பதை Mental Depression என்றும், மனத்தளர்ச்சி என்பதை Mental Fatique என்றும், மனச்சிதைவு (மனநோய்) என்பதை Mental Disorder என்றும் எடுத்துக்கொள்வோம். மனிதர்களுக்கு உடல் சோர்வு ஏற்படுவதுபோலவே மனச்சோர்வு ஏற்படுவதும் இயல்பான ஒன்றுதான். ஆனால் மனச்சோர்வு அளவுக்கதிகமாக ஒருவருக்கு ஏற்பட்டது என்றாலும், அடிக்கடி அது அவருக்கு ஏற்படுகிறது என்றாலும், அது மனநிலை பாதிப்பு அவருக்கு ஏற்படுவதற்கு வழிவகுக்கும்.

மூலகாரணம்

மனச்சோர்வு ஏற்படப் பல காரணங்கள் உள்ளன. சிலர் வேலைப்பளு காரணமாகத்தான் மனச்சோர்வு வருகிறது என்று முடிவுசெய்து விடுகிறார்கள். ஆனால், மனச்சோர்வு வருவதற்குப் பாரம்பரியமும் (Heridity) ஒரு முக்கியக் காரணம் என்று மருத்துவ விஞ்ஞானிகள் கூறுகிறார்கள். சில மனிதர்களின் மரபணுக்களில் கூட அது இருக்கிறது. ஒருவருடைய குடும்பச் சூழ்நிலையும் அவரைச் சுற்றி வெளிஉலகில் நடக்கும் சில நிகழ்வுகளும் அவருடைய மனச்சோர்வை அதிகப்படுத்தலாம் அல்லது கட்டுப்படுத்தலாம். வேலைப்பளு அல்லாத பல விஷயங்களும், மனஅழுத்தத்தை ஏற்படுத்தும் தன்மை உள்ளவை என்பதையும் நாம் ஒப்புக்கொள்ள வேண்டும்.

எடுத்துக்காட்டாகக் கீழ்க்கண்ட சூழ்நிலைகள் கூட மனச்சோர்வை ஏற்படுத்தக் கூடியவைகளாக இருக்கின்றன.

அ) உடல்நலக்கேடு, இருதய நோய், சர்க்கரை வியாதி, மூட்டுவலி

ஆ) கடும்கோபம், குற்ற உணர்வு, சுயமதிப்பு இன்மை

இ) கணவன் மனைவி உறவில் விரிசல், தந்தை மகன் உறவில் விரிசல்

ஈ) நாம் நேசித்த நபரின் திடீர் மரணம், புத்திர சோகம்

உ) குழந்தைகளின் ஒழுக்கக்கேடு மற்றும் நடத்தைக் கோளாறு

ஊ) வேலை இழப்பு, வருவாய் இழப்பு, தொழிலில் நஷ்டம் போன்றவை

எனவே மனச்சோர்வு என்ற நிலைக்கு நம்மை எடுத்துச் செல்லுவதற்குக் காரணமாக பல மோசமான சூழ்நிலைகள் இருக்கின்றன என்பதை நாம் தெரிந்து கொள்ளலாம். நம்மை அவை நெருங்கவிடாமல் பார்த்துக்கொண்டாலே மனச்சோர்விலிருந்து ஓரளவுக்கு நாம் தப்பித்து விடலாம். ஓரளவுக்கு நிம்மதியாகவும் நாம் இந்த உலகத்தில் வாழ்ந்து விட்டும் போகலாம். எடுத்துக்காட்டாக அளவான உணவை உண்டு, தினமும் ஒரு மணி நேரத்திற்கு ஓட்டப்பயிற்சியை மேற்கொண்டாலே குறைந்தபட்சம் 70 வயது வரை நமக்கு நோய்கள் வராமல், பார்த்துக் கொள்ளலாம். உடல் நோய்களால் ஏற்படும் மனச்சோர்விலிருந்தும் நம்மை நாம் பாதுகாத்துக் கொள்ளலாம்.

நமது முக்கியப் பணி

வேலை செய்வதனால் மனச்சோர்வு வருகிறது என்றால் அதற்கு முக்கியக் காரணம், பிடிக்காத வேலையை நாம் செய்வதுதான். இது எல்லா இடங்களிலும் நடந்து வருகிறது. நாம் செய்யும் தொழில் கண்டிப்பாக நாம் விரும்பக்கூடியதாக இருத்தல் வேண்டும். 'உங்களுக்குப் பிடித்தமான ஒரு வேலையில் நீங்கள் ஈடுபட்டாலே போதும். ஒரு நாள் கூட நீங்கள் வேலை செய்யத் தேவையிருக்காது' என்று ஒரு பழமொழி இருக்கிறது. நாம் விரும்பும் வேலையைச் செய்வதைவிடப் பெரிய சுகம் வேறு என்ன இருக்கப்போகிறது? அது ஒரு வேலை என்றே நமக்குத் தெரியாது!

சரி, இந்த வேலையில் நான் சேர்ந்து பல ஆண்டுகாலம் ஆகிவிட்டது. இதற்குப் பிறகு நான் என்ன செய்வது? இதை எப்படி நான் விடுவது என்று நீங்கள் என்னிடம் கேட்டால், கிடைத்த வேலையை - செய்யும் இந்த வேலையை இன்றிலிருந்து நேசிக்க ஆரம்பித்துவிடுங்கள் என்று கூறுவேன். எந்த வேடமும் நல்ல வேடம்தான் என்று நாடகக் கம்பெனிகளில் உள்ளவர்கள் கூறுவார்கள். நாம் செய்யும் வேலை, அது எந்த வேலையாக இருந்தாலும் அதை அதிக சிரத்தையுடன் நாம் செய்வதில்தான் நமக்கான பெரிய சுகமே அடங்கி இருக்கிறது. அது வாகனம் ஒன்றைப் பழுதுபார்க்கும் வேலை என்றாலும், அதை விஞ்ஞான முறையில், அவருக்குத் தெரிந்த உச்சபட்ச தொழில்நுட்ப வசதிகளைப் பயன்படுத்தி அக்கறையுடன் குறித்த காலத்தில் ஒருவர் செய்து முடிக்கும்போது செய்து முடித்த அவருக்கு அதனால் ஒரு பெரும் மனநிறைவு ஏற்படும். வாகன உரிமையாளர் அந்த வாகனத்தை ஓட்டிப்பார்த்துத் திருப்தியடைந்து மெக்கானிக்கின் முகத்தைப் பார்த்துப் புன்னகைப்பார். அதுதான் அந்த வேலைக்கான உண்மையான ஊதியம். இந்தப் புன்னகை மெக்கானிக்கிற்கு இன்னும் அதிக மன நிறைவைக் கொடுப்பது மட்டுமல்லாமல் அடுத்த வாடிக்கையாளர் கிடைக்கவும் உதவும்.

அந்த வாடிக்கையாளர் இன்னும் பலரிடம் தனது இந்த அனுபவத்தைக் கூறி அந்த மெக்கானிக்குக்கு இலவச விளம்பரம் தேடித்தருவார். அந்த விளம்பரம் அவருக்கு இலவசமாகவே கிடைக்கிறது. அதனால் பல வாகனங்கள் பழுதுபார்ப்பதற்காக அவரிடம் கொண்டு வரப்படும். அதைப் பார்க்கும் அந்த மெக்கானிக்கினுடைய மகிழ்ச்சி இன்னும் கூடும். அவரது வருமானமும் பலமடங்கு உயரும். இன்னும் சிலரை தனக்கு உதவியாகப் பணிக்கு அமர்த்துவார் அவர். இப்படி அவரது நல்ல செயல்களால் அவரது தொழிலும் வளரும். அவருக்கு மகிழ்ச்சியும், வளர்ச்சியும் ஏற்படும். மகிழ்ச்சி இருக்கும் இடத்திற்கு மனச்சோர்வு எப்படி வரும்? வரவே வராது.

சவால்கள்

இந்த உலக உண்மையை உரைக்கும் இந்த நேரத்தில் இன்னும் ஒன்றையும் சொல்ல வேண்டும். சிலர் அவர்கள் வேலை செய்யும் இடத்தில் பணிநேரத்திற்கும் மேலாகக் கூடுதல் நேரம் வேலை செய்ய அங்குள்ள உரிமையாளரால் பணிக்கப்படலாம். நியாயமற்ற மேல் அதிகாரியால் அவர் கொடுமையாக நடத்தப்படலாம். செய்த வேலைக்கு அவருக்குச் சம்பளம் கிடைக்காமலும் போகலாம். அவருக்கு எதிராகச் சக அதிகாரிகள் சதி செய்யலாம். செய்யாத தவறுக்கு அவருக்குத் தண்டனை வழங்கப்படலாம். தகுதியிருந்தும் பதவி உயர்வு மறுக்கப்படலாம். இது போன்ற சூழ்நிலைகளில் அந்தப் பணியாளருக்கு மன உளைச்சல் ஏற்பட்டு அதனால் அவருக்கு மனச்சோர்வு அல்லது மனநிலை பாதிப்பு ஏற்படவும் வாய்ப்பு உண்டு. சிலர் இதனால் மன உளைச்சலுக்கு ஆளாகித் தற்கொலை செய்துகொள்வது என்ற விபரீத முடிவையும் எடுத்து விடுகிறார்கள். இவை எல்லாம் அவர்களுக்கான சவால்கள்.

நம்மால் முடியும்

நமக்கு ஏற்பட்டிருக்கும் மன உளைச்சலுக்கு நாமும் ஒரு காரணம் என்பதை முதலில் நாம் உணர வேண்டும்.

குறித்த நேரத்தில் அலுவலகத்திற்குச் சென்று உன்னதமாக, நேர்த்தியாக உங்களது பணியைச் செய்து பாருங்கள். பாஸ் உங்களைத் தொந்தரவு செய்வது உடனே மாறும். அதற்குப் பிறகு உங்களின் ரசிகராகக் கூட அவர் மாறக்கூடும். நமது பிரச்சனை எவ்வளவு பெரியதாக இருந்தாலும் அதை எப்படி எடுத்துக்கொள்வது என்பதற்கான முடிவை எடுப்பது நமது கையில் தான் இருக்கிறது. நம்மைப் பாதிக்கக்கூடிய பிரச்சனைகளைக்கூட ஒன்றுமில்லாத விஷயம் என்று நினைத்து ஊதித்தள்ள நம்மால் முடியும். வாழ்க்கைக் கல்வி என்பது அதுதான்.

பிரச்சனைகளில் பெரும்பாலானவை தற்காலிகமானவை என்பதை உணருங்கள். அதைப் பெரியதாக்காதீர்கள். பூதாகரமாகத் தோன்றும் இன்றைய பிரச்சனை பத்து வருடங்கள் கழித்துப் பார்க்கும்போது ஒரு பிரச்சனையாகவே இருக்காது. உங்களுக்கு அதைப்பற்றிய நினைவுகூட இருக்காது. உங்களது வேலையில் சுகத்தைக் காண முயலுங்கள். மனைவி மக்களைவிட, உற்றார் உறவினரைவிட வேலை முக்கியம் என்று முடிவு எடுங்கள். நீங்கள் செய்யும் வேலை சம்பந்தப்பட்ட கல்வியைத் தேடிக் கற்க முற்படுங்கள். அதற்கு நிறைய நேரத்தைச் செலவு செய்யுங்கள். செய்யும் வேலையில் வல்லுநர் ஆகத் தொடர்ந்து முயற்சி செய்யுங்கள். அதற்குப் பிறகு வேலையே உங்கள் வாழ்க்கை என்று ஆகி, உங்கள் வாழ்க்கையே ஆனந்தமயமானதாகிவிடும்.

நீங்கள் செய்யும் வேலை உங்களுக்குச் சுத்தமாகப் பிடிக்கவில்லை என்றால் உடனே அந்த வேலையை விட்டு விடுங்கள். உங்களை நீங்களே வருத்திக்கொண்டு, பிடிக்காமலிருந்தாலும் சமாளித்துக் கொண்டு அலுவலகத்திற்குப் போகாதீர்கள். உங்களது கஷ்டங்களை மற்றவர்களிடம் சொல்லி ஆறுதல் தேட முயற்சிக்காதீர்கள். அவர்களில் பாதி பேருக்கு உங்களைப் பற்றிய எந்தக் கவலையும் இல்லை. உண்மையில் உங்களுக்கு ஒரு பிரச்சனை என்பதை அறிந்தால் மற்றவர்கள் மிகவும் மகிழ்ச்சி அடையக்கூடும். உங்களுக்குப் பிடித்த இசையைக் கேளுங்கள். தினமும் ஒரு மணி நேரம் ஓடுங்கள். உலகத்தரம் வாய்ந்த நூல்களைப் படியுங்கள்.

ஐம்பெரும் ஆலோசனைகள்

ஒரு நல்ல செய்தி: ஒருவரது மனச்சோர்வில் 80 முதல் 90 சதவீதத்தை குணமடையச் செய்துவிடலாம் என்று ஆய்வுகள் கூறுகின்றன. எனவே மனச்சோர்வைத் தவிர்க்கவும், தடுக்கவும் முடியும் என்பதை உணருங்கள்.

மனச்சோர்வைத் தடுக்கும் ஐந்து ஆலோசனைகள்

1. போதுமான தூக்கம்

நல்ல உறக்கம் இல்லை என்றால் ஒருவருக்கு நிச்சயம் மனச்சோர்வானது வந்துவிடும். தூக்கம் வராமல் படுக்கையில் புரண்டுகொண்டு இருப்பது மிகவும் மனவேதனையைத் தரும் ஒரு அனுபவம் என்பதில் சந்தேகமில்லை. இரவு முழுவதும் விழித்திருப்பது தூக்க சுழற்சியை (Sleeping circle) வெகுவாகப் பாதிக்கக்கூடிய ஒரு விஷயம். மத விழாக்களை முன்னிட்டு இரவு முழுவதும் தூங்காமல் விழித்திருப்பதும் ஆபத்தானதே. குறைந்தபட்சம் 7 மணி நேரமாவது ஒரு மனிதன் தூங்கியேயாக வேண்டும்.

2. உடற்பயிற்சி

உடற்பயிற்சியால் நன்மைகள் பல உண்டு. அது சிறப்பானது. மனச்சோர்வைப் போக்கக்கூடியது.

அதற்காக மாரத்தான் தான் ஓடவேண்டும் என்றில்லை. 15 நிமிடங்கள் உடற்பயிற்சி செய்தால்கூடப் போதும். மனச்சோர்வு குறைந்து உற்சாகம் பிறந்துவிடும். இதற்குக் காரணம் ஒருவர் 15 நிமிட நேரம் உடற்பயிற்சி செய்து முடித்த பிறகு 'கார்டிசால்' என்னும் மனச்சோர்வை ஏற்படுத்தும் ஹார்மோனின் அளவு உடலில் குறைந்து விடுகிறது.

3 சத்தான உணவு

உடலில் உள்ள இரத்த சர்க்கரையின் அளவு சீராக இருத்தல் வேண்டும். அளவுக்கு அதிகமாக இனிப்பு உண்டால் அந்த நேரத்திற்கு மட்டும் உடலுக்கும் மனதுக்கும் உற்சாகம் ஏற்படும். ஆனால் அது செரித்த பிறகு ஒரு வித உடல்தளர்ச்சி அவருக்கு ஏற்படும். அந்த உடல்தளர்ச்சி மனத்தளர்ச்சியை ஏற்படுத்தக்கூடியது. ஆக, இரத்த சர்க்கரை மிகவும் அதிகமாக இருக்கும்போது மனிதனுக்கு உற்சாகம் ஏற்படுகிறது. அது குறையும்போது சோர்வு ஏற்படுகிறது. இதைத் தவிர்க்க வேண்டுமெனில் இனிப்பு வகைகளைத் தவிர்த்துப் பயிறு வகைகள், காய்கறிகள்,

பழங்கள் போன்ற உணவு வகைகளை அதிகமாக உண்ணலாம். மீன் உணவில் இருக்கும் 2, 3, Poly Saturated Fatty acid என்ற கொழுப்புச்சத்து மன உளைச்சலுக்கான அறிகுறிகளை மிகவும் குறைக்க உதவுகிறது என்று பல ஆராய்ச்சி முடிவுகள் கூறுகின்றன. மீன் சாப்பிட்டுப் பழகுங்கள். மேற்கு வங்காளத்தில் மீனும் ஒரு சைவ உணவுதான்.

4 முழு உடல் பரிசோதனை

ஒவ்வொரு ஆண்டும் தவறாமல் முழு உடல் பரிசோதனை செய்து கொள்ளுங்கள். சர்க்கரை நோய், இருதய நோய், கேன்சர் நோய் போன்ற நோய்களை ஆரம்ப நிலையிலேயே கண்டுபிடித்துவிட்டால் சரி செய்துவிட முடியும். அவ்வாறு செய்யாவிட்டால் உடல்நலம் கெடும். அதோடு மனநலமும் கெடும். மனநலம் பாதிக்கப்பட்டவர்கள் சரியாகத் தூங்க முடியாமல் அவதிப்படுவார்கள். அவர்களது நோய் எதிர்ப்பு சக்தியும் குறையும். சீக்கிரத்தில் நோயும் வந்துவிடும். சிகரெட் மற்றும் மதுவை முற்றிலும் தவிர்த்து விடவேண்டும். அவை மனச்சோர்வை உங்களுக்குத் தெரியாமலேயே ஏற்படுத்துபவை. உங்களை விரைவில் கொல்லக் கூடியவை.

5 வாழ்க்கைக்கு ஒரு உயர்ந்த நோக்கம் கற்பியுங்கள்

நலமுடன் வாழ, தூக்கம், உடற்பயிற்சி, புரத உணவு எடுத்துக் கொள்ளுதல் இவை மட்டும் இருந்தால் போதாது. அதற்கு மகிழ்ச்சியான மனநிலையோடும் நாம் இருக்க வேண்டும். நாம் வாழ்வதற்கான நல்ல சூழ்நிலையை, தேவையை நாமாகவேதான் ஏற்படுத்திக்கொள்ள வேண்டும். மக்கள் பயனுறுவதற்கான நற்செயல் ஏதாவது ஒன்றை செய்து நம் தடத்தைப் பதித்து விட்டுத்தான் இந்த உலகை விட்டுச்செல்ல வேண்டும் என்ற கொள்கையை மனதில் ஏற்படுத்திக் கொள்ள வேண்டும். சமுதாயத்திற்கு நன்மை செய்யக்கூடிய ஒரு பொதுப்பணியில் ஈடுபட வேண்டும். அதன்மூலம் பலரது வாழ்க்கையில் விளக்கேற்ற உதவ வேண்டும். முடிந்தவரைப் பலரை மகிழ்விப்பதற்கான பணிகளைச் செய்ய வேண்டும். அது தொடர்பான செயல்களில் ஈடுபடும்போது ஏற்படும் மகிழ்ச்சிக்கு ஈடு இணை இல்லை. இதனால், மனச்சோர்வு நீங்கி எப்போதும் மகிழ்ச்சியாக இருக்கும் நிலை நீடிக்கும்.

முனைவர். செ. சைலேந்திரபாபு

மாணவர்

ஆப்பிள் கம்பெனியின் நிறுவனர். சிறிய அளவிலான கணினிகளை உருவாக்கிய புரட்சியாளர். உலகின் சொகுசு கைப்பேசி, ஆப்பிள் ஐபோன் போன்றவை இவரால் தான் வடிவமைக்கப்பட்டது. இவரது நிறுவனம் 2017 ஆம் ஆண்டு வெளியிட்ட ஒரு கைப்பேசியின் விலை ஒரு லட்சம் ரூபாய். இது ஒரு இந்திய ஏழைக் குடிமகன் கட்டும் வீட்டின் விலையை விட அதிகம். திருமணமாகாத தாயாருக்குக் குழந்தையாகப் பிறந்த ஸ்டீவ், தொழிலாளி ஒருவரால் தத்து எடுத்து வளர்க்கப்பட்டார். ஒஸன்யாக் என்பவருடன் இணைந்து 1976 ஆம் ஆண்டு ஆப்பிள் – 1 என்ற கணினியை உருவாக்கி விற்பனை செய்தார். இந்தக் கம்பெனி மிகப்பெரிய நிறுவனமாக வளர்ந்தது. ஆனால் ஸ்டீவ் அதிலிருந்து 1985 ஆம் ஆண்டு வெளியேற்றப்பட்டார். பின்னர் NeXT என்ற கம்ப்யூட்டர் மென்பொருள் நிறுவனம் ஒன்றை ஆரம்பித்தார். 1997 ஆம் ஆண்டு இவரது NeXT நிறுவனம் ஆப்பிள் நிறுவனத்துடன் இணைந்தது. ஸ்டீவ் மீண்டும் ஆப்பிள் நிறுவனத்தின் முதன்மை நிர்வாக அதிகாரி ஆனார். தொழில் முனைவோருக்கு முன்மாதிரியாகத் திகழும் இவர் 2011 ஆம் ஆண்டு கேன்சர் நோயால் மரணமடைந்தார்.

ஸ்டீவ் ஜாப் (1955-2011)

"உங்களது வாழ்நாளின் பெரும்பகுதி உங்களது பணி என்னவோ அதைச் செய்வதிலேயே தான் கழியப்போகிறது. எனவே நீங்கள் நல்லது என்று கருதும் வேலையில் – பணியில் ஈடுபட்டால் மட்டுமே உங்களுக்கு வாழ்நாள் முழுவதும் மகிழ்ச்சியும், திருப்தியும் கிடைக்கும்."

3. பிளஸ் 2 மாணவர்களுக்கு...

பிளஸ் 2 தேர்வில் தேர்ச்சி பெற்ற பிறகு கல்லூரிகளில் சேர இடம் தேடிக் கொண்டிருக்கும் மாணவர்களுக்குச் சொல்லுவதற்கும் அவர்கள் தெரிந்து கொள்வதற்கும் வேண்டிய சில உண்மைகள் இருக்கின்றன.

தமிழ்நாட்டில் 9.55 லட்சம் மாணவர்கள் இந்த ஆண்டு தேர்ச்சி பெற்றுள்ளனர். இது மிகப்பெரிய எண்ணிக்கையாகும். ஜெர்மனி, பிரான்ஸ், இங்கிலாந்து போன்ற வல்லரசு நாடுகளில் கூட இத்தனை மாணவர்கள் ஒரு ஆண்டில் பள்ளிப்படிப்பை முடிப்பதில்லை. தேர்வான இந்தப் பல லட்சம் மாணவர்களும் இனி என்ன செய்யப் போகிறார்கள்...? அவர்களுக்கு என்ன அறிவுரை கூறுவது என்பதுதான் பெற்றோரின் கவலையாக இருக்கிறது.

திருப்பு முனை

பிளஸ் 2 தேர்வில் வெற்றி பெற்றவர்களை இருவகையாகப் பிரிக்கலாம்.

1. படிப்பை இதோடு முடித்துக் கொள்பவர்கள்

இதில் மிகவும் வேதனையான விஷயம் என்னவென்றால் தமிழ்நாட்டில் தங்கள் கல்வியைப் பள்ளிப் படிப்புடன் முடித்துக் கொண்டவர்கள்தான் அதிகம். சென்ற ஆண்டு பிளஸ் 2 தேர்வில் தேர்வான எட்டு லட்சம் பேரில் இரண்டு லட்சம் பேர் மட்டுமே கல்லூரிகளில் சேர்ந்து படித்துக் கொண்டிருக்கின்றார்கள். மற்றவர்கள் பள்ளிப்படிப்பை +2வோடு முடித்துக் கொண்டார்கள். இதே போன்றுதான் ஒவ்வொரு ஆண்டும் நடக்கிறது. தொடர்ந்து படிக்க இவர்களுக்கு வசதி இருக்காது. எனவே தான் இவர்கள் தங்கள் படிப்பை அத்தோடு முடித்துக்கொண்டு ஒரு வேலையில் சென்று சேர்ந்து விட வேண்டியிருக்கிறது.

இந்த நிலையில் இருக்கும் இளைஞர்கள் வருந்த வேண்டாம். உங்களுக்கும் வாய்ப்புகள் உண்டு. நம் படிப்பு முடிந்து விட்டது. இதற்குமேல் படிக்க வாய்ப்பு இல்லாது போய்விட்டது.

அவ்வளவுதான் நம் வாழ்க்கை, நம்மால் இனிமேல் ஒன்றும் சாதிக்க முடியாது என்று நம்பிக்கொண்டு அதனால் சோர்ந்துபோய்விடாதீர்கள்...! கல்லூரிகளில் சேர்ந்து நீங்கள் படிக்கவில்லை என்றாலும், ஏதாவது ஒரு தொழிலில் பயிற்சி

எடுத்துக்கொண்டு அந்தத் தொழிலில் ஈடுபட்டு உங்களால் நல்ல வருமானத்தை ஈட்ட முடியும். எடுத்துக்காட்டாக ஒரு கனரக வாகன ஓட்டியாகப் பயிற்சி எடுத்துக்கொண்டு, அதற்கான உரிமம் பெற்றால் மாதம் ரூபாய் 40,000/- வரை உங்களால் வருமானம் ஈட்ட முடியும். தனியார் பேருந்து, அதிக பாரத்தை எடுத்துச் செல்லும் சரக்கு லாரிகள் இவற்றை ஓட்டத் தகுதி உள்ள ஓட்டுநர்கள் இருக்கிறார்களா என்று தொழில் அதிபர்கள் வலைவீசித் தேடிக் கொண்டிருக்கிறார்கள். நல்ல ஓட்டுநர்களுக்குத் தேவை இருந்து கொண்டே தான் இருக்கிறது. இந்த வேலைக்கு நல்ல மரியாதையும் இருக்கிறது. நல்ல சம்பளமும் கொடுக்கப்படுகிறது.

தொலைக்காட்சிப் பெட்டி பழுதுபார்த்தல், குளிரூட்டும் சாதனம் பழுதுபார்த்தல், வாகனம் பழுதுபார்த்தல் போன்ற தொழில்நுட்ப அறிவைப் பயன்படுத்தி செய்யப்படும் பணிகள் (Technical Job) பல உள்ளன. அவற்றைப் பயிற்சிகளின் மூலம்தான் கற்றுக்கொள்ள முடியும். இதில் அனுபவமுள்ள கை தேர்ந்த ஒரு கலைஞனிடம் உதவியாளராகச் (Apprentice) சேர்ந்தால் கூட ஓரிரு ஆண்டுகளில் அந்தப் பணியை முழுதாகக் கற்றுக்கொண்டுவிட முடியும். திருப்பூர் பனியன் கம்பெனிகளில் துணியை அளந்து வெட்டுவதில் நிபுணராக உள்ளவர்களுக்கு அதிகத் தேவை இருக்கிறது. நேர்த்தியாக அந்த வேலையைச் செய்பவருக்கு அதிகச் சம்பளம் தருகிறார்கள். இறால் வளர்க்கும் பண்ணைகளில் கூடத் தொழில்நுட்ப வேலை தெரிந்தவர்களுக்குத்தான் அதிக சம்பளம் கிடைக்கிறது. இந்தப் பணிகளைச் செய்யும் பலரும் பள்ளிப்படிப்போடு தங்கள் படிப்பை நிறுத்திக் கொண்டவர்கள் தான்.

எல்லாவற்றிற்கும் மேலாக உங்களால் சுயமாகவே ஒரு தொழிலைத் துவங்கவும் முடியும். அந்தத் தொழிலை அக்கறையுடனும், நேர்மையுடனும் நீங்கள் செய்யும்போது அந்தத் தொழிலின் நுணுக்கங்கள், நெளிவு சுளிவுகள் உங்களுக்குப் புலப்படும். தொடர்ந்து அத்தொழிலில் நீங்கள் ஆர்வம் காட்டும்போது அந்தத் தொழிலும் வளரும், அந்தத் தொழிலைச் செய்யும் நீங்களும் வளர்வீர்கள். இன்று தமிழகத்தில் நீங்கள் காணும் பல தொழில் அதிபர்கள் கல்லூரிப் படிகளில் கூடக் காலடி எடுத்து வைக்காதவர்கள் தான். அவர்கள் பள்ளிப்படிப்பை முடித்த உடனேயே ஒரு தொழிலைத் தொடங்கியவர்கள் தான் என்பதையும் நினைவில் கொள்க. பெரம்பலூரை மையமாகக் கொண்டு பல கல்லூரிகளை நிறுவி நடத்திக் கொண்டிருக்கும் ஒரு தொழில் அதிபரிடம் நீங்கள் என்ன படித்திருக்கிறீர்கள் என்று கேட்டேன். ஏழாம் வகுப்பு வரை தான் படித்திருக்கிறேன் என்றார்.

2. உயர்கல்வி படிக்கச் செல்லும் மாணவர்கள்

உயர்கல்வி கிடைப்பது என்பது ஒரு அரிய வாய்ப்பு தான். ஆனால் ஒருவர் கல்லூரிக்குச் சென்றுவிட்டார் என்பதால் மட்டுமே அவருடைய எதிர்காலம் பிரகாசமாக அமைந்துவிடும் என்று சொல்லிவிட முடியாது. மிக உயர்வாகக் கருதப்பட்ட பொறியியல் பட்டப்படிப்பைப் படித்தவர்கள் கூட, சரியான வேலை கிடைக்காமல் இன்று உதவியாளர்களாக யாரிடமாவது வேலையில் சேரவேண்டிய சூழ்நிலை இருக்கிறது. ஏன் அவருக்குப் பொறியாளர் வேலை கிடைக்கவில்லை என்றால் அவரிடம் ஒரு பொறியாளருக்கு இருக்க வேண்டிய தொழில்நுட்பத் திறன் இல்லை. எடுத்துக்காட்டாகக் கணினிப் பொறியாளர் என்று கூறிக்கொள்ளும் ஒரு பொறியியல் பட்டதாரிக்கு கம்ப்யூட்டர் புரோகிராம் எழுதத் தெரிவதில்லை. இவ்வாறு தொழில்நுட்பம் தெரியாத ஒரு பொறியாளருக்கு எந்த நிறுவனமும் வேலை தராது. 2014 ஆம் ஆண்டு NASSCOM என்ற கணினிக் கூட்டமைப்பு நிறுவனம் நடத்திய ஆய்வு இந்தியாவில் உள்ள கம்ப்யூட்டர் பொறியியல் பட்டதாரிகளில் 75 சதவிகிதப் பட்டதாரிகளுக்கு தாங்கள் படித்த படிப்பு சம்பந்தப்பட்ட வேலைகளையே திறமையாகச் செய்யத் தெரியவில்லை என்றும், அதிலும் அவர்களில் 84 சதவிகிதப் பட்டதாரிகளுக்கு நிறுவனங்கள் கொடுக்கும் பயிற்சியைக் கூடச் சரிவரப் புரிந்துகொள்ள முடியவில்லை என்றும் கூறுகிறது. அதாவது, முதலாவதாகக் குறிப்பிட்டவர்களிடம் ஒரு வேலையை ஒப்படைத்தால், அவர்களுக்கு அதைச் செய்யத் தெரியாது. இரண்டாவது குறிப்பிட்டவர்களுக்கு அந்த வேலை சம்பந்தப்பட்ட பயிற்சியை அளித்தாலும் கூட அந்தப் பயிற்சியைத் தருவதால் அந்த நிறுவனத்திற்கு எந்தப் பலனும் கிடைக்காது. அந்த அளவுக்கு அவர்களுடைய அறிவும், செயல் திறனும், மனப்பான்மையும் குன்றிப்போய் உள்ளது. அப்படி என்றால் நான்கு ஆண்டுகளாக தாங்கள் படித்த பொறியியல் கல்லூரிகளில் இவர்கள் என்னதான் செய்தார்கள் என்று கேட்கிறீர்களா? அதை அவர்களிடமே கேட்டுத் தெரிந்துகொள்ளுங்கள். எனக்குத் தெரியாது.

எனது நண்பர் ஒருவர் ஒரு நடுத்தரக் குடும்பத்தைச் சேர்ந்தவர். இன்று அமெரிக்காவில் மைக்ரோசாஃப்ட் நிறுவனத்தில் உயர் பதவியில் இருக்கிறார். பெற்றோருக்கு நிலம், வீடு என்று அனைத்தையும் வாங்கித் தந்த பின்னர்தான் திருமணம் செய்துகொண்டார். பொறுப்புள்ள இந்த மண்ணின் மைந்தரான அவரிடம் பேசும்போது, "நமது பிள்ளைகள் பொறியியல் கல்லூரிகளில் படித்திருந்தும் அவர்களுக்கு ஏன் உடனே வேலை

கிடைப்பது இல்லை?" என்ற கேள்வியை எழுப்பினேன். அதற்கு அவர் சொன்ன பதில் இதுதான்: "இவர்கள் எல்லோரும் பொறியியல் பட்டதாரிகள் தான். ஆனால் இவர்கள் எல்லாருமே பொறியாளர்கள் இல்லை." இவர் இப்படிச் சொல்வதில் பொருள் இருக்கிறது. அவர்களிடம் உள்ள மதிப்பெண் பட்டியலில் அவர்கள் தேர்வுகளில் நன்கு பதிலளித்திருந்ததால் நிறைய மதிப்பெண்கள் எடுத்திருந்ததாகக் குறிக்கப்பட்டிருந்தது. ஆனால் இவர்களுக்கு அந்தத் துறை பற்றிப் போதுமான அறிவும், செயல்திறனும் சாதிக்க வேண்டும் என்ற மனப்பான்மையும் இருப்பதில்லை. சுருங்கச் சொன்னால் நமது பிள்ளைகள் கல்லூரிகளில் சேர்ந்து பல ஆண்டுகள் அங்குள்ள பாடங்களைப் படித்திருந்தாலும், அவர்கள் அங்கிருந்து உருப்படியாக எதையும் தெரிந்து கொள்ளவில்லை! அவர்களுடைய கல்வித்தரம் அந்த நிலையிலேதான் இருக்கிறது.

ஆக எதிர்காலத்தை வளமுற அமைத்துக்கொள்ள விரும்புபவர்கள் பொறியியல் பட்டதாரிகளாக மட்டும் இல்லாமல் சிறந்த பொறியாளர்களாகவும் இருத்தல் வேண்டும். மருத்துவம், அறிவியல், மொழி, வர்த்தகம் மற்றும் மேலாண்மை பயிலும் மாணவர்களுக்கும் இது பொருந்தும்.

கல்லூரிகளில் சேரப்போகும் மாணவர்களின் சிந்தனைக்கு

அ) ஒவ்வொரு நாளும், கல்லூரிகளில் நடக்கும் ஒவ்வொரு மணிநேர வகுப்பிற்காகவும் உங்கள் தந்தையார்

உங்களுக்காகச் செலவிட்டுக் கொண்டிருக்கும் பணத்தைக் கணக்கிட்டுப் பாருங்கள். சில ஆயிரம் ரூபாய்களாக அது இருப்பது தெரிய வரும்போது உங்களுக்கு அதிர்ச்சி ஏற்படும். அதற்குப் பிறகு கவனமாகப் படிக்க வேண்டும் என்ற பொறுப்பு தானாகவே உங்களுக்கு வந்துவிடும். அதற்குப் பிறகு வகுப்புகளைப் புறக்கணிக்க மாட்டீர்கள். அங்கே இருக்கும் நேரத்தில் கவனக்குறைவாக இருக்கவும் மாட்டீர்கள்.

ஆ) வகுப்பில் மிகவும் பின்னால் போய் உட்காராதீர்கள். வகுப்பில் உள்ளவர்களில் யாராவது சிலராவது பின்னால் உட்கார்ந்துதானே ஆக வேண்டும் என்பீர்கள். சரி, எப்போதும் நீங்கள்தான் அங்கே உட்கார வேண்டுமா? சில நாட்களாவது முன்னால் வந்து உட்கார்ந்துதான் பாருங்களேன்.

இ) உங்கள் பேராசிரியரைப் பற்றித் தெரிந்துகொள்ளுங்கள். அவருடன் நல்லுறவை ஏற்படுத்திக் கொள்ளுங்கள்.

ஈ) இரவு தூங்காமல் இருக்காதீர்கள். பகலில் வகுப்பில் தூங்கி விடுவீர்கள்.

உ) மது அருந்தும் மாணவர்களுடன் சேராதீர்கள். அவர்கள் நல்லவர்கள் ஆகிவிடுவார்கள், நீங்கள் தான் போதைக்கு அடிமையாகிவிடுவீர்கள்.

ஊ) படிப்பதையெல்லாம் ஆராய்ந்து பாருங்கள். ஆராய்ச்சியாளராக உயருங்கள். எதனையும் புலன் விசாரணை செய்து கண்டுபிடிப்பதுதான் உண்மையான கல்வி.

எ) அளவான உணவு, அதோடு தேவையான உடற்பயிற்சி என்று உடல் நலனைக் கல்லூரிப் படிப்பின் போதிலிருந்தே காத்துக் கொள்ளப் பழகுங்கள்.

ஏ) கல்லூரி என்பது ஓர் உயர்கல்விக் கூடம். அங்கு சென்று கற்பதால் நமக்குப் பல உயர்ந்த தகுதிகள் ஏற்படும்.

ஐ) பணக்கார நாடுகளில் கூட எல்லோருக்குமே கல்லூரிகளில் படிக்கும் வாய்ப்பு கிடைப்பதில்லை. உங்களுக்கு அது கிடைத்துள்ளது என்பதை மனதில் கொள்ளுங்கள்.

ஒ) நீங்கள் எங்கிருந்து வந்திருக்கிறீர்கள் என்பதை ஒருபோதும் மறக்காதீர்கள்.

கல்வி என்பது வருமானம்

கல்லூரிகளில் சேரப்போகும் மாணவர்களுக்கு நான் ஒன்றை உறுதியாகச் சொல்ல வேண்டும். உங்கள் வாழ்க்கையில்

உன்னதமான நான்கு ஆண்டுகளைக் கல்லூரிகளில் செலவிடப் போகிறீர்கள். இதற்குப் பல லட்சம் ரூபாய் செலவாகப்போகிறது. சிலரது பெற்றோர் அந்தப் பணத்தை வங்கிகளிலிருந்து கடனாகக்கூடப் பெற்றிருக்கலாம்! இந்த முதலீட்டை அவர்கள் செய்வது எதற்கு என்பதைப்பற்றி நீங்கள் சிந்தித்துப் பார்க்க வேண்டும். கல்லூரிகளில் நீங்கள் சேர்ந்திருப்பதே கல்வியைப் பெறுவதற்காகத்தான் என்பதை நீங்கள் உணர வேண்டும். இன்னும் சொல்லப்போனால் ஒரு தொழிலைச் செய்வதற்குத் தேவையான கல்வியைக் கற்றுக் கொள்வதற்கான ஒரு இடம் தான் கல்லூரி. அது கேளிக்கைக்கான ஒரு இடமில்லை. பொழுதுபோக்குகள்தான் வாழ்க்கை என்று அதிலேயே மயங்கிக் கிடக்கும் வேடிக்கை மனிதராக இல்லாமல் செய்யப்போகும் தொழிலைப் பற்றிச் சிந்திக்கும் இலட்சிய மனிதராக நீங்கள் மாறவேண்டும். உங்கள் எதிர்காலத்தை நீங்கள் நலம்பட, வளமுற அமைத்துக்கொள்ள வேண்டும் என்றால், வகுப்பறையில் கற்ற பாடங்களைப் பற்றிய சிந்தனையிலேயே நீங்கள் இருக்க வேண்டும். ஆய்வுக்கூடத்தில் அது குறித்த பரிசோதனைகளில் ஈடுபட வேண்டும். அதோடு மனிதர்களைப் பற்றிய கல்வியையும் நீங்கள் கற்க வேண்டும். அப்படி மிகச்சிறந்த முறையில் கற்கின்ற மாணவனுக்கு மாதம் லட்சம் ரூபாய் ஊதியமாகக் கிடைத்தால் கற்கத் தவறிய அதே வகுப்பு மாணவனுக்கு பத்தாயிரம் ரூபாய்தான் ஊதியமாகக் கிடைக்கும். ஏனென்றால் கல்வி என்பது வருமானம், "Learning is Earning." வருமானம் இல்லை என்றால் வாழ்க்கை இல்லை.

போதிய வருமானம் கிடைத்தால்தான் நம்மால் நம் உடல்நலத்தையும், குடும்பத்தையும், மகிழ்ச்சியையும்,

நண்பர்களையும், சமுதாய வாழ்க்கையையும் எதிர்காலத்திற்கான ஒரு நம்பிக்கையையும் நம்மில் ஏற்படுத்திக்கொள்ள முடியும். நல்லதொரு வாழ்க்கை என்பது இவைகள் தாம்.

ஐம்பெரும் பொன்மொழிகள்

1. உண்மை நிலவரம் என்ன?

கல்லூரி என்றாலே அது கொண்டாட்டத்திற்கான ஒரு இடம். கல்லூரி மாணவர்கள் என்றாலே அவர்கள் பொறுப்பு இல்லாமல் இருப்பது, ஊர் சுற்றித்திரிவது என்றுதான் இருக்கவேண்டுமென்று சினிமாக்களில் சித்தரிக்கப்படுவதைப் பார்க்கிறோம். ஆனால் உண்மை நிலவரம் அதுவல்ல. கல்லூரிகள் கல்வி கற்கும் இடங்கள். சில கல்லூரிகளில் பள்ளிக்கூடங்கள் போலவே வகுப்பறைச் சொற்பொழிவுகள் இருக்கும். தேர்வுகளும் அதில் அதிக மதிப்பெண்கள் பெற்றால்தான் வெற்றி என்ற நிலையுமிருக்கும். சில கல்லூரிகளில் மாணவர்களாகவே படித்துப் புரிந்துகொண்டு தேர்வு எழுதவேண்டிய நிலை இருக்கும். எனவே நீங்கள் படிக்கும் கல்லூரியிலுள்ள நிலவரம் என்ன என்பதைப் புரிந்துகொண்டு அதன்படி நடந்து கொள்ளுங்கள்.

2. மதிப்பெண் எடுப்பவனுக்கே மரியாதை

படிப்பில் ஆர்வம் இல்லாத ஊர் சுற்றித்திரியும் மாணவனுக்கு இதுபற்றி நன்றாகவே தெரியும். கல்லூரியில் கதாநாயகர்களாக மதிக்கப்படுபவர்கள் நன்றாகப் படிக்கும் மாணவர்கள் மட்டுமே. ஏனோதானோ என்று வந்து போகிறவர்களுக்கு நிச்சயம் அங்கு மரியாதை இருக்காது. அப்படிப்பட்டவர்கள் தங்களுக்கு எப்படியாவது ஒரு

அங்கீகாரம் அந்த இடத்தில் கிடைக்க வேண்டும் என்பதற்காக எதை எதையோ செய்து பார்ப்பார்கள். ஆனால் அவற்றால் எந்தப் பயனும் இருக்காது.

3 உடுப்பு நெறி

ஒவ்வொரு கல்லூரிக்கென்றும் ஒரு சீருடை இருக்கும். அதை அப்படியே பின்பற்றுவதுதான் சிறந்தது. வித்தியாசமாக அல்லது வேடிக்கையாக உடை அணிவது மரியாதைக் குறைவை ஏற்படுத்தும். சக மாணவர்கள் உங்களை எள்ளி நகையாடுவார்கள். இதே பழக்கம் நீடித்தால் அது உங்களின் ஒரு குணமாகவே மாறி பிற்காலத்தில் வேலை பார்க்கும் இடத்திலும் அது தொடரும். சமீபத்தில் பொறியியல் பட்டம் வாங்க வந்த பட்டதாரி ஒருவர் ஜீன்ஸ் - பனியன் போட்டிருந்தார். அவரை யார் மதிப்பார்கள்? அல்லது அவர்தான் அந்தப் பட்டமளிப்பு விழாவை மதித்தாரா? படித்தவர்களிடம் இருக்க வேண்டிய பண்பாடு அவரிடம் இல்லையே!

4 கல்வியையும் பொழுதுபோக்கையும் வேறுபடுத்திப் பார்க்கக் கற்றுக்கொள்ளுங்கள்

சில கல்லூரி மாணவர்களின் மனப்பாங்கைப்பற்றி இப்படி விவரிக்கலாம்: 'கல்லூரிப்படிப்பு பள்ளிக்கூடப் படிப்பு போன்றது அல்ல. இங்கு யாரும் நமக்கு ஊட்டிவிடத் தேவையில்லை. ஆசிரியர் பாடம் நடத்தும் வகுப்புகள் பயனற்றவை. இந்தப் படிப்புப் பயனற்றது. இங்கே படித்து எதுவும் ஆகப்போவதில்லை. படிப்பிற்கும் வாழ்வில் அடையப்போகும் வெற்றிக்கும் தொடர்பு எதுவும் இருப்பதில்லை. வகுப்பில் தோற்றவர்கள்தான் வாழ்க்கையில் வெற்றி பெற்றிருக்கிறார்கள்.'

இப்படிப் பேசித் திரிபவர்களின் நட்பு வளையத்தில் சிக்க வேண்டாம். பதிலாக உங்களுக்கு எது சரியாகப்படுகிறது என்று சிந்தித்துப்பாருங்கள். எதிர்கால வாழ்க்கையை எதிர்கொள்ளும் முன் பயிற்சி எடுக்கும் விளையாட்டு மைதானம்தான் கல்லூரி. பல செய்திகள் நமக்குத் தெரியாதவை. அவற்றை ஆசிரியர் மூலமாகக் கேட்டுத் தெரிந்து கொள்வோம். நூல்களில் அது பற்றிய தகவல் கிடைக்கிறதா என்று தேடிப் பார்ப்போம். ஆய்வகத்தில் ஆய்வு செய்து பார்ப்போம் என்று முனைப்புடன் இருங்கள். பிற்காலத்தில் சில செயல்களைத் துணிச்சலாகச் செய்திட இன்றே அதற்கான திறமையை நீங்கள் வளர்த்துக் கொண்டாக வேண்டும். அதற்கான ஒத்திகை நடைபெறும் இடம்தான் கல்லூரி. வகுப்பில் தோல்வியைத் தழுவிய சிலர் பின்னர் தொழில் செய்து அதில் வெற்றி பெற்றிருக்கலாம். ஆனால் வகுப்பில் தோல்வியுற்ற பலரும் வேலை கிடைக்காமல் திண்டாடிக் கொண்டிருக்கிறார்கள் என்பதை மறக்க வேண்டாம்.

5. ராகிங் அல்லது கிண்டல்

சில கல்லூரிகளில் மூத்த மாணவர்கள் ராகிங் என்ற பெயரால் சக மாணவர்களுக்குத் தொல்லை கொடுக்கக்கூடிய வாய்ப்பு உண்டு. அது எல்லாக் கல்லூரிகளிலும் தடை செய்யப்பட்டுள்ளது. இருப்பினும் தங்களை அறிமுகம் செய்துகொள்ளும் வகையில் மூத்த மாணவர்கள் உங்களை அணுகினால் அவர்களிடம் இன்முகம் காட்டிப் பேசுங்கள். துன்புறுத்த முற்பட்டால் உடனே முதல்வரிடம் அதைப்பற்றிப் புகார் செய்து விடுங்கள். ஆணாக இருந்தால் மாணவியரை ஒருபோதும் கிண்டல் செய்யாதீர்கள். அது ஒரு கிரிமினல் குற்றம். மாணவியராக இருந்தால் கிண்டலடித்த மாணவரிடம், இன்னொரு முறை கிண்டல் அடித்தால் அல்லது துன்புறுத்தும் வகையில் நடந்துகொண்டால் கல்லூரி நிர்வாகத்திடம் புகார் தருவேன் என்று கூறுங்கள். ஒரு மாணவன் மிரட்டினால் அதற்காகப் பயந்து விடாதீர்கள். அவனால் உங்களை அப்படியெல்லாம் ஒன்றும் செய்துவிட முடியாது.

மாணவர்

கிரேக்க தத்துவஞானி, கணித அறிஞர், அரசியல் அறிஞர் மற்றும் அறநெறியாளர். இவரது சிந்தனைகள் பித்தாகோரியனிசம் என்ற ஒரு இயக்கமாகவே மாறியது. இவரது புரட்சிகரக் கருத்துகள் அனைத்துமே அன்றைய அகண்ட கிரேக்க தேசம் முழுவதுமே பரவியிருந்தது. இவருக்குப் பிறகு வந்த பிளேட்டோ, அரிஸ்டாட்டில் ஆகியோர் இவரது கொள்கைகளால் கவரப்பட்டனர். ஆரம்ப காலங்களில் ஒரு மதத் துறவியாக இருந்து மாணவர்களுக்கு ஆன்மீகம் மற்றும் தத்துவம் போதித்தார். மனிதனுக்கு ஆன்மா உண்டு என்றும் அது மனிதன் இறந்தபின் இன்னொரு உடலுக்குள் ஊடுருவிவிடும் என்றும் கூறினார். நமது நாட்டில் நம்பப்படும் அதே கோட்பாடுதான் இங்கும். ஆனால் இவரது சிறப்பு அதுவல்ல. இவரது பல அறிவியல் கண்டுபிடிப்புகள் அற்புதமானவை. காலையிலும், மாலையிலும் நாம் காணும் வெள்ளி (Venus) என்பது ஒரு நட்சத்திரம் அல்ல. அது ஒரு கோள் என்றும், பூமி உருண்டை வடிவில் இல்லாது கோளமான வடிவில் இருக்கிறது என்றும் அவர் கணித்திருந்தார். ஒரு செங்கோண முக்கோணத்தின் ஒவ்வொரு பக்கத்திற்கும் உள்ள உறவைப் பற்றியும் இவர் கண்டறிந்திருக்கிறார். வடிவியல் சம்பந்தப்பட்ட இவரது இந்தப் பித்தாகோரஸ் கோட்பாட்டு அறிவியல் வளர மிகவும் பயன்பட்டது.

பித்தாகோரஸ் (கி.மு. 570 - கி.மு.495)

"உனது தவறுகளை மறைக்கப் பொய் பேசாதே. அதற்குப் பதிலாக சுயபரிசோதனை நடத்தி, உனது தவறுகளை நீயே திருத்திக்கொள்."

4. பொதுத் தேர்வு

பத்து மற்றும் பன்னிரெண்டாம் வகுப்புப் பொதுத்தேர்வு என்பது மாணவர்களின் வாழ்க்கையில் ஒரு திருப்புமுனையை ஏற்படுத்தக்கூடியது.

தேர்வு எழுதுவது என்பது ஒரு கலை. அது ஒரு விஞ்ஞானமும் கூட. ஓயாமல் படித்து வகுப்புத் தேர்வுகளில் நல்ல மதிப்பெண்கள் பெறும் சிலர் இறுதித்தேர்வில் நல்ல மதிப்பெண்கள் எடுக்கத் தவறுவதையும், சுமாராகப் படித்துக் கொண்டிருக்கும் மாணவ, மாணவியர் சில நாட்கள் மட்டும் தீவிரமாகப் படித்து இறுதித்தேர்வில் அதிக மதிப்பெண்கள் எடுத்து விடுவதையும் பார்க்கிறோம். இது அவர்கள் பின்பற்றும் தேர்வு உத்திகளைப் பொறுத்து அமைவது.

நான் பல பல்கலைக்கழகங்களில் பயின்று எண்ணற்ற தேர்வுகள் எழுதியிருக்கிறேன். அந்த அனுபவங்களின் அடிப்படையில் நான் கற்ற சில உத்திகளை உங்களுக்கும் அறிமுகம் செய்கிறேன்.

தயார்படுத்துதல்

தேர்வுகள் தொடங்க ஒரு மாதமே இருக்கும் நிலையிலேயே மாணவ மாணவியர் தங்களைத் தேர்வுக்குத் தயார்படுத்திக்கொள்ள வேண்டும். கடந்த வருடங்களில் கேட்ட கேள்விகளை ஒருமுறை படித்துப் பார்த்துவிட்டு, பின்னர் ஒவ்வொரு ஆண்டும் தவறாமல் கேட்கப்படுகிற கேள்விகளை விசேஷமாகக் கவனிக்க வேண்டும். சற்றுக் கடினமான பாடத்தை அடிக்கடி ஞாபகப்படுத்திப் பார்க்கலாம் அல்லது எழுதிப்பார்க்கலாம்.

வேதியியலில் உள்ள சமன்பாடுகள் (Equations), இயற்பியலில் உள்ள வரையறைகள் (Definitions) உயிரியலில் உள்ள படங்கள் (Diagram) கணிதத்தில் உள்ள சூத்திரங்கள் (Formula) போன்றவற்றை அவ்வப்போது நினைவுபடுத்திக்கொள்வது நல்லது.

அச்சம்

தேர்வு நெருங்க நெருங்க ஒருவித அச்சமும், குழப்பமும் மனதில் தோன்றும். இது இயற்கையானதுதான். எனவே இதைப்பற்றி அதிகம் கவலைப்படத் தேவையில்லை. ஆனால் இந்த அச்சம், ஒருவித பீதியாக மாறிவிடக்கூடாது. இந்தத் தேர்வு இன்றியமையாததுதான். ஆனால் இதுதான் வாழ்க்கை என்பது இல்லை. "இதுவும் கடந்து போகும்" என்ற மனப்பான்மையை வளர்த்துக்கொள்ள வேண்டும். தேர்வு அறையிலும் பயம் வரக்கூடும். அந்த சமயத்தில் மிகவும் நிதானமாக இருக்க வேண்டும். அப்போது சில நிமிடங்கள் கண்களை மூடி மூச்சை இழுத்துவிட வேண்டும். அதன்பின் கேள்வியைப் படிக்கத் துவங்கலாம்.

நேரம்

எந்தப் பாடத்திற்காக எத்தனை நாட்களை ஒதுக்குவது என்பதை முதலிலேயே முடிவு செய்துகொள்ள வேண்டும். ஏதேனும் ஒரு பாடத்தில் பலவீனமாக இருக்கிறீர்கள் என்றால் அதற்குத் தயார்செய்ய அதிக நேரத்தைச் செலவு செய்யலாம். கல்லூரிகளில் இடம் கிடைக்க உதவும் உயிரியல், கணிதம், இயற்பியல், வணிகவியல் போன்ற பாடங்களுக்கு அதிக நேரத்தைச் செலவிடலாம். தேர்வு அறையில் ஒவ்வொரு கேள்விக்கும் பதில் எழுத எவ்வளவு நேரம் செலவிட வேண்டும் என்பதைக் கணக்கிடுங்கள். சிறிய வினாக்களுக்குச் சுருக்கமாகப் பதில் எழுதினால் தான் பெரிய வினாக்களுக்குப் பதில் எழுத அதிக நேரம் கிடைக்கும். எல்லாக் கேள்விகளுக்கும் பதில் எழுதவும் உங்களால் முடியும். நேர நிர்வாகம் தேர்வு நேரத்தில் மிகவும் இன்றியமையாதது.

உறக்கம்

உறங்காமல் படித்தால் நல்ல மதிப்பெண் எடுத்துவிடலாம் என்பது ஒரு சிலரிடம் உள்ள ஒரு நம்பிக்கை. ஆனால் அதில் உண்மை இல்லை. இரவு முழுவதும் விழித்திருந்தால் அடுத்த நாள் தேர்வு எழுதும்போது சோர்வாக இருக்கும். உறக்கம் வந்துவிடும். எனவே இரவு 11 மணிக்கெல்லாம் தூங்கிவிட வேண்டும். சிலர் இரவில் படிக்கும் பழக்கம் உள்ளவர்களாக இருப்பார்கள் என்றாலும், இவர்களும் இரவு 12 மணிக்கெல்லாம் தூங்கப் போய்விட வேண்டும். தேர்விற்கு முந்தையநாள் குறைந்தபட்சம் 6 மணி நேரமாவது தூங்க வேண்டும். காலையில் 5 மணிக்கு எழுந்திருந்து 8 மணிவரை படிப்பது நல்லது. ஒரு மணிக்கு ஒருமுறை தண்ணீர் குடிக்க வேண்டும். தேர்வு முடியும் வரை கடைகளில் வாங்கிய உணவை உண்ணாதீர்கள். அதனால் காய்ச்சல் வந்தால் கூடத் தேர்வு எழுதுவதற்குப் பெரும் போராட்டமாகிவிடும்.

தூக்கத்தைப் போலவே ஓய்வும் ஒருவருக்கு மிகவும் அவசியம். மூன்று மணி நேரம் படித்த பின்னர் அரை மணி நேரமாவது ஓய்வு எடுக்க வேண்டும். அந்த நேரத்தில், படித்த பாடத்தைப் பற்றிச் சற்று நேரம் சிந்தித்துப் பார்க்கலாம். உடற்பயிற்சி செய்யலாம், தொலைக்காட்சி பார்க்கலாம், பாட்டுப் பாடலாம், நடனம் கூட ஆடலாம், இதுவும் ஒரு திருவிழாதானே! அதாவது தேர்வுத் திருவிழா.

வழக்கத்தைக் கடைப்பிடியுங்கள்

காலையில் 5 மணிக்குக் கண் விழிப்பது நல்லது என்றாலும் இதுவரை 6 மணிக்கு எழுந்து பழகியவர்கள் 6 மணிக்கு எழுவதுதான்

நல்லது. தேர்விற்காக அந்த வழக்கத்தை மாற்றாதீர்கள். தேர்வு அன்று வழக்கமாகக் குளிக்கும் நேரத்தில் குளித்து, வழக்கமான நேரத்தில் சாப்பிட்டுவிட்டு பள்ளிக்குச் செல்லுங்கள். வழக்கத்துக்கு மாறான நேரத்தில் நீங்கள் வழக்கமாகச் செய்யும் செயல்களைச் செய்வது உங்களிடம் ஒருவிதப் பதட்டத்தை ஏற்படுத்திவிடும். வழக்கமாக அணியும் சீருடையையும், கடிகாரத்தையும் அணிந்து கொள்ளுங்கள். வழக்கமாகப் பயன்படுத்தும் பேனாவையும், பென்சிலையும் எடுத்துச் செல்லுங்கள். அப்போதுதான் இயல்பான நிலையில் நீங்கள் இருப்பீர்கள். பதற்றம் ஏற்படாது.

தேர்வுக்கு முந்தைய நாள்

- அடுத்த நாள் எந்தத் தேர்வு என்பதை ஒருமுறைக்கு இருமுறை உறுதி செய்துகொண்டு அதற்கான பாடத்தைப் படியுங்கள்.
- வழக்கமாக எழுதிக்கொண்டிருக்கும் பேனா சரியாக உள்ளதா என்பதை உறுதி செய்து கொள்ளுங்கள். அதிகப்படியாக இரண்டு பேனாக்களை எடுத்துச் செல்லுங்கள்.
- பென்சில், அளவுகோல் என்று அனைத்துப் பொருட்களையும் மேஜையின் மீது வைத்துக் கொள்ளுங்கள். அடுத்த நாள் தவறாமல் அதை எடுத்துச் செல்லுங்கள்.

தேர்வு அறை

- குறித்த நேரத்தில் தேர்வு அறைக்குச் செல்லுங்கள். தாமதமாகச் செல்லாதீர்கள்.
- அறையில் அமர்ந்ததும் ஐந்து நிமிடம் கண்களை மூடிக்கொண்டு தியானம் செய்யுங்கள்.
- அவசரப்பட்டுக் கேள்வித்தாளைப் பிரிக்காதீர்கள், தேர்வு ஆசிரியர் அனுமதித்த பின் அதைச் செய்யுங்கள்.
- அறிவுரைகளைக் கவனமாகப் படித்துப் புரிந்து கொள்ளுங்கள். அதன்பின் பதில் எழுதுங்கள், ஒரு மாணவி, "சுற்றுச்சூழல் கேடுகள் என்றால் என்ன?" என்ற கேள்விக்கு, "சுற்றுச்சூழல் கேடுகளைத் தவிர்ப்பது எப்படி?" என்ற பதிலை எழுதியதால் 10 மதிப்பெண்களை இழந்தார்.
- படம் வரைய வேண்டிய இடத்தில் படத்தை வரைந்து, அதன் பாகங்களை மறக்காமல் குறிக்க வேண்டும். படம் வரைய வேண்டுமா? வேண்டாமா? என்ற சந்தேகம் வந்தால் வரைந்து விடுங்கள்.
- Graph என்றால்; அதில் X-axis என்ன? Y-axis என்ன? என்பதை அவசியம் குறிக்க வேண்டும். அதன் Scaleஐயும் குறிக்க வேண்டும்.

- **தேவைக்கு அதிகப்படியான கேள்விகளுக்குப் பதில் எழுதி விடாதீர்கள். அப்படி நீங்கள் எழுதியதில் நன்றாக எழுதிய பதில் கடைசியாக எழுதப்பட்டிருந்தால் அதைக் கருத்தில் கொள்ளமாட்டார்கள்.**
- **கேள்வியின் வரிசை எண்ணைத் தவறாமல் எழுத வேண்டும்.**
- **பத்து நிமிடங்களுக்கு முன்னரே எல்லா விடைகளையும் எழுதி முடித்துவிட்டு மீதமுள்ள நேரத்தில் விடைகள் சரியாக உள்ளனவா என்று ஒரு முறை சரிபார்க்க வேண்டும்.**
- **சரியாக மூன்று மணி நேரம் முடிந்த பின்னரே தேர்வு அறையைவிட்டு வெளியேற வேண்டும்.**
- **வெளியே வந்துவிட்ட பிறகு, எழுதிய பதில்களைப் பற்றி எந்த விவாதமும் நடத்தக்கூடாது. அதை அந்தக் கணத்திலேயே மறந்துவிட்டு அடுத்த பாடத்தைப் பற்றிச் சிந்திக்க வேண்டும்.**

வாழ்க்கைப் பயிற்சி

தேர்வு எழுதுவது ஒரு உற்சாகமான அனுபவம். அதை வெறுப்பதோ, அதைக்கண்டு அஞ்சுவதோ தேவையில்லாதது. நமது வாழ்க்கையே ஒரு தேர்வு மாதிரிதான். கடினமான பல தேர்வுகள் பிற்காலங்களில் நம் வாழ்க்கையில் வரக்கூடும். அவற்றை எல்லாம் எதிர்கொள்ளத் தேவையான அனுபவத்தைப் பெற இன்று நீங்கள் எழுதும் இந்தத் தேர்வுகள் உங்களுக்கு உதவும். எடுத்துக்காட்டாக ஒரு இருதய அறுவை சிகிச்சை நிபுணர் முதல் முறையாக ஒரு இருதய அறுவை சிகிச்சையைச் (coronary Bypass Surgery) செய்ய முற்படும்போது அது அவரைப் பொருத்தவரையில் ஒரு தேர்வு தானே! அதைச் செய்யும்போது அவருக்குப் பதற்றம் ஏற்படலாம். உடல் வியர்க்கலாம். கை நடுங்கலாம். ஆனாலும் அவர் அதைச் செய்துதானே ஆக வேண்டும். பல அறுவைச் சிகிச்சைகளைச் செய்த பின்னர் முதலில் ஏற்பட்ட பதற்றம் அதற்குப் பிறகு அவரிடம் இருக்காது.

ஆக, தேர்வைக் கண்டு அஞ்சாமல் அதை மகிழ்ச்சியாக எதிர்கொள்ளுங்கள். அந்த மகிழ்ச்சி, உற்சாகமாகம் வாழ்நாள் முழுவதும் உங்களைத் தொடர்ந்து வரும்.

நான் சொன்னவை அனைத்தும் ஆலோசனைகள்தான். ஆனால் உங்களுக்கு வசதியான ஒரு தேர்வு உத்தியை நீங்களே உருவாக்குங்கள். அதையே கடைபிடியுங்கள். அதுதான் சிறந்தது.

தேர்வு மன உளைச்சலைக் களைய 5 வழிமுறைகள்

1. இசை கேளுங்கள்

   உங்களுக்குப் பிடித்த இசையை ஒவ்வொரு மூன்று மணி நேரத்திற்கும் ஒரு முறை கேளுங்கள். அப்போது உங்கள் மனதில் உற்சாகம் தோன்றும். இன்னும் அதிகம் படிப்பதற்கு மனம் தயாராகும்.

2. ஒரு நடை போடுங்கள்

   அதிக நேரம் படித்துக் களைப்படைந்திருந்தால் படிப்பதை நிறுத்திவிட்டு ஒரு ஐந்து நிமிடம் மிடுக்காக நடந்து பாருங்கள். வீட்டில் இடம் இல்லை என்றால் மொட்டை மாடிக்கு ஏறி இறங்குங்கள். இது உங்கள் ஞாபக சக்தியையும், மூளையின் ஆற்றலையும் உயர்த்தும் என்று பல ஆய்வுகள் கூறுகின்றன. இல்லுனாயி பல்கலைக்கழக பேராசிரியர் டாக்டர். சக்கில் மேன் அவர்களின் ஆய்வுகள் இந்தக் கருத்தை ஆமோதிக்கின்றன.

3. இணையதள உதவி

   கடினமான பாடங்கள் படங்களாகவும், வரைபடங்களாகவும், சொற்பொழிவுகளாகவும் இணையத்தில் நிறைய உள்ளன. கூகுள் இணையதளம் அனைத்துக் கல்வி சாதனங்களையும் கேட்ட மாத்திரத்திலேயே கண்டுபிடித்துத் தருகின்றது. ஒரு சினிமா பார்ப்பது போல இருக்கும் இந்தக் கல்வி வீடியோக்கள், குறும்படங்களைப் பார்க்கலாம். இவை கல்வி கற்பதற்கு மிகவும் உதவியாக இருக்கும்.

முனைவர். செ. சைலேந்திரபாபு

4 கறுப்பு சாக்லேட்

தேர்வு நேரத்தில் சரியான இடைவெளியில் உணவு உண்ண வேண்டும். ஆனால் அளவோடு உண்ண வேண்டும். கொஞ்சமாகக் கறுப்பு சாக்லேட் சாப்பிடலாம். அது நல்ல உற்சாகத்தைத் தரும். நமக்கு மன உளைச்சலை ஏற்படுத்தும் 'கார்டிசால்' என்ற வேதியியல் ஹார்மோன்களை சாக்லேட்டில் இருக்கும் கொக்கோ சரிசமமாக்கி விடுகிறது. அதோடு மன மகிழ்ச்சி தரும் 'என்டார்பின்' என்ற ஹார்மோன் சாக்லேட்டில் உள்ளது. அது நமது ரத்தத்தில் கலக்கிறது. இதனால் மனமகிழ்ச்சி ஏற்படுகிறது. தேர்வுக்குப் படிக்கும் காலங்களில் அதிகத் தண்ணீர் குடிக்க வேண்டும்.

5 கவனச் சிதறல்களைத் தவிர்க்கவும்

தேர்வு நேரங்களில் கவனச்சிதறல் ஏற்பட்டால் படிக்க வேண்டிய பாடங்களை ஒழுங்காகப் படிக்க முடியாமல் போய்விடும். பேஸ்புக், டிவிட்டர், தொலைக்காட்சி, கம்ப்யூட்டர் விளையாட்டு என்று மனது அலைபாய்கிறது என்றால், தேர்வுக்கான தகவல்களை உங்களால் சேகரிக்க முடியாமல் போய்விடும். எனவே இவை அனைத்திற்கும் ஒரு பெரிய பூட்டுப்போட வேண்டியதுதான். அதை நீங்கள்தான் செய்ய வேண்டும். கைப்பேசியையும், கம்ப்யூட்டரையும் அமைதியாக அம்மாவிடம் கொடுத்துவிட வேண்டும். தேர்வு முடிந்த பிறகு அவரே உங்களிடம் அதைத் திருப்பித் தந்து விடுவார்.

இளைஞர்

மேற்கத்தியர் தத்துவங்களை உருவாக்கியவர்களில் மிகவும் முக்கியமானவர். சிறு வயதில் தந்தையை இழந்த இவர், புளுட்டோவின் பல்கலைக் கழகத்தில் பயின்றார். இயற்பியல், உயிரியல், தத்துவம், அறநெறி, உளவியல், இலக்கியம் எனப் பல துறைகளில் ஆச்சரியப்படும் நூல்களை அந்தக் காலத்திலேயே எழுதினார். சூரியன், பூமி, மற்றும் கோள்கள் வெவ்வேறு பாதைகளில் பயணிக்கின்றன என்றும், பூமி உருண்டை வடிவுதான் என்றும், பூமி பிரபஞ்சத்தின் மத்தியில் இருக்கிறது என்றும் இவர் கணித்திருந்தார். இயற்கை வரலாறு பற்றி அதிகக் கருத்துகளை உருவாக்கினார். அவரது கருத்துகள் பல இன்றைய அறிவியலுடன் ஒத்துப்போகவில்லை என்றாலும் அவை அறிவியல் படிப்படியாக வளரப் பெரிதும் உதவின. அவர் தன் வாழ்க்கையின் பெரும் பகுதியை வாசிப்பதிலும், எழுதுவதிலும் செலவழித்தார். இவரை அரேபிய அறிஞர்கள் "முதல் ஆசிரியன்" என்றே அழைத்தனர். பிலிப் 11 மன்னனின் வேண்டுகோளுக்கிணங்கி அவரது மகனுக்குப் பாடம் கற்றுத் தந்தார். அந்த மாணவன்தான் மாவீரன் அலெக்ஸாண்டர். மாவீரன் அலெக்ஸாண்டரை உலகப்போர் வீரனாக மாற்றியது இவரது மிகப் பெரிய சாதனையாகக் கருதப் படுகிறது.

> "ஒரு வேலையைச் செய்யும்போது செய்தவருக்கு அதில் மகிழ்ச்சி இருந்தால் அவர் செய்து முடித்த அந்தப் பணி சிறப்பாக இருக்கும்."

அரிஸ்டாட்டில் (கி.மு.384 - கி.மு.322)

5. படிப்பும் வேலையும்

வேலையின்மை என்பது ஒரு நாட்டின் வேதனையான நிலை. அதுவும் படித்துப் பட்டம் பெற்றவர்களுக்கு வேலையில்லை என்ற நிலை பரிதாபகரமானது. அரசு வேலைவாய்ப்பு அலுவலகத்தில் வேலை கேட்டு விண்ணப்பித்திருப்பவர்களின் எண்ணிக்கை பெருகிவருகிறது. தமிழ்நாட்டில் மட்டும் 84 லட்சம் பேர் வேலை கேட்டு வேலைவாய்ப்பு அலுவலகங்களில் பதிவு செய்திருக்கிறார்கள். இதில் எத்தனைபேர் இன்னும் எந்த வேலையும் செய்யாமல் "சும்மா" இருக்கிறார்கள் என்பது தெரியவில்லை. பெரும்பாலானோர் அப்படித்தான் இருப்பார்கள் என்றே தோன்றுகிறது.

சிலருக்கு வேலை கிடைத்தாலும் அது தாங்கள் படித்த பட்டப்படிப்பிற்கு ஏற்ற வேலையாக இல்லை என்பதால் அதில் சேராமல் வீட்டிலேயே இருந்து விடுகிறார்கள். இப்படி

எந்த வேலையும் செய்யாமல் இருப்பது நியாயம்தானா என்று வேலை இல்லாப் பட்டதாரிகளும் தங்களைத் தாங்களே கேட்டுக்கொண்டால் அது இன்னும் நியாயமானதாக இருக்கும்.

உண்மை ஊதியம்:

முன்னப்பான இளைஞர்கள் படிப்பிற்கேற்ற வேலை கிடைக்கவில்லை என்றாலும் கிடைத்த வேலையைச் செய்து, கொடுக்கும் ஊதியத்தைப் பெற்றுக் கொள்கிறார்கள். இவர்களை மனதாரப் பாராட்டலாம். ஆனால் பல பட்டதாரிகள் நல்ல வேலை வரட்டும் என்று காத்துக்கிடந்து நேரத்தை வீணடிக்கிறார்கள். இந்த இடைப்பட்ட காலத்தில் நான்கு ஆண்டுகள் கல்லூரிகளில் படித்தவற்றையெல்லாம் மறந்து விடுகின்றனர்.

சம்பளம் குறைவு என்பதால் தனியார் பள்ளிகளுக்கு வேலைக்குச் செல்லாமல் சும்மா இருக்கும் பட்டதாரி ஆசிரியர்கள் பலரைப் பார்க்கிறோம். அரசு வேலை வரட்டும் என்று இவர்கள் காத்துக் கிடக்கிறார்கள். அதற்குப் பல ஆண்டுகள் கூட ஆகலாம். அதற்குள் கற்ற கல்வியும், பெற்ற அறிவும் மறந்து போகும். இது தவறல்லவா? சிலர் இந்தச் சிறிய கால இடைவெளியில் திருமணம், மகப்பேறு என்று பழங்காலத்தில் பின்பற்றப்பட்ட லோகாதயக் கடமைகளைச் செய்ய முற்படுகிறார்கள். இச்செயலை நல்லது என்று பாராட்ட முடியாது. சிறிய பள்ளி என்றாலும் மாணவ மலர்களைச் சந்தித்து அவர்களோடு உரையாடி அவர்களுக்கு அறிவியலையும், கணிதத்தையும், தமிழையும், ஆங்கிலத்தையும் போதிக்கும் பணி மகத்தானது. அந்தப் பணியில் ஈடுபடும்போது மீண்டும் மீண்டும் கற்பதற்கான ஒரு அரிய சந்தர்ப்பம் கிடைக்கும். இந்த அனுபவத்தை தரப்படாத ஊதியம் என்று ஏன் சொல்லக்கூடாது? காலை ஐந்து மணிக்கு, குளித்து, தூய்மையான ஆடை உடுத்தி பள்ளிக்குச் செல்லுவதால் கிடைக்கும் அனுபவமும் ஒருவகையில் ஊதியம் தான் அல்லவா? இப்படிச் சிறு பள்ளிகளில் பயிற்சிபெறும் ஆசிரியர்களின் அறிவுத்திறன், போதிக்கும் திறன் மற்றும் ஆளுமைத்திறன் இவை மெருகேறுவதால் அவர் ஒரு முதிர்ச்சி அடைந்த ஆசிரியர் ஆகிவிடுகிறார். அதன் காரணமாக ஒரு பெரிய பள்ளியில் சுலபமாக அவருக்கு வேலை கிடைத்துவிடுமல்லவா? பிற்காலத்தில் இவரது மாணவர்கள் மருத்துவக் கல்லூரிகளிலும், பொறியியல் கல்லூரிகளிலும் பயில்வதை அவர் கண்கூடாகப் பார்ப்பார் அல்லவா? இவை அனைத்தும் வீட்டில் சும்மா இருந்துவிட்டிருந்தால் அல்லது திருமணம் செய்து கொண்டுவிட்டிருந்தால் மட்டும் கிடைத்திருக்காது அல்லவா? ஆக ஒரு தகுதிபெற்ற பட்டதாரி

ஆசிரியர், ஒரு தொழில்பயிற்சி பட்டயம் பெற்றவர், ஒரு பட்டதாரி செவிலித்தாய் போன்றவர்கள் கிடைத்த வேலையில் உடனே சேர்ந்து விடுவதுதான் நல்லது. படிப்பிற்கேற்ற வேலை, அரசு ஊதியத்திற்கு நிகரான ஊதியம் கிடைத்தால்தான் வேலை செய்வேன் என்ற நிலைப்பாட்டை இவர்கள் எடுப்பது நல்லதல்ல.

கிடைத்த வேலையைச் செய்யுங்கள்

ஆண்டொன்றுக்கு ஒரு லட்சத்திற்கும் மேற்பட்ட பொறியியல் பட்டதாரிகள் கல்லூரிகளிலிருந்து வேலைவாய்ப்புச் சந்தைக்குள் வந்து வரிசையில் நிற்கிறார்கள். இதில் பத்தாயிரம் பேருக்கும் குறைவானவர்களுக்கே வேலை கிடைப்பதாக அறிக்கைகள் கூறுகின்றன. மீதமுள்ள பொறியியல் பட்டதாரிகளுக்கு வேலை கிடைப்பதில்லை என்பதற்கு ஒரு முக்கியக் காரணமும் உண்டு. ஒரு பொறியாளருக்குரிய தொழில் நுட்பத்திறன் இவர்களிடம் இல்லை என்பதுதான் அந்தக் காரணம். ஆக தொழில்நுட்பத் திறனற்ற இவர்களுக்கு நல்லதொரு வேலையோ, பெரிய நிறுவனங்கள் ஏதாவதொன்றில் வேலையோ கிடைக்காது. இவர்கள் இப்போது என்ன செய்ய வேண்டும்? ஏதாவது ஒரு நிறுவனத்தில் ஒரு சிறிய வேலை, அது B.P.O. ஆக இருந்தாலும் பரவாயில்லை என்று சேர்ந்துவிட வேண்டும். சிறிய வேலை என்று அதைச் செய்யத் தயக்கம் காட்டாமல் இந்த வேலைகளை அவர்கள் செய்தால் இந்த வேலைகளிலுள்ள நுணுக்கங்களையெல்லாம் இவர்களால் கற்க முடியும். ஆங்கில மொழியைக் கற்பதற்கான

ஒரு வாய்ப்பாகவும் அது அமையும். இதனால் அவர்களால் உலக விஷயங்களைத் தெரிந்து கொள்ளவும் முடியும். இப்படி இரண்டு ஆண்டுகள் குறைந்த சம்பளத்தில் வேலை செய்து கொண்டிருக்கும்போதே சம்பள உயர்வு வரலாம். அல்லது வேலைக்கு அதிக சம்பளம் தரும் ஒரு பெரிய நிறுவனத்திற்கு வேலைக்காக விண்ணப்பிக்கலாம். வெறுமனே இருந்து வீணாய்ப்போவதைவிட இது வரவேற்கத்தக்கது தானே!

தயக்கம் வேண்டாம்

சமீபத்தில் 'யாட்' என்ற ஒரு சொகுசுப் படகில் பயணம் செய்தேன். அந்தப் படகில் இருந்த மொத்த ஊழியர்களே மூன்று பேர்கள் தான். அவர்களில் ஒருவர் கூட இந்தியர் இல்லை! 25 பேர் பயணம் செய்யும் ஒரு சொகுசுப் படகை எப்படி மூவர் மட்டும் செலுத்த முடியும்? அதில் மூன்று அறைகளும் அவற்றிற்கான மூன்று கழிப்பறைகளும் இருந்தன. பல இயந்திரங்கள் காணப்பட்டன. படகு ஓட்டும் கட்டுப்பாட்டு அறை ஒன்றும் இருந்தது. அது பற்றி மாலுமியிடம் கேட்டபோது அவர் சொன்னது இதுதான். நாங்கள் மூன்று பேருமே கடல்சார் பொறியாளர்கள். எங்களுக்கு இந்தப் படகைச் செலுத்தவும் தெரியும், இஞ்சின்களைப் பழுது பார்க்கவும் தெரியும், கழிவறைகளைச் சுத்தம் செய்யவும் தெரியும். ஒரு வேளை பயணங்களில் ஒருவர் தவறித் தண்ணீரில் விழுந்துவிட்டால் அவரைக் காப்பாற்ற எங்களுக்கு நீச்சலும் தெரியும். மீன் பிடிக்கத் தெரியும், அத்தோடு அதைச் சமைக்கவும் தெரியும் என்றார். பிலிப்பைன்ஸ் நாட்டைச் சேர்ந்த இவர்களுக்கு மாதச் சம்பளம் ரூபாய் ஒரு இலட்சம். இதே வேலையைச் செய்ய நம்மவர்களை நியமித்தால் ஒரு படகிற்கு 10 பேராவது தேவைப்படுவார்கள்! அதோடு அந்த சொகுசுப் படகை அவர்கள் சிறப்பாக இயக்கவும் மாட்டார்கள் என்றார் அதன் உரிமையாளர். இந்தியர்கள் இதுவரைச் செய்து வந்த கப்பல்துறைப் பணிகள் எல்லாம் இப்போது பிலிப்பைன்ஸ் மக்களுக்குப் போய் விட்டதற்கான காரணம் இதுதான்.

சுயதொழில்

படித்த படிப்பிற்குரிய வேலை கிடைக்காத பொறியியல் பட்டதாரிகளுக்கு எனது ஆலோசனை. நீங்கள் சுயமாகத் தொழில் தொடங்கலாம். கணினிப் பொறியியல் படித்தவர்கள் கணிப்பொறி பழுதுபார்க்கும் மையம் திறக்கலாம். இதில் எந்தத் தாழ்வும் இல்லை! அங்கே நீங்கள் தான் முதலாளி; நீங்கள் தான் தொழிலாளி. இன்னும் இரண்டு ஆண்டுகளில் இரண்டு பொறியியல் பட்டதாரிகளை நீங்களே வேலைக்கு அமர்த்தலாம்.

அதைப்போல ஆட்டோமொபைல் இஞ்சினியரிங் படித்தவர்கள் கார் அல்லது மோட்டார் சைக்கிள் பழுதுபார்க்கும் ஒர்க்ஷாப் ஒன்றைத் துவங்கலாம். நீங்கள் பொறியாளர் என்பதால் உங்களது பணி மற்றவர்களைவிடச் சிறப்பாக இருக்கும். சொகுசுக் கார்களைக் கூட உங்களால் எளிதில் கையாள முடியும். இப்படி ஈடுபாட்டுடன் அந்த வேலையைச் செய்யும் அதே வேளையில் பல ஆராய்ச்சிகளைச் செய்யவும் உங்களால் முடியும். ஏதாவதொரு ஆட்டோமொபைல் உதிரிப் பாகத்தைத் தயாரிக்கும் அறிவுத் திறமைகூட உங்களுக்கு அதனால் வரக்கூடும். அதைக்கொண்டு நீங்களும் ஒரு உதிரிப் பாகத்தைத் தயாரிக்கும் நிறுவனத்தைத் துவங்கலாம். அப்படி ஒரு பிஸ்டன் ரிங் உதிரி பாகத்தைத் தயார்செய்து கொண்டிருந்தவர்தான் பிற்காலத்தில் ஹோண்டா கார் கம்பெனியை நிறுவிய ஜப்பான் நாட்டைச் சார்ந்த சியோச்சிரோ ஹோண்டா என்பவர்.

கௌரவக் குறைவு

எப்படி ஒரு பொறியியல் பட்டதாரிகள் ஒரு ஒர்க்ஷாப்பில் நீலச் சீருடையை அணிந்துகொண்டு வேலை செய்வது அல்லது ஒரு மின்பொறியாளர் பட்டதாரி வீடு வீடாகச் சென்று குளிர் சாதனப் பெட்டியை பழுதுபார்ப்பது? அவர் படித்த படிப்புக்கு அது இழுக்கு அல்லவா? என்ற கேள்வி எழும். இந்தக் கேள்விக்கு விடையாக நான் கூறுவது இதுதான்: வீட்டில் எந்த வேலையும் செய்யாமல் உட்கார்ந்துகொண்டு தந்தையார் வருமானத்திலிருந்து உண்பதும், உடை அணிவதும், ஊர் சுற்றித் திரிவதும் தான் இழுக்கே தவிர, ஒரு தொழிலைச் செய்வது இழுக்கான செயல் அல்ல. அதிகம் படித்த ஒருவர் ஒரு செயலைச் செய்யும்போது அதில் நல்ல தரம் இருக்கும். ஒரு வாகன ஓட்டுநர் வேலை என்பது கூடத் தரமான தொழில்நுட்பம் சார்ந்த ஒரு வேலைதான். 100 சக்கரங்களைக் கொண்ட சரக்கு லாரிகளைக் கூடப் பார்த்திருக்கிறேன். அதை ஒரு பொறியியல் பட்டதாரி ஓட்டினால் இன்னும் பாதுகாப்பாக ஓட்டுவார். அது பாதசாரிகளுக்குப் பாதுகாப்பானதாகவும் அமையும். ஏனென்றால் ஒரு பொறியியல் பட்டதாரிக்கு அந்த லாரியின் தொழில்நுட்பம் தெரிந்திருக்கும். சாலைப் பாதுகாப்பு வீதிகள் அவருக்கு நன்கு புரியும். வாகனத்தைப் பழுது பார்க்கக்கூட அவருக்குத் தெரிந்திருக்கும். இந்த வாகனத்தில் உள்ள ஓட்டுநர் அறைகூடக் குளிரூட்டம் செய்யப்பட்டதுதான்.

நான் சுருக்கமாகக் கூறுவது இதுதான்

பட்டதாரிகள் படிப்பிற்கு ஏற்ற வேலை கிடைக்கவில்லை என்றால் கவலையை விடுங்கள். கிடைத்த வேலையை ஏற்றுக்

கொள்ளுங்கள். அதை ஈடுபாட்டோடு செய்யுங்கள். இன்றைய சம்பளத்தைப் பற்றிக் கவலைப்படாதீர்கள். கொடுக்கப்படும் சம்பளத்தைவிட அதிகமான அளவுக்கு இன்றைக்கு நீங்கள் வேலை செய்வீர்களேயானால், பின்னொருநாள் நீங்கள் செய்யப்போகும் வேலைக்கு சந்தையில் அப்போது கொடுக்கப்படும் ஊதியத்தைவி' அதிக ஊதியம் உங்களுக்குக் கிடைக்கும். தகுதிக்குக் குறைவாட தொழில் என்று மற்றவர் கருதும் ஒரு தொழிலைத் தேர்வு செய்து அதை முழு உற்சாகத்துடன் செய்ய முற்படுங்கள். உங்களது வாழ்க்கையில் வேலையில்லை என்ற நிலையே இருக்காது. கூடிய விரைவில் எண்ணற்ற பட்டதாரிகளுக்கு வேலை கொடுக்கும் நிலைக்கு நீங்களே உயர்வீர்கள்.

சுய வேலைவாய்ப்புக்கான 5 ஆலோசனைகள்

1 கையிருப்புக்கேற்ற தொழில்

கையில் இருக்கும் பணத்திற்கு ஏற்ற ஒரு தொழிலைத் தான் செய்ய முற்பட வேண்டும். உறவினர் தரும் உதவி, வங்கிக் கடன் இவை எல்லாம் இருக்கிறது, அவற்றையும் கணக்கில் கொள்ளலாம். ஆனால் கந்து வட்டி, மீட்டர் வட்டி முதலைகளிடமிருந்து தொழிலுக்கான மூலதனத்தைப் பெற்றால் அதனை உங்களால் திருப்பிக் கட்ட முடியாது. அந்த அளவுக்கு லாபம் எந்தத் தொழிலிலும் கிடைக்காது. கட்டிட வடிவமைப்பு இஞ்சினியர் என்றால் "கன்சல்டன்சி" ஆரம்பிக்கலாம். பட்டதாரி ஆசிரியர் என்றால் வீட்டிலேயே 'டியூசன்' ஆரம்பிக்கலாம். இதற்கெல்லாம் பெரிய முதலீடு தேவையே இல்லை.

2. வீட்டில் இருந்தபடியே வேலை

இது கணினி யுகம். இன்று வேலைகள் அனைத்தையுமே கணினியின் உதவியுடன் செய்துவிட முடியும். இது பெண்களுக்குச் சிறந்த வாய்ப்புகளைத் தருகிறது. திருமணம், மகப்பேறு, குழந்தைப் பராமரிப்பு என்று சில ஆண்டுகளுக்கு அவர்களுக்கு அலுவலகத்திற்குப் போய் வருவதற்கு சிரமமாக இருக்கும். அப்படிப்பட்ட காலங்களில் வீட்டில் இருந்துகொண்டு ஒரு வேலையில் ஈடுபடலாம். இந்த மாதிரியான வேலையில் அவர்களுக்கு அனைத்து சுதந்திரமும் இருக்கும். வசதிப்படும்போது கம்ப்யூட்டரைத் திறக்கலாம், மூடலாம். வீட்டையும், குழந்தையையும் கவனித்துக்கொண்டே வேலையையும் செய்யலாம்.

3. முழுக்கவனம் செலுத்தவும்

சுய தொழிலில் போட்டி கடினமாக இருக்கும். உலகச் சந்தையில் பல நாட்டுப் பொருள்களுடன் நாம் போட்டிபோட வேண்டி இருக்கும். நம் நாட்டு மக்களுடன் மட்டும் அல்ல, உலகில் உள்ள சிறந்த வேலைக்காரர்களுடன் கூடப் போட்டி போட வேண்டியிருக்கும். அதுவும் சீனர்களும், ஜப்பானியர்களும் எதையும் துரிதமாகவும், நேர்த்தியாகவும், குறைந்த ஊதியத்தைப் பெற்றுக்கொண்டும் செய்து பழகியவர்கள். எனவே நாம் நமது வேலையில் முழுக்கவனம் செலுத்த வேண்டும். வேலை செய்வதற்கு அதிக நேரம் ஒதுக்க வேண்டும். கோயில், கொண்டாட்டம், திருவிழாக்கள், யாத்திரைகள், தொழுகை, ஜெபம், தபம், பண்டிகைகள், புண்ணிய ஸ்தலங்களுக்குப் போவது, வைபவங்கள், நல்ல நேரம், கெட்ட நேரம் என்று அவற்றுக்கு அதிக நேரத்தைச் செலவிட்டுக் கொண்டிருந்தால் செய்யும் வேலைக்கு அதிகமாக நேரம் ஒதுக்க முடியாது. இதனால் செய்த முதலீடும் வீணாகிவிடும்.

4. சின்னச்சின்ன வெற்றிகள்

சுய தொழில் செய்யும்போது அதில் ஒரே நாளில் வெற்றி வந்துவிடாது. அதற்குச் சில காலம் பிடிக்கும். சில ஆண்டுகள் கூட ஆகலாம். பின்னடைவுகளும் கண்டிப்பாக இருக்கும். ஆனால் அதற்கு நாம் தோல்வி அடைந்துவிட்டோம் என்பது பொருள் அல்ல. என்னதான் பின்னடைவு ஏற்பட்டாலும் அங்கொன்றும், இங்கொன்றுமாகச் சில வெற்றிகள் தென்படும். அந்தச்

சின்னச் சின்ன வெற்றிப் பொறிகளைக் கண்டு மகிழ்ச்சி அடையுங்கள். அவற்றைக் கொண்டாடி மகிழுங்கள். அந்தச் சிறிய வெற்றிகளால் நீங்கள் உற்சாகமடைவீர்கள். சுய ஊக்குவிப்புதான் நல்லது. மலிவானது, நிரந்தரமானது.

5. சிக்கனமாகச் செலவு செய்தல்

சுய தொழில் துவங்கியபின் கையில் பணம் புரளும். அது பொருட்களை விற்பனை செய்த வகையில் வந்தவையாக இருக்கும் அல்லது செய்த செலவுக்கு மாற்றான ஊதியமாகக் கூட இருக்கும். அவை அனைத்துமே உங்கள் பணமன்று. அந்தப் பணத்திலிருந்துதான் ஊழியர்களுக்கு நீங்கள் ஊதியம் தர வேண்டும், கட்டிடத்திற்கு வாடகைத் தர வேண்டும், வங்கிக்கு வட்டி கட்ட வேண்டும். எல்லாவற்றிற்கும் மேலாக அரசுக்கு வரி கட்ட வேண்டும். ஆக, வந்த செல்வத்தைச் சிக்கனமாகச் செலவு செய்ய வேண்டும். அந்தப் பணத்தைச் செலவழித்து ஆடம்பரமான வீடு, சொகுசுக் கார் என்று இறங்கிவிட்டால் கூடிய சீக்கிரம் பண நெருக்கடி ஏற்பட்டு ஆரம்பித்த தொழிலை மூட வேண்டிய நிலை ஏற்பட்டு விடும்.

இளைஞர்

சுதந்திர இந்தியாவின் முதல் பிரதம மந்திரி. சுதந்திரத்திற்கு முன்னரும் சுதந்திரத்திற்குப் பின்னரும் அரசியல் அரங்கில் மிக முக்கிய பங்கு வகித்த தலைவர். மகாத்மா காந்தியின் வழிகாட்டுதலில் சுதந்திரப் போராட்டத்தின் முன்னணித் தலைவராகத் திகழ்ந்த அவர், சுதந்திரத்திற்குப் பின் மரணம் அடையும் வரை பாரதப் பிரதமராகவே இருந்தவர். காஷ்மீர் பண்டிதர் வகுப்பைச் சேர்ந்தவர் என்பதால், 'பண்டிட் நேரு' என்றும், குழந்தைகளை நேசித்தவர் என்பதால் 'நேரு மாமா' என்றும் அழைக்கப்பட்டார். பள்ளிப் படிப்பை இங்கிலாந்தில் உள்ள ஹாரோவிலும், கல்லூரிப் படிப்பை கேம்பிரிட்ஜ் பல்கலைக்கழகத்திலும் படித்தார். பெர்னாட்ஷா, எச்.ஜி. வெல்ஸ், பெர்ட்ரண்ட் ரஸ்ஸல், ஜெ.எம்.கேன்ஸ் போன்ற அறிஞர்களின் எழுத்துகளால் ஈர்க்கப்பட்டார். சுதந்திரப் போராட்டத்தின்போது இந்திய சுதந்திரப் பிரகடனத்தை இவர்தான் எழுதினார். அதை லாகூரில் 1921 ஆம் ஆண்டு வாசித்தார். தன்னை ஒரு அறிவியல் மனிதன் என்று கூறிக்கொண்ட நேரு கட்டமைக்கப்பட்ட மதங்களை வெறுக்கிறேன் என்றார்.

"அவை மூடநம்பிக்கை, மோசமான பழக்கங்கள் நிறைந்தவை. தீயவர்களுக்கு மட்டுமே அவை உதவின" என்றார்.

"ஒரு பொருள் குறித்து முழுமையான விவாதம் நடந்து கொண்டிருக்கும்போது அந்த விவாதத்தில் கலந்து கொண்டிருப்பவர்கள் எப்போதும் போராட்ட மனநிலையிலேயே இருந்தால் ஒரு முடிவுக்கு வருவதற்கு அது ஒருபோதும் உதவாது."

ஜவகர்லால் நேரு (1889–1964)

6.போராட்டங்கள்

அடிப்படை மனித உரிமைகளைப் போராடிப் பெற்ற நாடு நம் நாடு. ஆங்கிலேயரின் ஆட்சியை அகற்ற நடந்த அறப்போராட்டங்களில் பலர் உயிர் இழந்தனர். சிலர் உடைமைகளைத் துறந்தனர். பலர் வாழ்க்கையையே தொலைத்தனர். இறுதியில் சுதந்திரம் பெற்றோம். சுதந்திரப் போராட்டம் முறையாக நடத்தப்பட்ட ஓர் அறப்போராட்டம். அவை அனைத்துமே வரலாறு படைத்த போராட்டங்கள். பிரச்சனைகள் பெரியவை. அனைவரும் ஒன்று சேர்ந்தால் மட்டுமே அதை வென்றெடுப்பது சாத்தியம் என்ற நிலை அன்று இருந்தது. அதனால் நமது முன்னோர்கள் ஒன்றுபட்டனர்; வென்றும் காட்டினர். அவர்களைப் பாராட்டுவோம். அவர்களை நன்றியுடன் நினைவுகூர்வோம். அதுபோல பிரஞ்சுப்புரட்சி, தொழில்புரட்சி, பசுமைப்புரட்சி, வெண்மைப்புரட்சி, அறிவுப்புரட்சி, தகவல்புரட்சி ஆகியவையும்

▲ பெர்னாட்ஷா

▲ எச்.ஜி. வெல்ஸ்

▲ பெர்ட்ரண்ட் ரஸ்ஸல்

▲ ஜெ.எம்.கேன்ஸ்

அறிவார்ந்த போராட்டங்களாக விளங்கின. அதில் பங்கு பெற்றவர்கள் அனைவரும் உன்னதமானவர்கள்.

அறப்போராட்டம்

இன்று எதற்கெல்லாம் போராட வேண்டும் என்ற வழிமுறையே இல்லாமல் போராடுகிறார்கள். அரசாங்கத்தின் எந்த ஒரு நியாயமான திட்டத்தையும் நிறைவேற்ற முடிவதில்லை. எல்லாத் திட்டங்களுக்கும் எதிராகப் போராட்டம். ஒரு திட்டத்தைக் கொண்டுவர முயன்றாலே அதை எதிர்த்துப் போராட்டம் நடத்துவது என்பதைச் சிலர் தங்கள் கொள்கையாகவே கொண்டுள்ளனர்.

நாட்டின் உறுதியான கட்டமைப்புக்கு, மின்சாரம் மிக அவசியத் தேவை என்பது அனைவருக்கும் தெரியும். ஆனால் அந்த மின்சாரம் தயாரிப்பதற்காக ஒரு அணு உலையை அமைத்து மின்சாரம் எடுக்க ஏற்பாடுகள் தொடங்கப்படும் நிலையிலேயே போராட்டம் வெடிக்கிறது. அணுவிலிருந்து தயாரிக்கப்படும் மின்சாரம் என்பது அனைத்து ரக மின்சாரத் தயாரிப்பு முறைகளிலும் மிகவும் பாதுகாப்பானது. சுற்றுச்சூழலுக்கு உகந்தது; அதற்கு ஊறுவிளைவிக்காதது என்று அனைத்து விஞ்ஞானிகளுமே கூறுகிறார்கள். பாரத ரத்னா டாக்டர். ஏ.பி.ஜே. அப்துல்கலாம் அவர்களும் இதைக் கூறியிருக்கிறார். இருந்தாலும் போராட்டம் பல மாதங்களாகத் தொடர்கிறது. இதனால் மின் உற்பத்தி செய்வது தாமதமாகிறது. இதனால் மின்திட்ட செலவும் பல மடங்கு உயர்ந்து விடுகிறது. இவ்வகைப் போராட்டங்கள் எல்லாருக்கும் இழப்பை ஏற்படுத்துவதில் போய் முடிகிறது.

தங்கள் ஊரிலிருந்து இன்னொரு ஊருக்குத் தண்ணீர் எடுத்துச் செல்வதை ஒரு ஊரார் எதிர்க்கிறார்கள். போராட்டமும் நடத்துகிறார்கள். அப்படி ஒரு போராட்டம் நடந்த ஊரில் கலவரம் வெடித்துத் துப்பாக்கிச் சூடு நடந்து ஒருவர் இறந்தார். இதனால் குடிநீரை அடுத்த ஊர்களுக்கு எடுத்துச் செல்லும் திட்டம் கைவிடப்பட்டது. அதற்காகப் போடப்பட்ட குழாய்கள் மட்டும் இன்னும் அங்கேயே கிடக்கின்றன. இன்றுவரை அந்த ஊர் மக்கள் தண்ணீர் இன்றித் தவிக்கிறார்கள். அதற்கு அடுத்து 15 கி.மீ. தூரத்திலுள்ள ஊரிலுள்ள மக்கள் செய்த ஒரு விபரீதப் போராட்டத்தின் விளைவால் தாகத்தில் தவிப்பவர்களுக்குத் தண்ணீர் கொடுக்க முடியவில்லை! கேட்டால் இது ஒரு அறப்போராட்டம் என்கிறார்கள். இதில் எங்கே இருக்கிறது அறம்?

தொழில்களை நசுக்கும் போராட்டங்கள்

தொழிற்சாலைகளில் ஊதிய உயர்வு கேட்டுப் போராட்டங்கள் நடக்கின்றன. பல நாட்களுக்கு அது நீடிக்கிறது. தொழிலாளி கேட்ட ஊதிய உயர்வால் தொழிற்சாலை மூடப்படும் அபாயம் இருக்கிறது என்று நிர்வாகம் எச்சரிக்கிறது. இருந்தாலும் போராட்டங்கள் தொடர்கின்றன. அதுவே வன்முறையாக மாறுகிறது. கோவையில் ஒரு தொழிற்சாலையில் நடந்த வன்முறையில், நிர்வாக உயர் அதிகாரி ஒருவர் கொல்லப்பட்டார். இது போராட்டங்களின் மிக மோசமான பின்விளைவு. இதுபோன்ற போராட்டங்கள் பல நடந்ததையும், அதனால் ஆயிரக்கணக்கான தொழிலாளிகள் வேலை செய்த பெரிய நிறுவனங்கள் மூடப்பட்டதையும், அதற்குப் பின்னர் அந்தத் தொழிலாளர்கள் வாழ வழியின்றித் திண்டாடியதையும், நீங்களே கண்கூடாகப் பார்த்து இருப்பீர்கள்.

தொழிலாளர் போராட்டம் பற்றிப் பேசும்போது, தொழிற்சாலை முதலாளிகள் அனைவருமே நீதிமான்கள் என்றோ அவர்கள் கூலியைச் சரியாகத்தான் கொடுப்பார்கள் என்றோ நான் சொல்ல வரவில்லை. தொழிலாளிக்கு நியாயமான ஊதியம் [illegible]மல், சுய ஆடம்பரங்களுக்காகப் பணத்தை வாரி இறைத்த [illegible]லாளிகளாலும் பல தொழிற்சாலைகளுக்கு மூடுவிழா நடத்தப்பட்டு அங்குள்ள தொழிலாளர்களும், அவர்தம் குடும்பத்தாரும் தெருவிற்கு வந்துவிட்ட நிலை ஏற்பட்டுள்ளதையும் நாம் பார்க்கிறோம். தொழிலாளர்களுக்கு முறையான ஊதியம் வழங்குவதும், வருமான வரியைச் சரியாகச் செலுத்துவதும், வங்கிகளில் பெற்ற கடன் தொகையைத் தவறாது செலுத்துவதும் நாட்டுப்பற்றுடைய முதலாளிகளின் கடமைகளாகும். இன்று வங்கிகளில் வாராக்கடன் 6 லட்சம் கோடி என்று கூறப்படுகிறது.

மனநிலை மாற்றம் வேண்டும்

சுதந்திரத்திற்காகவும், பெண் கல்விக்காகவும், குழந்தைகளின் பாதுகாப்பிற்காகவும், மூடப்பழக்கங் ளை ஒழிக்கவும் மக்கள் போராடிய நிலை மாறி இன்று குடிதண்ணீர் வரவில்லை என்றாலே அவர்கள் சாலையை மறிக்கும் நிலைமை ஏற்பட்டிருக்கிறது. குடிதண்ணீரைக் கேட்டுப் பெறுவது மக்களின் உரிமைதான். ஆனால் சாலையில் தடையின்றிப் பயணிப்பது மற்றவர்களுக்குள்ள உரிமை இல்லையா? மருத்துவமனை, அலுவலகம், வீடு என்று தங்கள் வேலைகளைப் பார்க்க அவசரமாகப் போக வேண்டியவர்களை நடு வீதியில் தடுத்து நிறுத்திப் போராட்டக்காரர்கள் அராஜகம் செய்வது எந்த வகையில் நியாயம்?

பல இலட்சம் ரூபாய் செலவு செய்து எம்பிபிஎஸ் படிப்பைக் கொடுத்து ஒரு மருத்துவரை உருவாக்குகிறது, ஏழைகளுக்கு உதவவேண்டும் என்று நினைக்கும் மக்களின் அரசு. அந்த மாணவனுக்குக் கல்வி இலவசமாகத் தரப்படுகிறது. ஆனால் அதற்கான செலவு மக்களின் வரிப்பணத்திலிருந்து தான் வழங்கப்படுகிறது. இந்த உதவி பெறுகிற மாணவர்களில் பலர் கிராமப்புறத்திலிருந்து வருகிற மாணவர்கள்தான். இவர்கள் ஒரு ஆண்டுக் காலம் கிராமங்களில் பணியாற்ற வேண்டும் என்கிறது அரசு. உடனே மாணவர்கள் போராட்டம் நடத்துகிறார்கள். அதற்கு அரசு பணிந்துபோக வேண்டியிருக்கிறது. அதனால் கிராமப்புறங்களில் மருத்துவர்கள் போதுமான அளவுக்கு இல்லாத காரணத்தால் மக்கள் உயிரிழக்கிறார்கள். எம்பிபிஎஸ் படிப்புதான் உண்மையான மருத்துவப்படிப்பு என்பதால் அதைப் படித்தவர்கள் கற்ற விஞ்ஞான மருத்துவ சிகிச்சை முறைகள் மூலம் கிடைக்கும் வசதிகள் கிராமத்தில் உள்ளவர்களுக்கு மறுக்கப்படுவதால் அங்கு அதனால் ஏற்படும் பாதிப்பு அதிகமாகவே இருக்கிறது. இருந்தும் கிராமங்களுக்குச் செல்ல மாட்டோம் என்று அடம் பிடிப்பது மருத்துவர்களின் உரிமைகளைக் காப்பதற்கான போராட்டம் என்கிறார்கள் சிலர்.

ஆக எந்த உரிமைக்காக நாம் போராடுகிறோம் என்பதை ஆராய வேண்டியுள்ளது. கடந்த காலத்தில் நடந்துள்ள போராட்டங்கள் அனைத்துமே நல்ல காரணத்திற்காக நடைபெற்றவை என்று கூறிவிட முடியாது. இப்படிப் போராடி அவர்கள் பெறும் வெற்றியால் யாருக்கும் எந்தப் பயனும் இல்லை. இந்த நியாயமில்லாத போராட்டங்களால் ஒரு இடத்தில் புதியதாக ஒரு தொழிற்சாலை வருவதும், புது வேலை வாய்ப்புகள் உருவாவதும் நின்று போகிறது. முறையாக இயங்கிய தொழிற்சாலை மூடப்படுகிறது. தொழிலாளர் சரியாக வேலை செய்யாமல் இருப்பதால் உற்பத்தி தடைப்படுகிறது. இதனால் நாட்டின் பொருளாதாரம் தேக்கமடைகிறது. இதன் விளைவாக கொரியா நாட்டு மோட்டார் சைக்கிள்களும், ஜப்பான் நாட்டுக் கார்களும், சீனா நாட்டு ஃபர்னிச்சர்களும் இங்கே வந்து இறங்குகின்றன. அவற்றைக் கூச்சமின்றி வாங்கிப் பயன்படுத்துகிறோம் நாம்.

மாணவர் போராட்டம்

மாணவர்கள் போராட்டத்தில் குதித்தார்கள், உரிமைகளை வென்றெடுத்தார்கள் என்றெல்லாம் பரவலாகப் பெருமையாகப் பேசப்படுகிறது. ஆனால், மாணவர்களின் கடமை என்ன? அவர்கள் கல்வி கற்க வேண்டும், அந்தக் கல்வியின் மூலம் தொழில்நுட்ப வல்லுநர்களாகவும், விஞ்ஞானிகளாகவும், நிர்வாக

அதிகாரிகளாகவும் பணிபுரிய முன்வரவேண்டும். ஆனால் அதற்குப் பதில், அவர்கள் போராட்டம் நடத்தச்சென்று விட்டார்களானால் அவர்களால் எப்படிக் கல்வி கற்க முடியும். அவர்கள் சில நாட்களைத்தானே போராட்டத்தில் வீணடித்தார்கள் என்று நீங்கள் நினைக்கலாம். ஆனால், அவர்கள் கற்கும் உயர்கல்வியின் நிலை இன்று மிகவும் தரம் தாழ்ந்து கிடப்பதாகக் கல்வியாளர்களே கவலைப்படுகிறார்கள். இந்தத் தருணத்தில் அவர்கள் தங்களது பொன்னான நேரத்தை இப்படி வீணடிக்கலாமா? அதுவும் அவர்கள் போராடுவதற்கான காரணத்தைப் பற்றி சற்றுச் சிந்தித்துப் பாருங்கள்...? அறிவை வளர்க்க அவர்கள் போராடவில்லை, அறிவியலை வளர்க்கவும் போராடவில்லை, தொடர்புத் திறனை வளர்க்கப் போராடவில்லை, செயல்திறனை வளர்க்கப் போராடவில்லை! ஆனால் அவர்களுக்குச் சற்றும் சம்மந்தமில்லாத எதற்காகவோ போராடுகிறார்கள். நாட்டின் வருங்காலத் தூண்களே ஆட்டம் காணும் நிலை ஏற்பட்டால் நாடு என்னாவது?

ஏன் போராட்டம்?

உயர்ந்த நோக்கத்திற்காகப் போராட்டங்கள் நடத்துவது நல்லதுதான். ஆனால் இன்று நடக்கும் பல போராட்டங்கள் தேவையில்லாதவை. அதோடு மிகவும் ஆபத்தானவை. பெரும்பாலும் போராட்டங்கள் பொய்யான தகவல்களை உண்மையைப்போல் சித்தரித்து, அதை ஊதிப் பெரிதாக்கி, மக்களின் உணர்ச்சிகளைத் தூண்டிவிட்டு அவர்களைக் கோபமடையச் செய்து சில சமூக விரோதிகள் இதற்குப் பின்னணியில் இருந்து நடத்தும் போராட்டங்களாகத்தான்

இருக்கின்றன. வளர்ந்துவிட்ட நாடுகளான டென்மார்க், பின்லாந்து, நார்வே, ஜப்பான், ஆஸ்திரேலியா போன்ற நாடுகளில் மக்கள் தங்கள் உரிமைகளைக் கேட்டுப் போராடுவது இல்லை.

அதற்கான அவசியமும் அவர்களுக்கு இல்லை. ஏழ்மை, கல்வியின்மை, பொருளாதார எற்றத் தாழ்வுகள், சமுதாய ஏற்றத்தாழ்வுகள். மோசமான நம்பிக்கை முறை, சக மனிதன் மீது வெறுப்பு, பெண் அடிமைத்தனம் போன்ற பிரச்சனைகள் இன்னும் இங்கே இருப்பதால்தான் இந்தப் போராட்டங்கள் நம் நாட்டில் மட்டும் நடைபெறுகின்றன என்று எனக்குத் தோன்றுகிறது.

கடமை

போதுமான உணவு, குடியிருக்க வீடு, உடுக்க உடை, குடிக்கத் தண்ணீர், ஒரு நல்ல வேலை, நியாயமான சம்பளம், எதிர்கால நம்பிக்கை, பாதுகாப்பு என்பவை இல்லாதவரை நமது நாட்டில் இதுபோன்ற உரிமைப் போராட்டங்களை நடத்துவதற்கு நம் மக்களுக்கு நிறைய நேரம் இருக்கும். எனவே இந்தத் தேவைகள் அனைத்தையும் நமது மக்களுக்குக் கிடைக்க உதவுவதுதான் இன்றைய இளைஞர்களின் நோக்கமாக இருக்க வேண்டுமே தவிர வரிசையாகப் போராட்டங்களை நடத்திக் கொண்டிருப்பதல்ல. போராட்டங்களை நடத்தி அரசைப் பணிய வைப்பதனால் ஓரளவு முன்னேற்றம் ஏற்படுவது கூடத் தடைபடும்! உரிமைகளுக்காகப் போராடும் இளைஞர்கள் தங்களது கடமைகளையும் உணர்ந்துகொண்டு நடக்கத் தொடங்கிவிட்டால் காலப்போக்கில் தேவையில்லாத தனக்குச் சம்பந்தமேயில்லாத போராட்டங்களைச் செய்யாமல் இருப்பார்கள்.

போராடுகிறவர்களுக்கான 5 கேள்விகள்

|1| நீங்கள் எதற்காகப் போராடிக் கொண்டிருக்கிறீர்கள் தெரியுமா?

இது பற்றிய பிரச்சனை குறித்து எந்த நூலில் படித்தீர்கள்? யார் யாரிடமெல்லாம் பேசினீர்கள்? கிடைத்த தகவல்களையெல்லாம் ஆராய்ந்து பார்த்தீர்களா? அப்படி ஆராய்ந்து பார்த்த பின்னர், அது போராட வேண்டிய ஒரு விஷயமாக இருப்பதாக உங்களுக்குத் தோன்றுகிறதா? ஒரு அணுமின் உலை அமைப்பதை எதிர்த்து நீங்கள் போராடப் புறப்படும் முன்னர், அணு உலை என்பது என்ன? அது சிறந்த முறைதானா? அது எந்த அளவுக்கு சுற்றுச்சூழலை மாசுபடுத்தும்? கலாம் போன்ற நல்லறிஞர்கள் இதுபற்றி என்ன சொல்லியிருக்கிறார்கள் என்பதைப் பற்றி எல்லாம் தெரிந்து கொண்டு நீங்கள் ஒரு முடிவுக்கு வர வேண்டும். அதற்குப் பிறகும் போராட்டம் தேவைதான் என்று உங்களுக்குத் தோன்றினால் நீங்கள் போராடப் புறப்படலாம்.

|2| உங்களது போராட்டம் நியாயமானதா?

சிலர் மக்களின் ஆதரவு இதற்குக் கிடைத்துவிடும் என்பதனால் போராட்டம் நடத்துவதற்கான ஏற்பாடுகளைச் செய்து விடுகிறார்கள். ஆனால், அந்தப் போராட்டத்தில் எந்த ஒரு நியாயமோ, நீதியோ இருக்காது. சமீபத்தில் குஜராத்தில் ஒரு குறிப்பிட்ட ஜாதிப் பிரிவினரில் பல லட்சம் பேர் சேர்ந்துகொண்டு போராட்டத்தில் ஈடுபட்டனர். இவர்களைப் பிற்படுத்தப்பட்டோரின்

பட்டியலில் இணைக்க வேண்டும் என்பதுதான் அவர்களது கோரிக்கை. ஆனால் இவர்களில் பெரும்பான்மையானோர் நிலச்சுவான்தார்கள், தொழிலதிபர்கள், கல்வியாளர்கள், டாக்டர்கள், இஞ்சினியர்கள், அரசு அதிகாரிகள். இருப்பினும் பிற்படுத்தப்பட்டவர் பட்டியலில் தங்களைச் சேர்த்துவிட்டால் தங்களில் மேலும் பலர் அரசுப் பணிகளில் சேர முடியும் என்பதை மனதில் வைத்துக்கொண்டு இவர்கள் இந்தப் போராட்டத்தில் ஈடுபட்டார்கள். ஆனால் இதை ஏற்றுக்கொண்டால் உண்மையிலேயே பிற்படுத்தப்பட்டவர்களுக்கு இவர்களால் அதிகப் பாதிப்பு ஏற்படும். இருந்தும் அவர்களிடம் ஓட்டு வங்கி இருப்பதால் போராட்டத்தில் குதித்துக் கலவரம் செய்து அரசைப் பணிய வைத்துவிட்டனர். இந்தப் போராட்டத்தில் பங்கு பெற்றவர்களைப் பாராட்ட முடியுமா?

3. இதனால் என்ன பயன்?

ஒன்றுக்காகப் போராடி, அந்தப் போராட்டத்தில் ஒரு வேளை வெற்றியும் பெற்றுவிட்டால் அதனால் உங்கள் வாழ்க்கைத்தரம் உயருமா? நாட்டின் பொருளாதாரம் மேம்படுமா? நாடு செழிக்குமா என்பதைச் சிந்தித்தபின் போராட்டக் களத்தில் இறங்க வேண்டும். அதே வேளையில், இந்தப் போராட்டத்தின் பின் விளைவுகள் என்ன என்பதையும் பார்க்கவேண்டும். ஏற்கனவே நட்டத்தில் இயங்கிக் கொண்டிருக்கும் தொழிற்சாலையில் இன்னும் கூடுதல் ஊதிய உயர்வு வேண்டும் என்று கேட்டு அடம்பிடித்தால் முதலாளிக்கு அந்தத் தொழிற்சாலையைப் பூட்டிவிட்டுப் போவதைத் தவிர வேறு வழி இருக்காது. லாரி முதலாளிகள் வேலை நிறுத்தம் என்று அறிவித்தால் தினமும் பல கோடி ரூபாய் நாட்டுக்கு இழப்பு ஏற்படுகிறதாம். அரசு இவர்களுக்குப் பணிந்து, ஒப்பந்தம் செய்துகொண்டு வரியைக் குறைத்து போராட்டத்தை முடிவுக்குக் கொண்டு வந்து விட்டாலும் இந்த இடைப்பட்ட காலத்தில் நாட்டிற்கு ஏற்பட்ட இழப்பை ஈடு செய்ய முடியுமா? இந்தப் போராட்டத்தால் விளைந்த லாபம்தான் என்ன? எதுவும் இல்லை.

4. போராட்டத்தை வழி நடத்துபவர் யார்?

இளைஞர்களாகிய நீங்கள் இதை உன்னிப்பாகக் கவனிக்க வேண்டும். இந்தப் போராட்டத்தை உற்சாகமாக முன்னின்று நடத்துபவர்கள் யார் யார்? இவர்களது நோக்கம் என்ன? இவர்கள் மதம், ஜாதி, இனம் ஆகியவற்றின்

அடிப்படையில் மனிதர்களைப் பிரித்து அதில் ஆதாயம் தேடப்பார்க்கிறார்களா? இல்லை உண்மையிலேயே இவர்களுக்கு மக்கள் மீது அக்கறை உண்டா என்று பாருங்கள். ஒவ்வொரு நாட்டிலும் சமூக விரோதிகள் சிலர் இருக்கத்தான் செய்வார்கள். அவர்கள் ஏதாவது ஒரு காரணத்தைக் காட்டிப் போராட்டம் நடத்துவார்கள். இதில் கலவரம் வெடிக்கும், பொருட்சேதமும், உயிர்ச்சேதமும் ஏற்படும். இதுபோன்ற கலவரங்கள் நடக்கும் நாட்டில் உள்ள மக்கள் பொருளாதாரத்தில் நலிந்து போவார்கள். இத்தகைய இன மோதல்களை ஏற்படுத்தக் கூடியவர்கள் நல்லவர்கள் இல்லை. இவர்களது போராட்டத்தால் எந்தப் பயனும் இல்லை.

5 நேர விரயம்

போராட்டத்தில் கலந்து கொள்ளும் முன் ஒரு கேள்வியை உங்களுக்குள் கேட்டுக் கொள்ளுங்கள். இந்தப் போராட்டத்திற்காக எவ்வளவு நேரத்தை நீங்கள் செலவிட வேண்டியிருக்கும்? நீங்களே ஒரு கணக்குப் போட்டுப் பாருங்கள். சில மணி நேரங்கள்? சில நாட்கள்? பல மாதங்கள்? நேரத்தை இப்படி அழிவுக்காகச் செலவழிக்கத்தான் வேண்டுமா? நமக்கு வேறு வேலை இல்லையா? ஆற்றலையும், திறமையையும். தொழில் நுட்பத்தையும் கற்றுக்கொள்ள வேண்டிய நேரத்தை வீண் போராட்டத்திற்காகச் செலவு செய்வது அறிவுடைமை ஆகுமா? இவ்வாறான செயல்களில் நம் நாட்களைக் கழித்துக் கொண்டிருந்தால் நாம் எந்த வேலையும் செய்யத் தெரியாத ஒரு வீணன் ஆகி விடுவோமே! உலகில் பிறந்த எல்லா மனிதர்களுக்கும் மற்ற உயிரினங்களைப் போலவே

இவ்வளவு நாட்கள் தான் வாழ்க்கை என்பது ஏற்கனவே நிர்ணயிக்கப்பட்டு விட்டது. ஆகவே அந்தக் காலத்திற்குப் பின்னர் நாம் மண்ணோடு மண்ணாகிவிடுவோம். நமக்கு இன்னொரு பிறவியோ, சொர்க்கமோ, நரகமோ கிடையாது என்று அறிவியல் தெளிவாக வெளிச்சமிட்டுக் காட்டுகிறது. அப்படி இருக்க, வாழவேண்டிய நேரத்தை வீண் போராட்டத்திற்காகச் செலவிட வேண்டுமா என்று நீங்கள் தீவிரமாக ஆலோசனை செய்ய வேண்டும்.

பெற்றோர்

அயர்லாந்து நாட்டில் பிறந்த கவிஞர், அருமையான எழுத்தாளர். ஒரு காலகட்டத்தில் இங்கிலாந்து நாட்டின் புகழ்பெற்ற நாடக ஆசிரியராகத் திகழ்ந்தார். இவரது அறிவார்ந்த எழுத்துகளாலும், குறும்புத்தனமான பேச்சுகளாலும், வித்தியாசமான உடையாலும் அனைவரையும் கவர்ந்தார். இவர் எழுதிய "The Picture of the Dorian Grey" (1890) என்ற நாவல் மிகவும் புகழ் பெற்றது. பிரஞ்சு மற்றும் ஆங்கில மொழிகளை முழுமையாகக் கற்ற ஆஸ்கர் வைல்டு 'கலை' மற்றும் 'அழகியல்' துறைகளை மையமாக வைத்து இதை எழுதினார். மாத இதழ் ஒன்றுக்கு ஆசிரியராகவும் பணியாற்றினார். இவரது எழுத்துகளில் அறிவுப்பூர்வமான நகைச்சுவை இருக்கும். அலங்கார பாணி இருக்கும். அதோடு இலக்கிய நயமும் இருக்கும். The importance of being Earnet என்ற இவரது நாடகம் வெற்றிகரமாக நடத்தப்பட்டாலும் அதில் வரும் கதாபாத்திரங்களும் கதையும் சிலருக்குப் பிடிக்கவில்லை. அதனால் இவர் மீது சில குற்றச்சாட்டுகளைச் சுமத்தி இவரைச் சிறைக்கு அனுப்பினர். இவர் மறைந்தபின் இவரது நாடகம் பலரால் மாற்றங்கள் செய்து எழுதப்பட்டு அரங்கேற்றப்பட்டது.

"கடினமான இந்த உலகைப் புரிந்து கொள்ளவும், அப்படிப் புரிந்துகொண்ட பின்னரும் அதை நேசிக்கவும் அளவு கடந்த தைரியம் இருக்க வேண்டும்"

ஆஸ்கர் வைல்டு (1854-1900)

7. குழந்தை வளர்ப்பு

குழந்தைகளை வளர்ப்பது என்பது ஒரு கலை மட்டும் அல்ல, அது ஒரு விஞ்ஞானமும் கூட. அது குறித்த பல விஞ்ஞான உண்மைகள் கண்டுபிடிக்கப்பட்டுவிட்டன. குழந்தை மனநல ஆலோசகர்கள் (Child Psychologist) அவற்றைப் புத்தகங்களாக நமக்குத் தந்துள்ளனர். ஆனால் அவற்றை எல்லாம் படிக்க நமக்கு மனமுமில்லை, நேரமும் இல்லை. நமக்குத் தெரிந்த வரை நம்மை எப்படி நம் பெற்றோர் வளர்த்தார்கள் என்பதை வைத்து நமது குழந்தைகளையும் நாம் வளர்க்க முற்படுகிறோம்.

குழந்தைகளைத் துன்புறுத்துவது

முன்காலங்களில் எட்டு அல்லது பத்து குழந்தைகளுடன் அவதிப்பட்ட தாய் தன் குழந்தைகளை அடித்துத் துன்புறுத்திப் பணியவைத்தார். "அடியாதமாடு படியாது" என்பதும், "முருங்கையை ஒடிச்சு வளர்க்கணும், பிள்ளையை அடிச்சு

வளர்க்கணும்" என்பதும் கிராமத்துப் பழமொழி. ஆக குழந்தைகளைத் துன்புறுத்தித் தங்கள் கட்டுப்பாட்டுக்குள் கொண்டு வருவதுதான் நம் நாட்டில் காலங்காலமாகப் பின்பற்றப்படும் வழிமுறையாக இருந்திருக்கிறது. ஆனால் இன்று உளவியல் உண்மைகளின் அடிப்படையில் நிலைமையைப் பெரும்பாலோர் புரிந்து கொண்டதால் இந்த அநாகரிக முறை கைவிடப்பட்டிருக்கிறது. குழந்தைகளைச் சித்திரவதை செய்ய வேண்டியதில்லை. பேசிப் புரிய வைப்பதன் மூலம் விரும்பத்தக்க நடத்தைகளை (*Behavior*) அவர்களிடம் கொண்டு வந்துவிடலாம் என்பது நவீன கால நடைமுறை. இன்று குழந்தைகளைப் பாதுகாக்கச் சட்டங்கள் பல வந்துவிட்டன. அடிப்பது குற்றமாகி விட்டது.

Protection of Children from Sexual Offences Act 2012 (POCSO) மற்றும் *Juvenile Justice (Care and Protection) Act 1998* போன்ற சட்டங்கள் குழந்தைகளைத் துன்புறுத்தினால் அதிகபட்சத் தண்டனை தர வழிவகை செய்துள்ளன. அது ஒரு புறம் இருக்கட்டும். இனி அதன் மறுபக்கத்தைப் பார்ப்போம்.

நான் பட்ட துன்பங்கள் என் குழந்தைகள் படக்கூடாது என்ற எண்ணம் பெற்றோருக்கு இருப்பது நல்லதா? இன்று பல

பெற்றோர்கள், குழந்தைகளை எந்த சிரமத்தையும் அனுபவித்து அறிந்து கொள்ளாத வகையில் வளர்க்க முற்படுகிறார்கள். தெருவில் விளையாட விடுவதில்லை, சைக்கிள் மிதிக்க அனுமதிப்பதில்லை, நண்பர்களோடு பழகவும் விடுவதில்லை, பஸ்ஸில் செல்ல அனுமதிப்பதில்லை, தனியாக ஒரு இடத்திற்குச் செல்ல அனுமதிப்பதில்லை. இப்படி வளர்க்கப்பட்ட குழந்தைகள் திறமையின்றி, தைரியமின்றி, கோழைகளாகவும் மனநலம் பாதிக்கப்பட்டவர்களாகவும் வீட்டிலேயே பதுங்கி வாழும் நிலைக்குத் தள்ளப்படுகிறார்கள். வட மாநிலங்களுக்கும், வெளிநாடுகளுக்கும் வேலைக்குப் போகவும் மறுக்கிறார்கள்.

தங்கள் குழந்தைகளைத் தாராளமாக விளையாடவும், சவால்களைச் சந்திக்கவும் கடினமான செயல்களைச் செய்யவும் பெற்றோர்கள் அனுமதிக்க வேண்டும் என்பதை விளக்கும் ஒரு கதை வாட்ஸ்அப்பில் வலம் வந்தது.

கழுகுகள் நமக்குக் கற்றுத்தரும் பாடம்

கழுகுகள் சக்தி வாய்ந்தவை. உயரமாகப் பறக்கக்கூடியவை. அவற்றை வலிமையின் சின்னமாகக் கருதுகின்றோம். ஆனால் அந்தக் கழுகுகளுக்குப் பறக்கும் ஆற்றல் அதன் பிறப்பிலேயே அதற்குக் கொடுக்கப்பட்டிருக்கிறது. இருந்தாலும் தாய் கழுகால் பறக்கக் கற்றுக்கொடுக்கப்பட்ட பிறகுதான் குஞ்சுக் கழுகுகள் பறக்கவே ஆரம்பிக்கின்றன. அதுவரையிலும் அவை குஞ்சுகளாகக் கூட்டில், தங்களைப் பலவீனமானவர்களாகவே நினைத்துக்கொண்டு வசிக்கின்றன. அவை அப்படியே தாங்கள் சுகமாகவும், பாதுகாப்பாகவும் இருக்கலாம் என்று நினைத்துவிட்டால் வலிமையானவையாகவும், தந்திரசாலியாகவும் அவை மாறுவதற்கு சாத்தியமில்லாமலே போய்விடும். எனவே தாய்ப்பறவை முதலில் அவற்றின் படுக்கையினைக் கலைத்து அந்தக் கூட்டைச் சொகுசோ உட்கார வசதியோ அற்றதாகச் செய்து விடுகின்றது. பின் தன் சிறகுகளால் குஞ்சுகளை அவை இருக்கும் இடத்தை விட்டுப் பறந்து செல்லத் தூண்டுகிறது. தாய்ப்பறவையின் இம்சை தாங்கமுடியாத கழுகுக் குஞ்சு கூட்டின் விளிம்பு வரைக்கும் துரத்தப்பட்டு அதற்கு மேல் செல்லப் பயந்துகொண்டு அங்கேயே நிற்கின்றது. அப்போது அதுவரை பறப்பது என்பதையே அறிந்திராத அந்தக் குஞ்சு கூட்டின் வெளியே உள்ள உலகத்தின் ஆழத்தையும், அகலத்தையும் முதன்முறையாகப் பார்த்து மலைக்கிறது. அந்தப் பிரம்மாண்டமான உலகத்திற்குள் தனித்துப் பயணிக்கத் தைரியமற்று பலவீனமாக உணர்ந்த நிலையில் அது அங்கே நிற்கின்றது.

அந்த நேரத்தில் அந்தக் குஞ்சு பாதுகாப்பாக அங்கேயே தங்கிவிட நினைக்கும். முடிவெடுக்கலாம். ஆனால் கூடு என்பது

தன் குஞ்சு பாதுகாப்பாக அங்கேயே வாழ்நாள் முழுவதும் தங்கிவிடுவதற்கான இடமல்ல. சுயமாகப் பறப்பதுதான் ஒரு கழுகாகப் பிறந்த அதற்கு நிரந்தரப் பாதுகாப்பைத் தரும் என்பதைத் தாய்ப்பறவை அறியும். அதனால் என்ன செய்வதென்று அறியாமல் குஞ்சு வெளியே எட்டிப்பார்த்துக் கொண்டிருக்கும் அந்த நேரத்தில், தாய்ப்பறவை குஞ்சைக் கூட்டிலிருந்து வெளியே தள்ளி விடுகிறது. அந்தத் தருணத்தில் கழுகுக் குஞ்சு சிறகடித்துப் பறக்கத் தீவிரமாக முயற்சி செய்கின்றது. முதல் முறையிலேயே கற்றுக்கொண்டுவிடக்கூடிய கலையல்ல அது. அதனால் காற்றில் சிறகடித்துப் பறக்க முடியாமல் கீழே விழும் நிலை அதற்கு ஏற்படுகிறது. அப்போது தாய்க் கழுகு வேகமாக உதவிக்கு வந்து தன் குஞ்சைப் பிடித்துத் தாங்கிக் கொள்கிறது. குஞ்சு மீண்டும் தாயின் பிடியில் தான் பத்திரமாக இருப்பதாக எண்ணி நிம்மதியடைகிறது. ஆனால் அந்த நிம்மதி சொற்ப நேரத்திற்குத்தான். தாய்க் கழுகு மீண்டும் அந்தக் குஞ்சை அந்தரத்தில் தன் பிடியிலிருந்து விட்டுவிடுகிறது.

மறுபடியும் காற்றுவெளியில் சிறகடித்துப் பறக்க வேண்டிய நிர்ப்பந்தத்திற்கு அந்தக் குஞ்சு ஆளாகிறது. இப்படிக் கொடுக்கப்படும் பயிற்சியின் காரணமாக கழுகுக் குஞ்சின் சிறகுகள் பலம் பெறுகின்றன. காற்றுவெளியில் பறக்கும் கலையை கழுகுக்குஞ்சும் கற்றுக்கொண்டு விடுகிறது. பிறகு அது வானோக்கிப் பறக்க ஆரம்பிக்கிறது. கழுகுக்குஞ்சு முதல் முறையாகக் கூட்டுக்கு வெளியே உள்ள உலகத்தின் பிரம்மாண்டத்தைக் கண்டு அஞ்சித் தயங்கி நின்ற அந்தத் தருணத்தில் தாய்க்கழுகு அதனை வெளியே தள்ளியிராவிட்டால் சுதந்திரத்தையும், ஆனந்தத்தையும், தைரியத்தையும் அந்தக் கழுகுக்குஞ்சால் தன் வாழ்நாளில் ஒருபோதும் கற்றிருக்கவே முடியாது. பறக்கத் தெரியாத அந்தக் குஞ்சைக் கூட்டைவிட்டு அது வெளியே தள்ளியது ஒரு கொடூரச் செயலைப்போல வெளியிலிருந்து பார்ப்பவர்களுக்குத் தோன்றும். ஆனால் பொறுத்திருந்து அதன் விளைவைப் பார்த்தபிறகு அந்தச் செயல் அந்தக் குஞ்சிற்கு அதன் தாய்க் கழுகு செய்த பேருதவி என்பதை அவர்கள் மறுக்க மாட்டார்கள். இது மாதிரியான புதிய சூழ்நிலைகள் யாருக்கும் ஒருவிதப் பதட்டத்தையும், பயத்தையும் ஏற்படுத்தக்கூடும். ஆனால் அந்தக் காரணத்திற்காகவே அந்தச் சூழ்நிலையையும், அந்த அனுபவத்தையும் ஒருவருக்கு மறுப்பது என்பது வாழ்வின் பொருளை அவர் தெரிந்து கொள்வதற்கு நாம் மறுப்பது போலத்தான். துறைமுகத்திலேயே இருப்பது என்பது கப்பலுக்கு முழுப் பாதுகாப்பு தரும் செயலாக இருக்கலாம். ஆனால் கப்பல் துறைமுகத்தில் நிறுத்தி வைக்கப்பட

வேண்டிய பொருள் அல்ல. கழுகிற்கும் கப்பலுக்கும் மட்டுமல்ல, மனிதனுக்கும் இந்த உண்மை பொருந்தும். தாய்க் கழுகு "நான் பட்ட அந்த சிரமத்தை என் குஞ்சு படக்கூடாது. என் குஞ்சிற்கு அந்தப் பயங்கர அனுபவம் வராமல் பார்த்துக் கொள்வேன்" என்று நினைத்தால் அதன் குஞ்சு பலவீனத்துடன் கூட்டிலேயே இருந்து இறக்க நேரிடும்.

பெற்றோர் செய்யும் தவறு

அந்தத் தாய்க் கழுகின் மனப்பான்மை இன்றுள்ள எல்லாப் பெற்றோர்களிடமும் இருப்பதில்லை. "நான் பட்ட துன்பங்கள் என் குழந்தைகள் படக்கூடாது" என்று சொல்லக்கூடிய பெற்றோர்களைத்தான் நாம் அதிகமாக இன்று பார்க்கிறோம்.

ஒரு காலத்தில் கூட்டுக்குடும்பங்கள் இங்கே அதிகமாக இருந்தன. அதில் கும்பலாகக் குழந்தைகள் பலர் இருந்ததனால் பெற்றோர்களுக்கு தங்கள் ஒவ்வொரு குழந்தை மீதும் தனிக்கவனம் செலுத்த அப்போது நேரம் இருந்ததில்லை. அதற்கான அவசியம் இருப்பதாகவும் அவர்கள் நினைத்ததில்லை.

ஆனால் ஓரிரு குழந்தைகள் மட்டுமே உள்ள இன்றைய நிலையில் பெற்றோர்கள் தங்கள் குழந்தைகளுக்கு மிக நல்ல ஒரு வாழ்க்கையை அமைத்துக் கொடுக்க வேண்டும் என்பதில் குறியாக இருக்கிறார்கள். அது நல்லதுதான். ஆனால் தான் சந்தித்த இடர்களை, தான் பட்ட சிரமங்களைத் தங்கள்

குழந்தைகள் படக்கூடாது என்று அவர்கள் நினைக்கும்போது அந்தத் தடைகள் கற்றுத்தரும் பாடங்களைத் தங்கள் பிள்ளைகள் சந்திக்கும் சந்தர்ப்பத்தை அளிக்கத் தவறிவிடுகிறார்கள்.

அதற்காக "நான் அந்தக் காலத்தில் பள்ளிக்கூடம் செல்ல பல மைல் தூரம் நடந்தேன். அதனால் நீயும் நட" என்று பெற்றோர்கள் சொல்ல வேண்டும் என்று நான் எதிர்பார்க்க மாட்டேன். வசதிகளும், வாய்ப்புகளும் பெருகி உள்ள இந்தக் காலத்தில் அப்படிச் சொல்வது அபத்தமாக இருக்கும். இன்றைய நவீன வசதிகளைப் பிள்ளைகளுக்கு அளிப்பது அவசியம்தான். நீங்கள் பட்ட எல்லாத் துன்பங்களையும் பிள்ளைகள் படத் தேவையில்லைதான்.

ஆனால் "எந்த இடர்ப்பாடும் ஏற்படக்கூடாது, எந்தக் கசப்பான அனுபவமும் அவர்களுக்கு இருக்கக்கூடாது" என்று நீங்கள் நினைப்பது அந்தப் பிள்ளையின் வளர்ச்சியைத் தடுக்கும் செயல் என்பதில் யாருக்கும் மாற்றுக் கருத்து இருக்க முடியாது. "சில தவறுகள் செய்து சில பாடங்களைக் கற்றுக் கொண்டேன். எனவே இன்னும் சில தவறுகள் செய்யலாமா" என்று நினைக்கிறேன் என்கிறார் ஒரு அறிஞர்.

வாழ்க்கையில் சில சிரமங்களையும் சில கசப்பான அனுபவங்களையும் மனிதன் சந்திக்க வேண்டியது அவசியம். அவற்றைக் கடந்து அதில் தேர்ச்சி அடைந்து மீண்டு வரும்போதுதான் அவன் வலிமை அடைகிறான். அவற்றிலிருந்து அவனைப் பாதுகாப்பளிக்கப் பெற்றோர் நினைப்பது என்பது அவனது இன்ப வாழ்க்கையையே அவனுக்கு அவர்கள் மறுப்பது போலத்தான். சில இடர்ப்பாடுகளைப் பிள்ளைகள் எதிர்கொள்ளும்போது பெற்றோர்களுக்கு அது மன வருத்தத்தைத் தரும்தான். ஆனால் பிரச்சனைகளே இல்லாமல் இருப்பது வாழ்க்கை அல்ல. வாழ்க்கை என்பதற்கான பொருளும் அது அல்ல.

குழந்தைகளை இயற்கையாகவே ஓடி விளையாட அனுமதியுங்கள். தோட்டத்துப் பக்கம் போனால் போகட்டும், பயிர் செய்யட்டும், ஆடு மாடுகள் மேய்க்கட்டும், சைக்கிள் ஓட்டட்டும், மற்ற குழந்தைகளுடன் விளையாடட்டும், ஊருக்குத் தனியே போகட்டும், புதிதாக எதையும் செய்யட்டும், பொத்திப் பொத்தி வளர்த்தால் அந்தக் குழந்தை விடிந்த பின்னும் தூங்கும் மனிதனாகவும், கோழையாகவும், இவ்வுலகில் வாழத் தகுதியில்லாத ஒரு மனிதனாகவும் வளர்வதற்கான வாய்ப்புகளே அதிகம்.

தைரியமாக வளர்க்க ஐந்து வழிமுறைகள்

1 பாதுகாவலாக இருங்கள்

குழந்தை ஒரு சவாலான செயலைச் செய்வதற்கு முன் பயப்படும். சற்றுத் தயங்கும். அப்போது அவனருகில் பாதுகாவலனாக நில்லுங்கள். வேறெங்கும் ஓடிவிடாதீர்கள். நம்மைப் பாதுகாக்க ஒருவர் இருக்கிறார் என்பது தெரிந்தால் குழந்தை எந்த ஆபத்தையும் தைரியமாக எதிர்கொள்ளும். எந்த ஒரு செயலையும் வெற்றிகரமாகச் செய்தும் முடித்துவிடும்.

2 தைரியமான செயலைச் செய்ததும் பாராட்டுங்கள்

எது சரி, எது தவறு என்பதைக் குழந்தைகள் பெற்றோரிடம் இருந்துதான் கற்கின்றனர். பலர் எதிர்த்தபோதும் ஒரு நல்ல காரியத்தைக் குழந்தை செய்திருந்தால் அவனைப் பாராட்டுங்கள். ஒரு பலவீனமான குழந்தையைத் தாக்கிய முரட்டுக் குழந்தையை உங்கள் குழந்தை தடுத்தால் அல்லது தட்டிக்கேட்டால் அவனைப் பாராட்டுங்கள். இந்த வம்புக்கு நீ ஏன் சென்றாய் என்று திட்டாதீர்கள். அவன் அங்கே ஒரு அநீதியைத் தட்டிக் கேட்டிருக்கிறான் என்பதால் அவனுக்கு உங்களுக்கு அந்தப் பாராட்டு அவசியம்.

3 தூக்க நேரக் கதைகள்

குழந்தை தூங்கச் செல்லும்போது கதை சொல்லச்சொல்லி கெஞ்சிக் கேட்கும். சிலருக்கு அது தொந்தரவான விஷயமாக இருக்கும். ‘பேசாமப் படுத்துத் தூங்கு’ என்று குழந்தையை அதட்டி சில பெற்றோர் ஏமாற்றமடையச் செய்வார்கள். இது குழந்தைகளிடம் தைரியத்தை வளர்க்க உதவாது. ஈதற்குப் பதில் அவர்கள் கேட்பதற்கு முன்பாகவே

ஒரு வீரனின் வரலாற்றை அல்லது வரலாற்று வீரனின் கதையை அந்தக் குழந்தைக்குச் சொன்னால் அவன் தானும் ஒரு வீரனாக இருக்க வேண்டும் என்று எண்ணுவான். நீ தைரியமானவன், நான் உன்னைப் பாராட்டுகிறேன் என்று கூறி இரவில் அவனைத் தூங்க வைக்க வேண்டும்.

[4] ஒவ்வொரு படியாக ஏறட்டும்

புதிய விஷயங்களை எடுத்த எடுப்பிலேயே குழந்தை செய்துவிடும் என்று எதிர்பார்ப்பது தவறு. சில குழந்தைகள் பேசுவதற்குக் கூட அதிக காலம் எடுத்துக்கொள்ளும். சைக்கிள் மிதிப்பது என்றாலும், நீச்சல் அடிப்பது என்றாலும் படிப்படியாக அவர்கள் அடுத்த கட்டத்திற்கு நகர்வது நல்லது. முதலில் சைக்கிளைத் தொட்டுப் பார்க்கட்டும். பிறகு அதை உருட்டிப் பார்க்கட்டும். பின்னர் ஏறி அமர்ந்து பார்க்கட்டும். இதையெல்லாம் செய்து பார்த்த பின்னர் அவன் தானாகவே சைக்கிளை ஓட்ட ஆரம்பித்து விடுவான்.

[5] ஒளிந்து விளையாடுங்கள்

ஒளிந்து விளையாடும் விளையாட்டு, தெரியாத உலகை அவன் எதிர்கொள்ளவும், தந்தையின் பிரிவை சமாளிக்கவும் கற்றுத்தரும். திடீரென்று மறைந்து இருந்துவிட்டு சற்று நேரம் கழித்து வந்தால் அதுவரை உங்களைக் காணாமல் தவித்த குழந்தை நீங்கள் திரும்பி வந்தவுடன், நீங்கள் வந்ததைப் பார்த்து மகிழ்வான். அதே நேரத்தில் தந்தை இல்லாத சூழ்நிலையைச் சமாளிக்கவும் கற்றுக் கொள்வான். அதற்குப் பிறகு அதிக நேரம் தந்தை தன்னைவிட்டுப் பிரிந்திருக்க நேர்ந்தாலும் அவனாகவே அந்த சூழ்நிலையைச் சமாளித்து விடுவான்.

பெற்றோர்

கிரேக்க தத்துவஞானி மற்றும் சிந்தனையாளர் புளூட்டோவின் ஆசிரியர். இவரது தத்துவங்கள் மேற்கத்தியத் தத்துவங்களாக ஏற்றுக்கொள்ளப்பட்டன. இவர் மேற்கத்தியத் தத்துவத்தின் தந்தை என்றழைக்கப்படுகிறார். "உண்மை" என்பது மேலானது. அதையே நேசிக்கிறேன், அதையே நம்புகிறேன் என்றார் இவர். நாம் சேகரித்த அறிவு நமது ஆன்மாவில் கலந்திருக்கும் என்றும், நாம் இறந்த பின்பு அதுவும் நம் ஆன்மாவுடன் மேல் உலகத்திற்குச் செல்லும் என்றும் அவர் நம்பினார். "விசாரணை என்பது பல கேள்விகளைக் கேட்டுப் பதிலை வரவழைப்பது. இதன்மூலம் சிக்கலான சந்தேகங்களைத் தீர்க்கலாம்" என்றார். பிளேட்டோ செனபான் போன்ற அறிஞர்களின் நூல்களிலிருந்து இவரைப்பற்றித் தெரிய வருகிறது. இவர் எந்த நூலையும் எழுதவில்லை. அல்லது இவர் எழுதிய நூல்கள் எதுவும் நிலைத்திருக்கவில்லை அல்லது சரியாகப் பாதுகாக்கப்படவில்லை எனலாம். ஏதீனியர்களின் அன்றைய கடவுளை இவர் நம்ப மறுத்ததால் 'ஹோம்லாக்' என்ற விஷத்தை அவராகவே குடிக்கும்படி செய்து அவரை மரணம் அடையச் செய்தனர் அன்றைய ஆட்சியாளர்கள்.

"தன்னிடம் இருப்பவற்றை வைத்து
அந்த சமயத்தில் திருப்திப்பட
முடியாதவன் அவன் விரும்பியது
கிடைத்த பின்பும் நிம்மதி
அடைவதற்கு வழியில்லை"

சாக்ரடீஸ் (கி.மு. 489 - கி.மு. 399)

8. நிம்மதியான வாழ்க்கை

நாம் அனைவரும் மகிழ்ச்சியாக வாழ வேண்டுமென்றுதான் விரும்புகிறோம். அதற்காகச் சுகங்களைத் தேடிக்கொண்டு ஓடுகிறோம். வேதனையைத் தவிர்க்க நினைக்கிறோம். சுகம் என்ற வார்த்தை பாலியல் சுகம் பற்றிக் குறிப்பிடுவதாகச் சிலர் நினைக்கக்கூடும். ஆனால் சுகமாக இருக்கிறீர்களா என்று ஒருவரைப் பார்த்து நாம் கேட்கும் போதும், இங்கு நான் சுகம் என்று நாம் ஒருவருக்குப் பதில் கூறும்போதும் மகிழ்ச்சியாக இருக்கிறோம் அல்லது நலமாக இருக்கிறோம் என்ற பொருளில்தான் அப்படிக் குறிப்பிடுகிறோம்.

வாழ்வில் சில வேளைகளில் நமக்கு மகிழ்ச்சி என்பதே இருப்பதில்லை என்பதோடு, மன நிம்மதியும் நம்மிடம் இல்லாமல் போய்விடுகிறது. மிகவும் வருந்தத்தக்க ஒரு நிலை இது. சில சந்தர்ப்பங்களில் நாம் அமைதியைத் தொலைத்துவிடுகிறோம்.

அதை நாமாகவே கூட, நாம் செய்த சில செயல்களினால் தொலைத்திருப்போம். அந்த மாதிரியான நேரங்களில் மனதில் மகிழ்ச்சி இல்லாமல் போனாலும் பரவாயில்லை, மன நிம்மதியாவது கிடைத்தால் போதும் என்ற நிலை நமக்கு ஏற்படுகிறது. மனநிம்மதியைத் தேடிப் பல புண்ணிய இடங்களுக்குச் சென்று வருபவர்களையும் நாம் பார்க்க முடிகிறது. ஆனால் பிரச்சனைகளை எதிர்கொண்டு அதற்கான தீர்வுகளைக் காணாதவரை நமக்கு உண்மையான நிம்மதி என்பது கிடைக்காது என்பதே உண்மை.

நிம்மதி இழந்த மனிதன்

நிம்மதி இழந்த ஒரு மனிதனுக்கு, உடல் ரீதியாகவும், மன ரீதியாகவும், சமூக ரீதியாகவும் பல பெரிய பாதிப்புகள் ஏற்பட்டு விடுகின்றன. அதனால் அவரது உடல் எடை கூடும். அவருக்கு மன அழுத்தம் ஏற்படும். வயிற்றுவலி உண்டாகும், முடி உதிரும், மறதி ஏற்படும், தூங்க முடியாத நிலை ஏற்படும். இதனால் எந்த ஒரு தொழிலையும் ஒழுங்காகச் செய்ய முடியாது. அதனால் வருமானம் குறையும். உறவினர் மத்தியிலும் மரியாதைக் குறைவு ஏற்படும்.

ஒருவர் மன நிம்மதியை இழந்திருக்கிறார் என்பதை எளிதில் தெரிந்துகொண்டு விடலாம். மனநிம்மதியின்மை காரணமாக அவர்களிடம் மனச்சோர்வு, இருதய வலி என 50-க்கும் மேற்பட்ட அறிகுறிகள் காணப்படும் என்று விஞ்ஞானிகள் பட்டியல் இட்டுள்ளனர். ஆக நிம்மதி இழந்து தவிப்பது ஒரு ஆபத்தான நிலை என்பதால், அதைத் தவிர்க்க வேண்டும்.

உயர் பதவிகளில் இருப்பவர்களும், செல்வந்தர்களும், சாதனையாளர்களும் கூட இதற்கு விதிவிலக்கல்ல. இவர்களில் பலரும் நிம்மதி இல்லாமல் இருந்திருக்கிறார்கள். லட்சோபலட்சம் மக்களின் மனதில் இடம்பிடித்த சினிமா நட்சத்திரங்கள் கூட வாழ்வில் நிம்மதியை இழந்ததன் காரணமாகத் தற்கொலை செய்து கொண்டிருக்கிறார்கள்.

நானும் நிம்மதி இழந்த பலரைச் சந்தித்திருக்கிறேன். அவர்களில் சிலருக்கு பிரச்சனைகளிலிருந்து வெளிவருவதற்கும் உதவியிருக்கிறேன். அவர்கள் நிம்மதி இழந்ததற்கான காரணங்கள் என்னென்னவென்று எனக்குத் தெரிந்திருப்பதால், அவற்றை உங்களுடன் பகிர்ந்து கொள்கிறேன்.

மக்கள் எப்படி எல்லாம் தங்களது நிம்மதியை இழக்கிறார்கள் என்பது பற்றி இங்கே ஆராய்வோம்.

அ) பொருளாதாரம்

'பொருளாதார வசதிகள் ஒருவருக்கு இருக்க வேண்டியது அவ்வளவு முக்கியமில்லை.' ஆனால், ஆன்மீக பலன்தான் ஒருவருக்கு முக்கியமாக இருக்கவேண்டும் என்று ஞானிகள் பலரும் (இப்படி உபதேசம் செய்பவர்கள் எல்லாருமே பெருமளவில் பொருளைக் குவித்துக்கொண்டு சுகபோகத்தில் வாழும் மேதாவிகள் என்பதையும் கவனத்தில் கொள்க) உபதேசம் செய்யக்கூடும். ஆனால் மனிதர்கள் கவுரவமாக வாழப் போதுமான அளவிற்கு நிதி ஆதாரம் அவர்களுக்கு இருக்க வேண்டிய தேவை இருக்கிறது என்பதுதான் உண்மை. திருமணமாகி மனைவி, குழந்தைகள் என்றாகிவிட்ட பிறகு வீட்டு வாடகை தரவும், குடும்பத்தினருக்குத் துணிமணி வாங்கவும், உணவுப் பொருட்கள் வாங்கவும், வாகனம் வாங்கவும் பணம் இல்லை என்றால் அந்தக் குடும்பத்தலைவனின் நிலைமை திண்டாட்டமானதுதான். பிள்ளைகளை நல்ல பள்ளியில் சேர்க்க வேண்டும், நோயுள்ள பெற்றோரைக் கவனிக்க வேண்டும் என்றால் இதற்கெல்லாம் போதிய வருமானம் ஒரு மனிதனுக்கு இருக்க வேண்டும். இவ்வருமானத்தை நேர்மையான வகையில் அவர் சம்பாதிக்கவும் வேண்டும். அதற்குத் தேவையான தரமான கல்வியும், பயிற்சியும், முயற்சியும் அவருக்குத் தேவைப்படுகிறது. போதுமான பொருளாதார வசதி இல்லை என்றால் மன நிம்மதிக்கு சாத்தியம் இல்லை.

பொருளீட்டினால் மட்டும் போதாது. அரும்பாடுபட்டு சேர்த்த அந்தச் செல்வத்தைப் பாதுகாக்கவும் ஒருவருக்குத் தெரிந்திருக்க வேண்டும். நகையை வீட்டில் வைத்துப் பூட்டிவிட்டு, வெளியூருக்குப் போய்விட்டுத் திரும்பி வந்து பார்க்கும்போது அந்த நகை திருட்டுப் போயிருப்பது தெரிந்தால் ஒருவருக்கு நிம்மதியில்லாமல் போய்விடும். நகையை வங்கிப் பெட்டகத்தில் வைத்திருந்தால் இந்த நிலை வந்திருக்காது! சேர்த்த பணத்தை அதிக வட்டி தருவதாக ஆசை வார்த்தைகளை அள்ளிவிடும் நிதி நிறுவனங்களில் முதலீடு செய்தாலும் இதே கதிதான் ஏற்படும். நல்ல நண்பன் என்று நினைத்துக் கைமாற்றாக ஆயுட்கால சேமிப்பைக் கொடுத்திருந்தாலும் இதே நிலைதான் ஏற்படும். வீட்டை ஒரு தீயவனுக்கு வாடகைக்கு விட்டாலும் சிக்கல்தான். ஆக, இதுபோன்ற விவேகமற்ற நடவடிக்கைகள் மூலம் சேர்த்த செல்வத்தை இழக்கும் அதே நேரத்தில் நாம் நிம்மதியையும் இழந்துவிட நேரிடும்.

ஆ) கூடா நட்பு

தினமும் பலதரப்பட்ட மக்களை நாம் சந்திக்கிறோம். அவர்களில் நல்லவர் யார், கெட்டவர் யார் என்பதைக் கண்டறியக்கூடிய பகுத்தறிவு நமக்கு இல்லாமல் போனால் நல்லவர் என்று நினைத்துக் கெட்டவர்களுடன் நாம் பழக நேரிடும். அவர்கள் நமது நிம்மதியைக் குலைப்பார்கள். தவறான வழிக்கு நம்மை அழைத்துச் செல்வார்கள் என்பது மட்டுமல்லாமல், நமக்குக் கெட்ட பெயரையும் வாங்கித் தந்துவிடுவார்கள். சிலர் வேலை வாங்கித்தருகிறேன், பிள்ளைக்கு மருத்துவக் கல்லூரியில் இடம் வாங்கித் தருகிறேன் என்றெல்லாம் கூறி பணத்தை வாங்கி வைத்துக்கொண்டு உங்களை ஏமாற்றி விடுவார்கள். இவர்கள் ஏமாற்றுவதையே தங்கள் தொழிலாகக் கொண்டவர்கள் என்பது பின்னர்தான் நமக்குத் தெரிய வரும். இப்படிப்பட்டவர்களின் உதவியை நாடாமல் இருப்பதே நல்லது. பண விவகாரத்தில் சீக்கிரத்தில் எவரையும் நம்பாமல் இருப்பதே நல்லது. இப்படிப் பணத்தை இழந்துவிட்டு, அதனால் மனம் நொந்து தற்கொலை செய்து கொண்டவர்கள் பலர்.

இ) நெறிகெட்ட பிள்ளைகள்

நல்லவர்கள் பலருக்கும் அவர்களது பிள்ளைகளால்தான் நிம்மதியில்லாமல் போய்விடுகிறது. பள்ளிக்கூட ஆசிரியர் ஒருவரின் மகனே படிக்கவில்லை என்றால் அவரால் எப்படி நிம்மதியாக இருக்க முடியும்? ஒரு டாக்டருக்குத் தன் மகன் ஊதாரி என்பது தெரிந்தபிறகு எப்படி நிம்மதி இருக்கும்? ஒரு அதிகாரியின் மகள் இரவு நேரங்களில் மது அருந்துவதும் விடுதியில் நடனமாடுவதுமாக இருந்தால் அவரால் எப்படி நிம்மதியாக இருக்க முடியும்? இது மாதிரியெல்லாம் பிள்ளைகள் பொறுப்பின்றி நடந்து கொண்டார்கள் என்றால் அவர்களின் எதிர்காலத்தைப் பற்றிய எதிர்பார்ப்புகளுடன் காத்துக் கொண்டிருக்கும் தந்தைக்கும் தாய்க்கும் நிம்மதி இருக்காது. கவலைதான் மிஞ்சும்.

அப்படிப் பிள்ளைகளைப் பாதை தவறிப்போகாதபடி ஆரம்பத்திலிருந்தே கண்காணித்து வரவேண்டும். அதையும் மீறி அவர்கள் பாதை மாற வாய்ப்புகள் பல உண்டு. அப்போதும் அவர்களை நல்வழிப்படுத்தும் முயற்சியில் தொடர்ந்து ஈடுபட வேண்டுமே தவிர, அவர்களை வெறுக்கக்கூடாது. அப்படிப்பட்ட பிள்ளைகளுக்கு ஒருவேளை மனநல பாதிப்பு ஏற்பட்டிருக்கலாம்.

அவர்களுக்கு அதிலிருந்து மீண்டு வருவதற்கான உதவி தேவைப்படுகிறது. அதற்கு ஒரு மனநல மருத்துவரின் ஆலோசனையைக் கேட்கலாம். தப்பில்லை. அவர்களைப் படிப்படியாக நல்வழிப்படுத்தும்போதே நமக்கும் ஒரு விதத்தில் மனநிம்மதி கிடைத்து விடுகிறது. ஒரு பெரும் சாதனையைப் படைத்த உணர்வும் ஏற்படுகிறது.

ஈ) உடல்நலம்

உடல்நலம் கெட்டுவிட்டால் மனநிம்மதி சுத்தமாகப் போய்விடும். சர்க்கரை நோய் வந்துவிட்டால், அன்றாடம் அல்லல்பட்டுக் கொண்டிருக்க வேண்டியதுதான். இருதய நோய் வந்துவிட்டாலும், வாழ்க்கை இருண்டுவிடும்! சிறுநீரகம் கெட்டுவிட்டால் வாழ்க்கை மேலும் சிக்கலானதாகிவிடும். இந்த நோய்கள் அனைத்தையுமே நாமாகவேதான் காசு கொடுத்து வாங்கிக்கொள்கிறோம். விஞ்ஞான மருத்துவம் சொல்வதை நாம் கேட்பதே கிடையாது. எந்த ஆதாரமும் இல்லாத மருத்துவ முறைகளை நாம் நம்பிவிடுவது இதற்கு ஒரு முக்கியக் காரணம். அளவாக உணவு உண்பதும், பழங்கள், காய்கனிகள், பயறு வகைகளைத் தேவையான அளவுக்கு உண்பதும், உடல் எடையை அதிகரிக்கவிடாது சீராக வைத்திருப்பதும், தினமும் ஒரு மணி நேரம் ஓடுவதும் உடல் நலத்தைக் காக்கும். வீட்டு வேலைகளை நாமே

செய்வதும் ஒரு வகையான உடற்பயிற்சிதான். யோகாசனப் பயிற்சி செய்தால் உடற் குறைகள் எல்லாமே சரியாகிவிடும் என்பதற்கான அறிவியல் ஆதாரம் எதுவும் இல்லை. ஒரு மணி நேரம் ஓடிய பின்னர் யோகா பயிற்சிகளைச் செய்தால்தான் அதனால் நன்மைகள் ஏற்படும்.

இனிப்பு, எண்ணெய்ப் பலகாரங்கள் போன்றவற்றை அதிகமாக உண்பதால் உடல் பருமனாகி, பொலிவான உடல் தோற்றத்தை இழந்து, அதன் காரணமாகத் தன்னம்பிக்கையையும் இழந்து வாடுகிறோம். நடுத்தர வர்க்க மக்களுக்கு இன்னொரு ஆபத்தும் இருக்கிறது. தங்கள் உடல் பருமனைக் குறைப்பதற்காக மருத்துவமனையில் சேர பல லட்சம் ரூபாய்களை அவர்கள் திரட்ட வேண்டியிருக்கும். அதற்கு நகையை விற்க வேண்டும் அல்லது விவசாய நிலத்தை அடமானம் வைக்க வேண்டும், இந்தத் தொல்லையெல்லாம் நமக்குத் தேவையா?

உடல்நல மேம்பாடு குறித்து நான் எழுதிய "உடலினை உறுதி செய்" என்ற நூலை வாங்கிப் படியுங்கள். ஒரு ஜோடி காலணியை இன்றே வாங்கி, நாளைக் காலையில் எழுந்து அவற்றை அணிந்துகொண்டு, வீட்டுக் கதவைத் திறந்துகொண்டு ஓடுங்கள். அதற்குப் பிறகு நமக்கு ஏதாவது நோய் வந்துவிடுமோ என்ற கவலை உங்களைவிட்டு விலகிவிடும்"...

உ) ஆடம்பர வாழ்க்கை

வரவுக்கு மீறிய ஆடம்பர வாழ்க்கையை மேற்கொள்பவர்கள் அதன் காரணமாக, ஒரு நாள் நிம்மதியை இழக்க வேண்டிவரும். ஆடம்பர வாழ்க்கை வாழ்பவனிடம் உள்ள செல்வங்கள் அனைத்தும் சூரிய ஒளியின் முன் மறையும் மூடுபனியினைப்போல மறைந்துவிடும். மிகப்பெரிய வீடு, சொகுசுக்கார், அவசியமில்லாது சேர்க்கப்பட்டிருக்கும் வேலையாட்கள், ஆடம்பரத் திருமணச் செலவுகள் என்று பணத்தை வீணடித்தவர்கள் என்றாவது ஒரு நாள் வருமானம் குன்றி, வங்கியில் வாங்கிய கடனைத் திருப்பிச் செலுத்த முடியாமல் அவதிப்படுவார்கள். அவர்களது வீட்டையும், சொகுசுக் காரையும் அப்போது வங்கி பறிமுதல் செய்கிற நிலைமை ஏற்படுகிறது. திவால் (Bankrupt) ஆகிவிடுவதை விட ஒரு மனிதனுக்கு ஏற்படக்கூடிய பெரிய அவமானம் வேறு எதுவும் இருக்க முடியாது.

நமது தகுதிக்கு ஏற்றபடி எளிமையாக வாழக் கற்றுக்கொண்டுவிட்டால், வாழ்நாள் முழுவதும்

மன நிம்மதியுடன் வாழலாம். இருக்கிற வருமானத்தைக்கொண்டு ஒரு முழுமையான மன நிறைவான வாழ்க்கையை வாழ்வது ஒரு கலை எனலாம். கோவையில் உள்ள ஒருவர் ஒரு லிட்டர் தண்ணீரில் சோப்பு போட்டுக் குளித்துக் காட்டினார் என்ற செய்தியைப் பத்திரிகையில் படித்தேன். தண்ணீரில் ஒருவரால் அந்த அளவுக்குச் சிக்கனமாக இருக்க முடிகிறது என்றால், பணம் சம்பந்தப்பட்ட விஷயங்களில் நம்மால் எந்த அளவுக்குச் சிக்கனமாக இருக்க முடியும் என்பதை எண்ணிப் பாருங்கள்.

ஊ) வம்பு வழக்கு

நம் எல்லாருக்குமே நிம்மதி என்பது ஒருநாள் நிச்சயம் வந்தே தீரும். அந்த நாளுக்குப்பின் நிரந்தரமாகவே நமக்கு நிம்மதிதான். அதற்குப்பிறகு, நம்மை யாரும் எந்தத் தொந்தரவும் செய்யமாட்டார்கள். நம்மை விட்டுவிடுவார்கள். ஆம், அந்த நாள் நாம் மரிக்கும் நாள். அந்த நாள் வரும் வரை நாம் மற்றவர்களுக்குத் தேவையற்ற சிரமங்களையும், சிக்கல்களையும், தடைகளையும், அவமானத்தையும் தராமலிருந்தாலே போதும், நாம் நம் வாழ்க்கையை ஓரளவுக்கு நிம்மதியாக வாழ்ந்துவிட்டுப் போய்விடலாம். நாம் மண்ணோடு மண்ணாகிவிட்ட பிறகு மறுவாழ்வு என்ற ஒன்று நமக்கில்லை என்றாலும், நமது மரபணுக்கள் நமது பிள்ளைகளின் வடிவில் இந்தப் பூமியில் வாழ்ந்து கொண்டிருக்கும். அதனால் நமக்கு மரணம் என்பது நிரந்தரம் இல்லை!

எனவே வம்பு வழக்குகளில் ஈடுபட வேண்டாம், அண்ணன் தம்பி அல்லது பங்காளிகளுடன் சண்டை போட்டுக் கொண்டிருக்க வேண்டாம். ஒரு சென்ட் அல்லது இரண்டு சென்ட் நிலத்திற்காக சண்டை போடாமல் அதை எதிராளிக்கு விட்டுக் கொடுங்கள். கிணற்றில் பங்கு தரவேண்டும் என்ற நிலை வந்தாலும் விட்டுக்கொடுங்கள். அதனால் உங்களுக்கு லாபம் ஏற்படுமே அன்றி நஷ்டம் ஏற்படப் போவதில்லை. பக்கத்து வீட்டுக்காரருடனும் எந்தத் தகராறும் வேண்டாம். அவரோடு சமரசமாகிவிடுங்கள். பண்டிகைக் காலங்களில் பலகாரங்களை அவர்களுக்கும் கொடுத்தனுப்பி அவர்களைச் சமாதானம் செய்யுங்கள். மனதில் நிம்மதி பிறக்கும்.

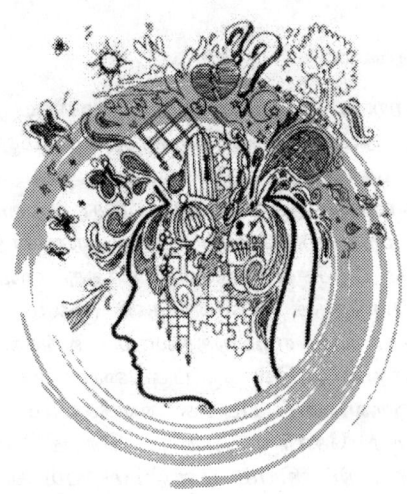

மனநிம்மதியைத் தரும் ஐம்பெரும் செயல்கள்

1 இந்த நிமிடத்தில் வாழுங்கள்

கடந்த காலங்களில் நடந்துமுடிந்த துயரச் சம்பவங்களை நினைத்துக் கவலைப்பட்டுக் கொண்டிருப்பதை விட்டுவிட்டு, எதிர்காலத்தில் என்னென்ன ஆபத்துகளெல்லாம் வரப்போகிறதோ என்று மனக்கலக்கம் கொள்வதையும் விட்டுவிட்டு இப்போது இன்று உங்கள் கண்முன் நடந்து கொண்டிருக்கும் காரியங்களில் மட்டும் கவனம் செலுத்தினாலே நீங்கள் நிம்மதியாக வாழலாம். எனது இந்த பதிலைப் படிக்கும்போது வேறு எந்த ஒரு சிந்தனைக்கும் நீங்கள் உங்கள் மனதில் இடம் தராமல் இருந்தால் அதுவே உங்களுக்கு மிகவும் நிம்மதியான ஒரு நேரம்தானே?

2 தொடர்ந்து கல்வி பயிலுங்கள்

உங்களுக்குப் பிடித்தமான ஒரு பட்டப்படிப்பைத் தொடர்ந்து படியுங்கள். தமிழ் இளங்கலை, ஆங்கில இளங்கலை, உளவியல் என்று ஏதாவது பாடத் திட்டத்தில் சேர்ந்து படித்துப் பட்டம் வாங்குங்கள். கிடைக்கிற நேரத்தில் ஒரு புது மொழியைக் கற்றுக்கொள்ள முயலுங்கள். ஒரு நல்ல நூலைப் படிக்க நேரம் ஒதுக்குங்கள். உலக மகா சாதனையாளர்களின் சுயசரிதைகளை நிறையப் படிக்கலாம். அதன் தொடர்ச்சியாக ஒரு நூலை எழுதக்கூட நீங்கள் முயன்று பார்க்கலாம்.

முனைவர். செ. சைலேந்திரபாபு

3. பிறருக்கு உதவலாம்

நம்மைப்பற்றியே நாம் நினைத்துக் கொண்டிருந்தோமென்றால் மனதுக்கு நிம்மதி கிடைக்காது. நம்மீது நமக்கே சுய பச்சாதாபம்தான் ஏற்படும். நாம் அடைந்த தோல்விகள் நமக்கு ஞாபகத்திற்குள் வந்து வந்து நம்மைக் கொல்லும். மாறாக மற்றவர்களைப் பற்றி நினைத்துப் பார்த்து அவர்களது பிரச்சனைகளைத் தீர்த்து வைப்பதில் நம்மை நாமே ஈடுபடுத்திக் கொள்வதன் மூலம், மற்றவர்களுக்கு மகிழ்ச்சியை நாம் ஏற்படுத்தலாம். உங்களுக்கு ஓரளவுக்கு வசதி இருந்தால் அதில் ஒரு பகுதியைச் செலவழித்து ஏழைச் சிறுவன் ஒருவனைப் படிக்க வைக்கலாம். நானும் எனது நண்பர்களும் சேர்ந்து அதைச் செய்கிறோம். இதனால் எங்களுக்கு மகிழ்ச்சியும், மனநிம்மதியும் கிடைக்கிறது.

4. சிரித்துப் பழகுங்கள்

உங்களது தாய், தந்தை, கணவன் அல்லது மனைவியின் கண்களைப் பார்த்துச் சிரிக்கக் கற்றுக்கொள்ளுங்கள். அவர்களை மனம் திறந்து பாராட்டுங்கள். பிள்ளைகளைக் கட்டியணைத்து உங்கள் ஆதரவை அவர்களுக்கு உணர்த்துங்கள். மனைவியையும், பிள்ளைகளையும் வார்த்தைகளால் கூடத் துன்புறுத்தி விடாதீர்கள். நீங்கள் செல்லுமிடமெல்லாம் மகிழ்ச்சியைப் பரப்புங்கள். உங்களால் செய்ய முடிந்த உதவிகளை உடனே செய்யுங்கள். ஒருவர் உங்களுக்கு எதிரியே என்றாலும், அவர் தவறு செய்தவரே என்றாலும் அவர் உதவி கேட்டு வரும்போது அது நியாயமான உதவி என்றால், தயங்காமல் அதைச் செய்யுங்கள். ஏனென்றால் அவருக்கு உதவி செய்வதற்கான இன்னொரு சந்தர்ப்பம் உங்களுக்குக் கிடைக்காமலேயேகூடப் போகலாம்.

5. மன்னியுங்கள்

உங்களுக்குக் கெடுதல் செய்தவர்களைக் கூட மன்னியுங்கள். அவர்களுக்காக அல்ல, உங்களுக்காக. உங்கள் மன அமைதிக்காக அதைச் செய்யுங்கள். உங்கள் தவறுகளை பிறர் மன்னித்தது போல, மற்றவர்களின் தவறுகளை நீங்களும் மன்னித்து விடுங்கள். 80 ஆண்டுகள் கழித்து இப்படிப்பட்டதொரு விரோத மனம் உங்களிடம் இருக்காது! அன்றைய தினத்தில் இன்றைய விரோதம் உங்களுக்கு ஒரு பிரச்சனையாகவே இருக்காது. ஏனென்றால், அன்றைய தினம் நாம் யாருமே உயிரோடு இருக்கவே மாட்டோம்!

அறிவியல்

ஆக்ஸ்போர்டு பல்கலைக்கழகப் பேராசிரியர், பரிணாம வளர்ச்சி உயிரியல் அறிஞர். அறிவியலை மக்கள் புரிந்துகொள்ளும்படியாகப் பல நூல்களை எழுதியவர். கடவுள் என்பவர் இருப்பதாகத் தெரியவில்லை என்றும், இந்தப் பிரபஞ்சத்தை சர்வ வல்லமை மிக்க எவர் ஒருவரும் படைக்கவில்லை என்றும், அதுவாகவேதான் அது உருவாகியிருக்கிறது என்றும் விளக்கிக் கூறியவர், கடவுள் என்பது பொய்யான நம்பிக்கை (God Delusion) என்ற இவரது நூல் உலகில் பல கோடி மக்களால் படிக்கப்பட்டும் அதில் கூறப்பட்டுள்ள கருத்துகள் பற்றி விவாதிக்கப்பட்டும் வருகிறது. The Selfish gene, The extended phenotype, The blind watch maker, The greatest show on earth போன்ற நூல்களில் மனிதனின் பரிணாம வளர்ச்சி பற்றிய விவாதங்களை நடத்தியுள்ளார். அறிவியல் மற்றும் சிந்தனை நிறுவனம் என்ற பாசறையை 2005 ஆம் ஆண்டு இவர் ஏற்படுத்தினார். இவரது பேச்சுகளும், விவாதங்களும் உலக நாடுகளில் மேடைகளில் அரங்கேற்றப்படுகின்றன. இவரது தர்க்க வாதங்கள் அறிவியல் அடிப்படை கொண்டவை, மிகவும் சுவாரசியமானவையும் கூட.

ரிச்சர்டு டாக்கின்ஸ் (பிறப்பு; 26 மார்ச், 1941)

"இந்த பூமியும் இந்தப் பிரபஞ்சமும் அழகான இடங்கள். ஆனால் அதை நாம் அறிவியலின் துணைகொண்டு தெரிந்து கொள்ளும்போது அவை இன்னும் அழகாகத் தென்படும்."

9. அறிவியல் வளர்ச்சிப் பாதை

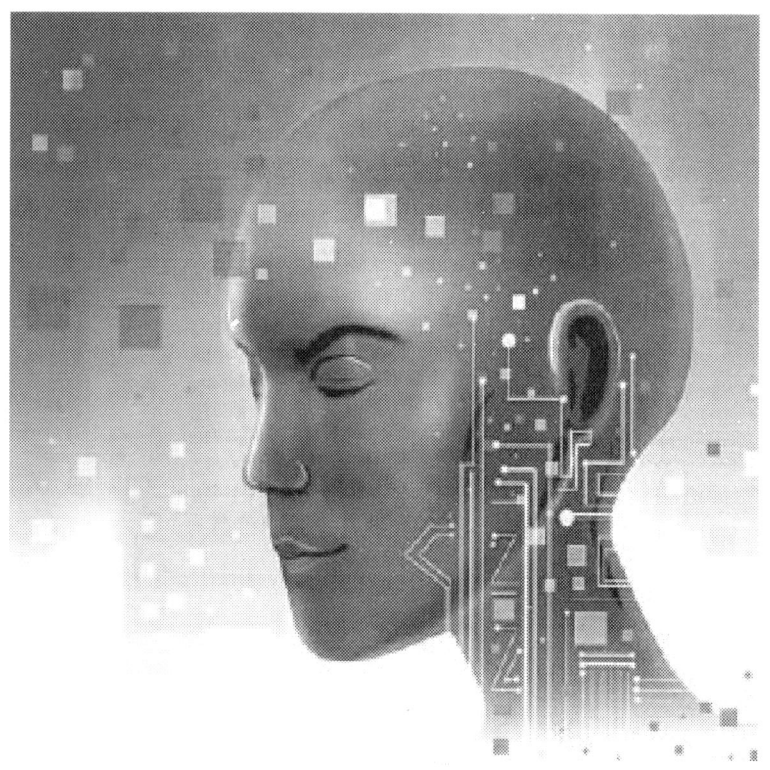

இது அறிவியல் யுகம், அனைத்தும் இங்கே கணினி மயம்தான். அப்படி இருந்தும் நாம் சென்று கொண்டிருப்பது வளர்ச்சிப் பாதையில்தானா? என்ற சந்தேகம் பலரிடமும் இருக்கிறது. பழமையைப் பேசிப் பேசி அதற்குப் பழகிப் போய்விட்ட நாம் புதுமை என்றாலே அதை ஒரு சந்தேகக் கண்ணுடன்தான் பார்க்கிறோம். புதியது எதுவானாலும் அதை

எதிர்க்க வேண்டும் என்ற மனநிலையிலேயே நாம் இருக்கிறோம். அதிநவீன அறிவியல் கண்டுபிடிப்புகளின் உதவியால் உருவான நுகர்வுப் பொருட்களை அதிக அளவில் பயன்படுத்திக்கொண்டே, பழமையை நேர்மையின்றி உயர்த்திப் பிடிப்பதன் மூலமாக மனசாட்சியின்றி பாமர மக்களை மடையர்களாக்கும் வேலையையும் தொடர்ந்து செய்து வருகிறோம். சிலர் நவீன அறிவியல் மூலம் ஆதாயம் அடைகிறார்கள். அதன் மூலம் அனைத்தையும் அனுபவித்த பின்னர், தான் செல்வந்தன் ஆன பின்னர் நவீன அறிவியல் நல்லது அல்ல என்றும் முன்னோர்களின் பழமைவாய்ந்த உணவும், நுகர்வுப் பொருட்களும்தான் சிறந்தது என்றும் பிரச்சாரம் செய்கிறார்கள். அது பாமர மக்களிடம் பெரும் வரவேற்பைப் பெற்று வருகிறது.

அறிவியல் முன்னேற்றம்

மின்சார விளக்கு, தொலைக்காட்சி, குளிரூட்டும் சாதனம் என்று வீடுகளில் எல்லாம் அறிவியல் மயமான கண்டுபிடிப்புகள் தான் பயன்பாட்டிலிருக்கும். மின்சார மோட்டார், வீரிய நெல் பயிர், ரசாயன உரம், பூச்சிக்கொல்லி மருந்து, டிராக்டர் எனத் தோட்டத்தில் அறிவியல் கண்டுபிடிப்புகளின் ஆதிக்கம் அதிகமிருக்கும். கணினி இருப்பதால் வங்கிக்குப் போகாமலேயே பணப்பரிமாற்றங்களைச் செய்ய முடிகிறது. கடைக்குப் போகாமலேயே பொருட்களை வாங்க முடிகிறது. அறிவியல் வளர்ந்ததால் ஏற்பட்ட நன்மைகள் இவை மட்டும் அல்ல.

அம்மை நோய், காலரா நோய், இளம்பிள்ளை வாதம் போன்ற கொடிய நோய்கள் வருவதற்கு முன்னதாகவே தடுப்பு ஊசி போடுவதன் மூலம் அதைத் தடுத்து விட்டது விஞ்ஞானம். ஆங்கிலேயர்கள் வரும் முன்னர் நிலைமை மோசமாக இருந்திருக்கிறது. 1901 ஆம் ஆண்டு இந்தியர்களின் சராசரி வயது 21 மட்டும் தான். 1950 ஆம் ஆண்டில் கூட இந்தியர்களின் சராசரி ஆயுட்காலம் வெறும் 31 ஆண்டுகள்தான். நவீன ஆங்கில மருந்துகள் வந்த பின்னர்தான் உடல் நலம் மேம்பட்டு, இன்று சராசரியாக 67 ஆண்டுகள்வரை வாழ்கிறோம். இன்று நீங்களும், நானும் வாழ்ந்துகொண்டு இருக்கிறோம் என்றால் அதற்குக் காரணமாக இந்த நவீன மருத்துவ முறையையேயன்றி வேறு எதனைக் கூறமுடியும். ஆங்கில மருத்துவ முறை மட்டும்தான் ஆதாரங்களின் அடிப்படையிலும், ஆராய்ச்சியின் அடிப்படையிலுமான மருத்துவ முறை. ஆக, அறிவியல் நம்மை வாழவிட்டிருக்கிறது; அதோடு வாழ வைத்துக் கொண்டும் இருக்கிறது எனலாம்.

வளர்ச்சிப் பாதைதானா?

அறிவியல் மனித வாழ்வின் அனைத்துத் துறையிலும் மறுமலர்ச்சியை ஏற்படுத்தியிருக்கிறது. மோட்டார், இரயில் மற்றும் விமானப் பயணத்தால் வந்த வளர்ச்சி அளவிற்கடங்காதது. இரயிலும், விமானமும், கைப்பேசியும் உலகில் வாழும் மக்கள் ஒருவரையொருவர் அறிந்துகொள்ள வழிவகை செய்தன. இன்றுகூட அமெரிக்காவின் நியூயார்க் நகரில் உள்ள இளைஞன் அணியும் ஜீன்ஸ் பேன்ட்டை திருப்பூர் இளைஞன் அடுத்த நாளே அணிந்துவிடுகிறான். ஆக பல கலாச்சாரங்களின் சங்கமத்தில் புதுக் கலாச்சாரம் ஒன்று இங்கே உருவாகிவிட்டது. இது உலக ஒற்றுமையின் ஒரு அடையாளம் அல்லவா?

நமக்குத் தெரியாத பல உண்மைகளை நமக்கு அறிவியல் தெரியப்படுத்தியது.

பூமி உருண்டை என்றும், அதன் நான்கில் மூன்று பகுதி கடல் பரப்பாக உள்ளது என்றும், அது சூரியனைச் சுற்றி வருகிறது என்றும், அதோடு சேர்ந்து 8 கோள்கள் சூரியனைச் சுற்றிவருகின்றன என்றும், சூரியன் கூட ஒரு நட்சத்திரம்தான் என்றும், இதே போன்ற 10,000 கோடி நட்சத்திரங்கள் சூரியனுடன் சேர்ந்து ஒரு நட்சத்திரக் கூட்டமாக உள்ளது என்றும் சொன்னது அறிவியல் தான். அப்படி 10,000 கோடி நட்சத்திரக் கூட்டங்கள் இந்தப் பிரபஞ்சத்தில் தென்படுகின்றன என்பதைக் கண்டறிய முடிந்தது அறிவியல் வளர்ச்சி, காரணமாகத்தான். இவை எல்லாவற்றையும் நிக்கோலஸ் கோப்பர்னிக்கஸ், ஜியாரிதினோ

புருணய், கெப்ளர், கலிலியோ போன்ற உன்னத அறிஞர்கள் ஆராய்ச்சிகள் மூலம் கண்டுபிடித்தனர். இதன் மூலம் முந்தைய மனிதர்கள் சொல்லிக் கொண்டிருந்த பாதாளம், மேலோகம் ஏழேழு லோகம் இவை அனைத்தும் கற்பனைக் கதைகள் என்பதும் புரிந்துவிட்டது. சூரியன், சந்திரன், வியாழன், புதன் போன்றவை மனிதர்களோ தேவர்களோ அல்ல, அவை 460 கோடி ஆண்டுகளுக்கு முன் தோன்றிய நட்சத்திரத் துகள்கள் என்பதையும் அறிஞர்கள் கண்டுபிடித்தனர். அறிவியல் மனித சமுதாயத்தின் கண்களைத் திறந்தது. சிலரது கண்கள் இன்னும் திறக்கவில்லை என்பது வேறு விஷயம். தூங்குவோரை எழுப்பி விடலாம்; தூங்குவதுபோல நடிப்பவரை எழுப்பவே முடியாது.

விஞ்ஞானம் நம்மை இணைத்தது

விஞ்ஞானக் கண்டுபிடிப்புகள் நம் அறியாமை இருளை நீக்கியது. அனைத்து உயிரினங்களுக்கும் ஒரு தொடர்பு உண்டு என்றும், நம் அனைவருக்கும் மூதாதையர் ஒருவரே என்றும், மனிதக் குரங்கிலிருந்து தான் மனிதன் தோன்றினான் என்றும் அறிவியல் கூறியது. அதனை ஆதாரங்களுடன் நிரூபணம் செய்தார் சார்லஸ் டார்வின் என்ற மகத்தான அறிவியல் அறிஞர். இந்த ஆதாரம், மக்கள் நம்பிய பல கட்டுக்கதைகள் - மனிதன் தோன்றிய வரலாறு கதைகள் - மீது சந்தேகம் ஏற்படவும், வலுக்கவும் காரணமாக இருந்தன.

பல மருத்துவ முறைகளும் மருந்துகளும் இதன் அடிப்படையில்தான் உருவாக்கப்பட்டன. அதன் மூலம் மனிதர்கள் மகிழ்ச்சியாக நீண்ட காலம் வாழ உயிரியல் வழி வகுத்தது. நார்வே, ஸ்வீடன், ஜப்பான் போன்ற நாடுகளில் மனிதர்கள் சராசரியாக 89 வயது வரை இன்றும் வாழ்கின்றனர் என்றால் அதற்கு முழு முதற்காரணம் அறிவியல் தான். அவர்கள் அறிவியலை நம்புகிறார்கள். ஆகவே வளர்ச்சிப் பாதையில் பயணிக்கிறார்கள். அவர்கள் மனிதர்களை நேசிப்பதுபோல அனைத்து உயிரினங்களையும் உண்மையாகவே நேசிக்கிறார்கள். இவர்களெல்லாம் ஒரு நாயைக்கூட கல்லால் அடிக்கமாட்டார்கள்.

ஆனால் அறிவியலை நம்ப மறுக்கும் நாட்டிலுள்ள மேட்டுக்குடி மக்கள் மற்ற உயிரினங்களை நேசிப்பது போலப் பாசாங்கு செய்வார்கள். ஆனால் உண்மையில் இவர்கள் தான் பாமர மனிதனைப் பார்ப்பதும், தொடுவதும் பாவம் என்கிறார்கள். அறிவியல் ஞானம், சக மனிதர்கள் மீது உண்மையான பாசத்தை ஏற்படுத்தியிருக்கிறது. அறிவியல் இல்லாத அறம் ஒரு மனிதன் தன் சக மனிதனை வெறுக்கத்தான் வகை செய்திருக்கிறது. அவனைக் கொலை செய்யவும் அது தூண்டுகிறது.

ஆக விஞ்ஞானம் வளர்ச்சிப் பாதைக்குத்தான் மனித இனத்தைக் கொண்டு செல்கிறது என்பதில் எந்தச் சந்தேகமும் இல்லை.

சாதகமா, பாதகமா?

அறிவியலால் சாதாரணமானவர்களுக்குப் பயனா? பாதிப்பா? அறிவியல் ஏழை என்றும் பணக்காரன் என்றும் வேறுபடுத்திப் பார்ப்பதில்லை. ஆனால் அறிவியல் கண்டுபிடிப்புகளின் பயன்கள் ஏழைகளுக்கு வந்து சேருவதில்லை! இன்று கூட, பாதுகாப்பு வசதிகள் கொண்ட சொகுசுக் கார் உங்கள் கைக்கும் என் கைக்கும் வந்து சேரவில்லை. அது போன்று ஒரு சொகுசுக் காரை வாங்குவதற்கு 30 லட்சம் வரை செலவாகும் என்கிறார்கள்! இதைப்போலவே குளிரூட்டு சாதனங்கள் (AC Machine) இன்றும் பல வீடுகளுக்கும் வந்து சேரவில்லை! ஒரு பிரிட்ஜ் கூட வாங்க முடியாத கோடிக்கணக்கான வீடுகள் இந்தியாவில் இருக்கின்றன என்பது வருத்தத்திற்குரிய செய்தி. இதற்கும் மேலாக இதயத்தை வெடிக்க வைக்கும் செய்தி ஒன்றும் உண்டு. ஒவ்வொரு ஆண்டும் நம் நாட்டில் 20 லட்சம் குழந்தைகள் 5 வயதினை அடைவதற்கு முன்னரே இறந்து போகிறார்கள். 21 சதவீதம் குழந்தைகள் பிறக்கும்போது உயரம் குறைவானவர்களாகவும், எடை குறைவானவர்களாகவும் பிறக்கிறார்கள். அவர்களுடைய அம்மாக்கள் ஆரோக்கியமானவர்களாக இல்லை.

குழந்தைகளுக்குத் தேவையான ஊட்டச்சத்து உணவுகளைக் கொடுக்க முடியவில்லை, அவர்களுக்குத் தேவையான மருந்துகளைத் தர இயலவில்லை. சுகாதார வசதிகள் செய்து கொடுக்க முடியவில்லை என்பவைதான் இதற்கான காரணங்கள் என்று கூறப்படுகிறது. அனைத்து அறிவியல் சாதனங்களும் இருந்தும் அவை ஏழைகளிடம் போய்ச்சேர மறுக்கின்றன. காரணம் வறுமை! அதோடு அறியாமை என்ற பரிதாப நிலை. எல்லாவற்றிற்கும் மேலாக இங்குள்ள மூட நம்பிக்கைகள். இந்த நிலை இருப்பது நாட்டுக்கு நல்லது இல்லை. அதற்கெல்லாம் அறிஞர்கள் காரணம் அல்ல. இருந்த போதிலும் அறிவியல் மூலமாக மட்டுமே இந்தப் பிரச்சனைகளுக்குத் தீர்வு காண முடியும் என்பதுதான் உண்மை.

முன்னோரின் தவறு

நாமும் நமது முன்னோர்களும் தான் இந்தப் பரிதாப நிலைமைக்குப் பொறுப்பு ஏற்க வேண்டும் என்று தோன்றுகிறது. குழந்தைகளை அளவோடு பெற்று, ஆரோக்கியமாக வளர்க்க வழி வகை செய்தது அறிவியல். அவற்றை மேல் நாட்டினர்

கடைபிடித்து, மக்கள்தொகையைக் கட்டுப்படுத்தினார்கள். நமது முன்னோர்கள், அவற்றை ஏற்க மறுத்ததுடன், மகப்பேறு நமக்குக் கடவுளால் கிடைத்த வரம் என்று நம்பி பல குழந்தையைப் பெற்று மக்கள்தொகையைப் பெருக்கிவிட்டார்கள். அரசு வலியுறுத்திய குடும்பக்கட்டுப்பாட்டுத் திட்டத்தைக் கூடப் புறக்கணித்தனர். 1950 ஆம் ஆண்டு 30 கோடியாக இருந்த மக்கள் தொகை இன்று 138 கோடியாக மாறிவிட்டது. இந்த அதிகப்படியான மக்களுக்குத் தேவையான உணவு, குடிநீர், வீடு, மின்சாரம், பள்ளிக்கூடங்கள், மருத்துவமனைகள், வாகனங்கள் போன்ற வசதிகள் எங்கிருந்து வரும்?

குறைகள்

வெட்டிப்பேச்சு, சோம்பேறித்தனம், குறைகூறுவது, நியாயமற்ற போராட்டம், சாதிக் கொடுமை, திருட்டு, மோசடி, ஊழல், பெண் அடிமைத்தனம், குழந்தை சித்ரவதை, மதக் கட்டமைப்பு, இனக்கலவரம் போன்ற அறிவியலுக்கு எதிரான செயல்களில் பலரும் அக்கறையுடன் ஈடுபடுகின்றனர். இந்தக் கொடிய செயல்களால் நம்மால் முன்னோக்கி நகர முடியவில்லை. விஞ்ஞானமும் மனிதநேயமும் மனிதர்களுக்கு நல்லதொரு பாதையை அமைத்துக் கொடுத்திருக்கிறது. நன்னடத்தையைக் கற்பித்திருக்கிறது. மக்கள் முன்னேற வழிவகைகளைச் செய்து தந்திருக்கிறது. ஆக ஏழைகளும், பணக்காரர்களும், ஆண்களும், பெண்களும், அனைத்து மதத்தினரும் அறிவியலைச் சரியான

முறையில் கற்று, நன்றாகப் புரிந்துகொண்டு அது காட்டுகிற வழியில் நடந்தால் மக்களுக்கிடையே அன்பு பெருகும்; மக்கள்தொகை குறையும், உழைப்பு பெருகும், சுகாதாரம் மேம்படும், எல்லாருக்கும் எல்லாமும் கிடைக்கும். அப்படிப்பட்ட ஒரு சூழ்நிலை 100 ஆண்டுகள் கழித்து வருவதனாலும் கூடப் போதுமானது. அதற்கான வழித்தடத்தை இன்று வாழ்ந்து கொண்டிருக்கும் நீங்களும், நானும் தான் உருவாக்கிக் கொடுத்தோம் என்று எதிர்காலத்தில் நமது சந்ததியினர் நம்மைப் பற்றி உயர்வாகப் பேசவேண்டும்.

ஆதங்கம்

அறிவியலைச் சிலர் தவறாகப் பயன்படுத்தியிருக்கலாம் அல்லது அது, செல்வந்தர்களை மேலும் பெரிய செல்வந்தர்களாக்க உதவியிருக்கலாம். ஏழைகளை இன்னும் பரம ஏழைகளாக அது மாற்றிவிட்டிருக்கலாம். ஆனால் அது விஞ்ஞானத்தின் தவறோ அல்லது விஞ்ஞானிகளின் தவறோ அல்ல. அது அந்தந்த நாட்டு மக்களின் தவறு. குறிப்பாக அவர்கள் தேர்ந்தெடுத்த தலைவர்களால் ஏற்பட்ட தவறு என்றுதான் கூறவேண்டும். அறிவியல் வளர்ச்சியால்தான் இரண்டு பெரிய உலகப்போர்கள் வந்தன என்ற குற்றச்சாட்டு உண்டு. ஆனால் உலகப்போருக்கு முற்றுப்புள்ளி வைத்ததற்குக் காரணமாக இருந்த அணுகுண்டு என்ற தொழில்நுட்பம்தான். அறிவியல் வளர்ச்சியால் இயற்கை வளங்கள் சுரண்டப்பட்டுவிட்டன. சுரண்டப்பட்டும் வருகின்றன என்பதுதான் உண்மை. ஆனால் அதைக் கட்டுப்பாட்டுடன் சுரண்டுவது அறிவியல் கற்ற நமது கடமையாக இருக்கவேண்டும்.

அறிவியல் உச்சகட்ட வளர்ச்சியை அடைந்துள்ள காலகட்டத்தில் வாழ்ந்து கொண்டிருக்கிறோம் என்பது நமக்குப் பெருமை தரும் விஷயம். அறிவியல் மயம் மற்றும் கணினி மயம் என்பவை வளர்ச்சிப் பாதையில் நாம் சென்று கொண்டிருப்பதற்கான அறிகுறிகள். எனவேதான் பள்ளிக்கூடப் பிள்ளைகளுக்கு அறிவியல் பாடம் கட்டாயமாக 12-ஆம் வகுப்பு வரை போதிக்கப்படுகிறது. உலகில் உள்ள வளர்ந்த நாடுகள் அனைத்துமே அறிவியலை மையமாக வைத்துத்தான் வளர்ந்துள்ளன. அறிவியல் கற்றவர்கள் தான் அதிகமாகப் பயனடைந்து வருகின்றனர். அதற்கு எடுத்துக்காட்டு இஸ்ரேல். தண்ணீர் இல்லாத ஊரில் வாழும் அவர்கள் இன்று விவசாயத்தில் உலகத்திற்கே தலைமை தாங்கும் அளவுக்குச் சாதித்துக் கொண்டிருக்கிறார்கள். அங்கு ஏழைகள் இல்லை. அறிவியலால், ஏழைகளை உயர்ந்த, வளமான இடத்திற்கு அழைத்துச் செல்ல உதவும். அறியாமையையும்,

வறுமையையும் போக்கக்கூடிய வல்லமை உள்ளது அறிவியல் மட்டும் தான். ஆக, அறிவியல் வளர்ச்சி என்பது எப்போதும் ஏழைகளுக்குச் சாதகமானதாகத்தான் இருக்கும்.

மனித கலாச்சாரத்தை மாற்றியமைத்த 5 கண்டுபிடிப்புகள்

1 சக்கரம்

மனிதகுல வரலாற்றில் முதல் அறிவியல் புரட்சி சக்கரம் கண்டுபிடிக்கப்பட்டதிலிருந்து தொடங்குகிறது. சக்கரம் பொருத்திய வண்டிகள் கி.மு. 3500 ஆண்டுகளில் விவசாயத்தில் மறுமலர்ச்சி ஏற்படக் காரணமாயிருந்தன. ஒரு அரிய அதிசயமாக இந்தச் சக்கரத்தைக் கற்கால மனிதன்தான் வடிவமைத்தான். சக்கரத்தின் சுற்றுவடிவம் சரியானதொரு வட்டமாக இருத்தல்

வேண்டும். கடையாணிக்குக் குறுக்கேயிருக்கும் அச்சு கூட இதோடு சேர்ந்த ஒரு கண்டுபிடிப்புதான். மனிதர்கள் ஓரிடம் விட்டு, வேறிடம் நகர இந்தச் சக்கரம்தான் உதவியது. இன்று வாகனங்களுக்கு - ஏன் விமானத்திற்குக் கூடச் சக்கரம் தேவைப்படுகிறது.

2 திசைகாட்டி

பல நாடுகளையும், தீவுகளையும் ஐரோப்பியர்கள் கண்டுபிடிப்பதற்கு உதவியாக இருந்தது அவர்களிடம் இருந்த திசைகாட்டிதான். ஒன்பதாம் நூற்றாண்டில் சீனர்கள்தான் முதன் முதலில் திசை காட்டியினைக் கண்டுபிடித்தார்கள். பின்னர் அமெரிக்கர்களுக்கும், ஐரோப்பியர்களுக்கும் இது கிடைத்தது. சீனர்கள் பயன்படுத்திய திசைகாட்டி சாதாரணமானது.

முனைவர். செ. சைலேந்திரபாபு

ஆனால் ஐரோப்பி யர்கள் சக்திவாய்ந்த காந்தத்தின் மூலமாக வடக்கு மற்றும் தெற்கு திசையைக் காட்டும் நுட்பமான திசைகாட்டும் கருவியொன்றைக் கண்டுபிடித்தனர். இதனால் கப்பல்களால் பகல் நேரத்திலும், மேக மூட்டமான நேரத்திலும் பயணிக்க முடிந்தது. முற்காலங்களில் நட்சத்திரங்களையும், கோள்களையும் நம்பி அதை அடையாளம் வைத்தே பயண திசை முடிவு செய்யப்பட்டுக் கடல் பயணம் மேற்கொள்ளப்பட்டதால் அவர்களால் வெகு தூரத்திற்குப் பயணம் செல்ல இயலவில்லை.

3 அச்சு இயந்திரம்

1440 ஆம் ஆண்டு ஜோகன்னஸ் கூட்டன்பர்க் என்பவர்தான் அச்சு இயந்திரத்தைக் கண்டுபிடித்தார். இயங்கும் இயந்திரம் ஒன்றின் துணையுடன் மையை ஒரு வெள்ளைத்தாளின் எழுத்துகளாக மாற்றும்படியான ஒருமுறையை அவர்கள் உருவாக்கினர். முற்காலத்திலேயே அச்சுக்கலை கொரியாவிலும், சீனாவிலும் அதிக அளவில் இருந்திருக்கிறது. ஆனால் அவை இயந்திரமயமாக்கப்பட்டவை அல்ல. அச்சு இயந்திரங்கள் பல லட்சக்கணக்கான நூல்களை அச்சிட்டன. அப்படி அச்சிடப்பட்டவற்றை வாங்கி மக்கள் படிக்க ஆரம்பித்தனர். விஞ்ஞானத் தத்துவங்களை நூல்களாக அச்சிடவும் அதை மற்ற விஞ்ஞானிகள் படித்துத் தெரிந்து கொள்ளவும், மாணவர்கள் அவற்றைப் படிக்கவும் அறிவியல் வழிவகுத்துக் கொடுத்தது. இதனால் அறிவியல் வளர்ந்தது.

4 தொலைபேசி

பல விஞ்ஞானிகள் பலவிதத் தொலைபேசி சாதனங்களை வெற்றிகரமாகக் கண்டுபிடித்திருந்தாலும் அலெக்சாண்டர் கிரகாம்பெல் என்பவர்தான் *1876* ஆம் ஆண்டு முதன்முதலில் தொலைப்பேசிக்கான உரிமத்தைக் கோரினார். அவருக்குத் தொலைபேசியைக் கண்டுபிடிக்க வேண்டும் என்ற ஆர்வம் ஏற்படக் காரணம் அவர் காது கேளாதோருக்குப் பாடம்

▲ அலெக்சாண்டர் கிரகாம்பெல்

நடத்தியதும், காது கேளாத தனது தாயாரிடம் அதிக நேரம் பேச முயற்சி செய்ததும் தான் என்று கூறப்படுகிறது. இந்தக் கண்டுபிடிப்புகள் பெரிய அளவில் மக்கள் பயன்பாட்டிற்கு வந்து, தொலைத்தொடர்பு மற்றும் வணிக மறுமலர்ச்சி ஏற்படக் காரணமாயின. இன்று அலைபேசி இல்லை என்றால் வாழ்க்கையில் முழுமை என்பதற்கு அர்த்தமே இல்லை என்றாகிவிட்டது.

5 இணையதளம்

இன்று இணையதளம் உலகத் தொலைத்தொடர்பில் ஒரு நவீனப் புரட்சியையே ஏற்படுத்திவிட்டது. இது உலக வர்த்தகத்தின் தன்மையையே மாற்றிவிட்டது. தகவல் பரிமாற்றம் இவ்வளவு வேகமாகவும், தெளிவாகவும் நடைபெறும் என்று எவரும் கனவு கூடக் கண்டிருக்க மாட்டார்கள். இந்த இணையதளம் உருவாகப் பலரும் பல விதத்திலும் பங்களித்திருந்தாலும், கம்ப்யூட்டர் இஞ்சினியர் லாரன்ஸ் ராபர்ட் என்பவர்தான் இதில் முதன்மையானவர். 1969 ஆம் ஆண்டு அமெரிக்கப் பாதுகாப்புத் துறையில் *ARPA (Advanced Research Project Agency)* என்ற குழுமம் அங்கிருந்த அனைத்துக் கணினிகளையும் ஒரே வலைப்பின்னலில் இணைத்தது. அந்த இணைப்பை அவர்கள் *ARPANET* என்று அழைத்தார்கள். அதில் லாரன்ஸ் ராபர்ட், தகவல்களை *Pocket Switching* என்ற முறைப்படி அனுப்பினார். இந்த *ARPANET* தான் பரிணாம வளர்ச்சியடைந்து இன்றைக்கு *INTERNET* ஆகியிருக்கிறது.

▲ லாரன்ஸ் ராபர்ட்

அறிவியல்

கேம்பிரிட்ஜ் பல்கலைக்கழக ஆராய்ச்சி நிறுவன இயக்குநர். இயற்பியல் மற்றும் அண்டவியல் பேரறிஞர். அண்டத்தில் தென்படும் கருந்துளைகள் கதிர்வீசும் தன்மை கொண்டவை என்பதைக் கண்டறிந்தவர். குவாண்டம் கோட்பாடு மற்றும் சார்பியல் கோட்பாடு ஆகியவற்றை இணைத்து அண்டவியல் விதிகளை விளக்கிச் சொன்ன முதல் அறிஞர். சிறுவயதிலேயே ALS என்ற நோய்ப் பாதிப்பிற்கு உள்ளானார். உடல் முழுவதும் செயலிழந்த பின்னரும் தனது கன்னத்தில் அசையக்கூடிய சில தசைகள் மூலம் தனது அறிவியல் கருத்துகளைத் தெரிவித்து வருபவர். அதற்காக இவருக்காகவே கணினி செயற்கைக் குரல் வெளிப்படுத்தும் கருவி வடிவமைக்கப்பட்டது. The Universe in a nutshell, A brief history of time, Black holes and baby universe போன்ற அறிவியல் நூல்களை எழுதியுள்ளார். சக்கர நாற்காலியின் உதவியுடன் வலம் வரும் இவர் இளைஞர்களுக்கு அறிவியல் ஆர்வம் ஏற்படுத்துகிற வகையில் அவர்களுக்காக ஒரு முன்மாதிரியாக இருந்து வருகிறார். இவரது அறிவார்ந்த பகுத்தறிவுத்திறன் ஆல்பர்ட் ஐன்ஸ்டீனுக்கு இணையானதாகக் கருதப்படுகிறது.

"நியூரான் செல்கள் மூளையை இணைப்பது போல் நாம் அனைவரும் இளையதளத்தால் இணைக்கப்பட்டிருக்கிறோம்."

ஸ்டீபன் ஹாக்கிங் (பிறப்பு: 8 ஜனவரி, 1942)

10. இணையதளம்

உலகில் இணையதளம் பயன்படுத்துபவர்கள் 342 கோடிப் பேர். இது உலக மக்கள் தொகையில் 46 சதவீதம். இந்தியாவில் உள்ள 34 கோடி மக்கள் இணையதளத்தைப் பயன்படுத்துபவர்களாக இருக்கிறார்கள். அதாவது இந்திய மக்கள் தொகையில் 26 சதவீதத்தினரும் சீனர்களில் 50 சதவிகிதத்தினரும், 74 சதவீத அமெரிக்கர்களும், 93 சதவீத ஜப்பானியர்களும் இணையதளத்தைப் பயன்படுத்துகிறார்கள். 10 ஆண்டுகளாக இணையதளப் பயன்பாடுகள் நடைமுறையில் இருந்தாலும், கடந்த மூன்று ஆண்டுகளில்தான் இணையதளத்தைப் பயன்படுத்துபவர்களின் எண்ணிக்கை அதிகமாகி உள்ளது.

சரித்திரம்

இணையதளம் சமீபகாலத்தில் தான் அதிக அளவில் பயன்பாட்டிற்கு வந்துள்ளது. அமெரிக்கா ராணுவத்திலுள்ள

அனைத்துக் கணினிகளையும் இணைக்க ARPANET என்னும் இணையதளம் அறிமுகப்படுத்தப்பட்டது. ஆராய்ச்சி நிலையக் கணினிகளையும் ராணுவக் கணினிகளையும் முதலில் இதன் மூலம் இணைத்தார்கள். பின்னர் 1982-ம் ஆண்டு TCP / IP Protocol என்ற மின்செய்தி அனுப்பும் மின்னணுமுறை கண்டுபிடிக்கப்பட்டது. இதன்மூலம் உலகில் உள்ள பல நாடுகளின் கணினிகளையும் இணைப்பதற்கான முயற்சி மேற்கொள்ளப்பட்டது. இன்று உலகில் உள்ள அனைத்துக் கணினிகளும் கைபேசிகளும் ஒன்றுடன் ஒன்று இணைக்கப்பட்டுள்ளன. இப்போது இணையதளப் பயன்பாடு என்பது ஒரு சிலபேருக்கு மட்டுமானது என்றில்லாமல், அனைவருக்குமானதாக அது மாறி இருக்கிறது.

எனவே இளைஞர்கள் மட்டுமல்ல முதியவர்களுக்கும் இணையதளத்தைப் பயன்படுத்துவதைத் தவிர வேறு வழி இல்லை என்ற நிலை வந்துவிட்டது. நம் நாட்டில் இன்னும் மீதமுள்ள 74 சதவீதம் மக்களுக்கும் இணையதள வசதிகள் உடனே கிடைக்க வசதிகளைச் செய்து கொடுக்க வேண்டும்.

இளைஞர்கள் அதிக அளவில் இணைய தளத்தைப் பயன்படுத்துகிறார்கள் என்ற கவலை எல்லாருக்கும் ஏற்பட்டுள்ளது. இன்றைக்கு உள்ள முதியோர்கள் தங்கள் இளமைக் காலங்களில் ரேடியோ கேட்பதிலும், சினிமா பார்ப்பதிலும், தொலைக்காட்சி பார்த்துக் கொண்டிருப்பதிலும் மணிக்கணக்கில் நேரத்தைச் செலவிட்டதைப்போலவே இன்றைய இளைஞர்களில் சிலர் கணினி முன்பு உட்கார்ந்து கொண்டு தங்கள் பொன்னான நேரத்தைச் செலவிட்டுக் கொண்டிருக்கிறார்கள்.

பயன்கள்

ஆனால் அன்று பெரியவர்கள் சினிமா பார்த்துத் தங்கள் நேரத்தை வீணடித்ததற்கும் இன்று இணையதளத்தில் இளைஞர்கள் தங்கள் நேரத்தைச் செலவிடுவதற்கும் நிச்சயமாக ஒரு வேறுபாடு உண்டு. அன்றைக்கு சினிமாவில் மக்கள் தங்கள் பெரும் பொழுதைப் போக்கினார்கள். சினிமாவில் அவர்கள் பார்த்த காட்சிகளின் அடிப்படையில் அவர்களின் மனம், உடல், மனப்பான்மை சற்று சீர்பட்டிருக்கலாம் அல்லது சற்றுச் சீரழிந்திருக்கலாம். ஆனால் இணையதளங்களின் உதவியுடன் இன்றைய இளைஞர்கள் பல பயனுள்ள விவரங்களைத் தெரிந்து கொள்கிறார்கள். இணைய தளத்தில் எண்ணற்ற அரிய தகவல்கள் கொட்டிக் கிடக்கின்றன. அதோடு அதில் இன்னும் பல வசதிகளும் உள்ளன. அவையாவன:

- *ஆங்கில மொழி கற்கும் வசதி*
- *தொலைதூர வழிக் கல்வி*

- உலகில் சிறந்த விஞ்ஞானி மற்றும் வல்லுநர்களின் பேச்சு
- உலக சந்தையில் விற்கப்படும் பொருட்கள், அவற்றின் விலை
- உலக மக்களோடு தொடர்பு
- கருத்துகளைப் பதிவுசெய்ய ஒரு உலக மேடை
- கல்லூரிப் பாடங்கள் பற்றிய தகவல்கள்
- போட்டித் தேர்விற்கான பயிற்சி
- கணிப்பொறி விளையாட்டுகள்
- வியாபாரம் அல்லது வருமானத்தைப் பெருக்குவதற்கான வழிமுறைகள்

ஆக இளைஞர்கள் இதுபோன்ற பல பயனுள்ள தகவல்களை இணையதளத்தின் மூலம் எளிதில் பெறமுடிகிறது. தேவையான பயிற்சிகளை எடுத்துக்கொள்ளவும் முடிகிறது. பள்ளிகளிலும், கல்லூரிகளிலும் படிக்கும் மாணவர்கள் இதனால் பெரிதும் பயன்பெறுகிறார்கள். அதற்காக அவர்கள் கூகுள் இணையதளத்தில் நேரத்தைச் செலவிடுவது நல்லதுதான்.

ஆபத்து

இணையதளத்தினால் இன்றைக்குப் பல பெரிய ஆபத்துகள் ஏற்படுகின்றன. அவை:

- *லாட்டரி அடித்தது என்றும், வேலை தருகிறோம் என்றும் பாலின சுகம் தருகிறோம் என்றும் இளைஞர்களை ஏமாற்றிப் பணம் பறிக்கும் உலக மகா மோசடிக் கூட்டத்தினர் இணையதளத்தில் மலிந்து கிடக்கிறார்கள்.*

- *சர்வதேச மதத் தீவிரவாதக் கும்பல்கள் நமது பிள்ளைகளைத் தொடர்புகொண்டு அவர்களுக்குத் தவறான பல தகவல்களைச் சொல்லி மூளைச்சலவை செய்து அதனால் அவர்கள் மதத் தீவிரவாதிகளாவதற்கான வாய்ப்புகள் அதிகம் இருக்கின்றன. இது மிகவும் ஆபத்தானதொரு விஷயம். அது அந்த இளைஞர்களின் வாழ்க்கையைக் கேள்விக் குறியாக மாற்றிவிடும்.*

- *வளர் இளம் பிள்ளைகள் "செக்ஸ்" சம்பந்தமான விஷயங்களில் அதிக நேரத்தை செலவிட வாய்ப்பு உண்டு. இவை அளவிற்கு மீறிப்போனால் இதற்கு Sex Overuse என்று பெயர். அதுவும் நல்லது அல்ல.*

- *இளைஞர்களுக்குப் போதைப் பொருட்களை இணையதளத்தில் விற்பனை செய்யும் கும்பல்களுடன் தொடர்பு ஏற்பட*

வாய்ப்புகள் அதிகம். இதனால் இளைஞர்களில் பலர் போதைப் பொருட்களுக்கு அடிமையாகக் கூடும். அது மிகவும் ஆபத்தானது.

* குழந்தைகளை, அதுவும் பெண் குழந்தைகளைப் பாலியல் குற்றவாளிகள் தவறாகப் பயன்படுத்திக் கொள்வதற்கு வாய்ப்புகள் உள்ளது. குழந்தைகளிடம் நல்ல வார்த்தை பேசி, அவர்களை மயக்கி அவர்களது நிர்வாணப் புகைப்படங்களைத் தங்களுக்கு அனுப்பச் சொல்லி, அதை வைத்துப் பின்னர் அந்தக் குழந்தைகளை அவர்கள் மிரட்டுவதும் நடக்கக்கூடும்.

* கணிப்பொறி விளையாட்டுகளுக்குப் பிள்ளைகள் அடிமையாகி விடக்கூடும். மணிக்கணக்கிலும் நாட்கணக்கிலும் பிள்ளைகள் கணினியில் விழுந்து கிடப்பதால் பள்ளி அல்லது கல்லூரிப் படிப்பைக் கவனிக்க அவர்களுக்கு நேரம் இல்லாமல் போய்விடும். இது பெற்றோருக்குப் பெரிய கவலையை ஏற்படுத்திவிடும்.

* கணினி விளையாட்டைப் போலவே இன்று Facebook, WhatsApp போன்ற சமூக ஊடகங்களில் மாணவர்கள் அதிக நேரத்தைச் செலவிடுகிறார்கள். இதனால் பள்ளிக்கூடப் பாடங்களைச் சரியாகப் படிக்க முடியாமல் போய் தேர்வில் அவர்கள் தோல்வியடைய நேரிடுகிறது.

இணையதளம் இன்றைய உலகளாவிய தொழில்நுட்பம். இதில் நன்மைகளும் உண்டு. தீமைகளும் உண்டு. இளைஞர்கள் தீயவற்றை நாடாமல் தடுக்க வேண்டிய மிகப்பெரிய பொறுப்பு

பெற்றோர்களுக்கும், ஆசிரியர்களுக்கும் உண்டு. அதற்குப் பெற்றோரும் இணையதளம் பற்றித் தெரிந்து கொள்ளவேண்டியது அவசியம்.

இணையதளப் பயன்பாட்டால் நாட்டிற்கு வளர்ச்சி ஏற்பட்டிருக்கிறதா என்றால் இது ஒரு விஞ்ஞான வளர்ச்சிதான். ஆனால் இதைத் தேவையற்ற விஷயங்களுக்காகச் செலவிடுபவர்களுக்கு இது மிகப்பெரிய தளர்ச்சி, தாழ்ச்சி என்பதில் எந்தச் சந்தேகமும் இல்லை.

ஐந்து இணையதளப் பாதுகாப்பு ஆலோசனைகள்

1. குழந்தைகளும் வளரிளம் பருவ மாணவர்களும் இணையதளத்தைப் பாதுகாப்பாகப் பயன்படுத்தக் கற்றுக்கொள்ள வேண்டும். உங்களது உண்மையான பெயர், வீட்டு முகவரி, தொலைபேசி எண் ஆகியவற்றை யாருக்கும் கொடுக்காதீர்கள். அப்பா அம்மா பெயர், அவர்கள் வேலை பார்க்கும் இடம் போன்ற தகவல்களைக்கூடக் கொடுக்காதீர்கள்.

2. முன்பின் தெரியாதவர்களுக்கு உங்களது புகைப்படங்களை அனுப்பாதீர்கள். உங்களது எந்தத் தனிப்பட்ட தகவல்களையும் உங்களது நெருங்கிய நண்பனுக்குக் கூட அனுப்பாதீர்கள். உங்கள் ஆருயிர் நண்பனே கூட ஒரு காலகட்டத்தில் உங்களுக்கு எதிரியாக மாறக்கூடும். அப்போது அவன் அதை உங்களுக்கு எதிராகப் பயன்படுத்தவும் கூடும்.

3. உங்களது Password உங்களுக்கு மட்டுமே தெரிந்திருக்க வேண்டும். பெற்றோர் அல்லாத எவரிடமும் அதைப் பகிர்ந்து கொள்ளக்கூடாது. மிக நெருங்கிய நண்பனே ஆனாலும் கூட இதைப் பகிர்ந்து கொள்ளக்கூடாது. இன்னொருவருக்குத் தெரிந்துவிட்டால் உடனே அந்த Password-ஐ மாற்றி விடுங்கள்.

4. எதையும் பாதுகாப்பற்ற வலைதளத்திலிருந்து பதிவிறக்கம் செய்யாதீர்கள். நீங்கள் பதிவிறக்கம் செய்யும் படத்துடன் அல்லது வீடியோவுடன் வைரசும் பதிவிறக்கம் செய்யப்படும். அந்த வைரஸ் உங்கள் கணினியை முழுவதும் செயலிழக்கச் செய்யும் அல்லது உங்களது கணினியைக் கைப்பற்றி அதில் உள்ள அனைத்துத் தகவல்களையும் இன்னொரு நபருக்கு அனுப்பிவிடும். நீங்கள் பதிவிறக்கம் செய்யும் ஒவ்வொரு Appம் ஆபத்தானது. அது உங்களது அனைத்துத் தகவல்களையும் தெரிந்து கொள்ளும். எனவே கவனத்துடன், தேவையான, பாதுகாப்பான Appsகளை மட்டுமே பயன்படுத்துங்கள்.

5. யாராவது தரமற்ற செய்தி அல்லது அநாகரீகமான படத்தை உங்களுக்கு அனுப்பினால் உடனே பெற்றோரிடம் அதைச் சொல்லிவிடுங்கள். அந்த 'Online' நண்பன் நேரில் பார்க்க வேண்டும் என்று அழைத்தால் போகாதீர்கள். அவன் உங்களைப் போன்ற ஒரு சிறுவனாக இருக்க மாட்டான். மோசமான குற்றவாளியாக இருப்பான். கண்டிப்பாக அவனைப் போய்ப் பார்க்கத்தான் வேண்டும் என்றால் பெற்றோரையும் உடன் அழைத்துச் செல்லுங்கள்.

குறிப்பு :

- ஒரு கணினி விஷயத்தில் கடைபிடிக்கும் அனைத்துப் பாதுகாப்பு நடவடிக்கைகளையும் கைப்பேசி சம்பந்தப்பட்ட விஷயங்களிலும் கடைபிடியுங்கள். கைப்பேசியில் GPS இருப்பதால் அது நீங்கள் இருக்கும் இடத்தைக் காட்டிக் கொடுத்துவிடும். குற்றவாளிகள் உங்கள் இருப்பிடத்தை எளிதில் கண்டுபிடித்து விடுவார்கள்.

- சிறிது நேரம் இணையதளத்தில் செலவழித்த பிறகு அதைவிட்டு வெளியேறுங்கள். கணினிக்கு வெளியே அற்புதமான உலகம் ஒன்று இருக்கிறது. அதுதான் உண்மையான உலகம். அந்த உலகத்தில் வாழுங்கள்.

ஆசிரியர்

மருத்துவம் படிக்கப் பெண்கள் முன்வராத காலத்தில் இவர் மருத்துவக் கல்லூரியில் படித்து மருத்துவப் பட்டம் பெற்றார். பின்னர் குழந்தை நல மருத்துவரானார். குழந்தைகளுக்குக் கற்பித்த அனுபவத்தின் அடிப்படையில் அவர்களுக்குக் கல்வி கற்கும் ஒரு புது முறையை அறிமுகம் செய்தார். அதாவது குழந்தைப் பருவம் முதல் வாலிபப் பருவம் வரை குழந்தைகளின் நடத்தையைக் கண்காணித்து, அறிவியல் முறையில் அதை ஆய்வு செய்து இவர் உருவாக்கிய கல்வி அணுகு முறைதான் இந்த "மாண்டசோரி" கல்வி முறை. மாண்டசோரி கல்வி முறை இன்று நம் நாட்டுப் பள்ளிக்கூடங்களிலும் அறிமுகப்படுத்தப்பட்டிருக்கிறது. குழந்தைகள் விளையாடிக் கொண்டே கல்வி கற்க உதவுகிறது இந்த வழிமுறை.

'நான் பெண் டாக்டர் அல்ல, டாக்டர் பெண்' என்பது அவரது புகழ்பெற்ற வாசகம். ஆண்களுக்கு இணையானவர்கள் பெண்கள் என்பதை சமுதாயம் ஒத்துக்கொள்ள வேண்டும் என்பதற்காகவே அவ்வாறு அவர் குறிப்பிட்டார்.

மரியா மாண்டசோரி (1870-1952)

"உணவூட்டுவது, உதவி செய்வது, கண்காணிப்பது, ஊக்குவிப்பது, வழிகாட்டுவது, தூண்டுவது ஆசிரியரின் வேலைகள். குறுக்கிடுவது, உபதேசம் செய்வது, கட்டுப்படுத்துவது இவையெல்லாம் ஆசிரியரின் வேலைகள் அல்ல."

11. ஆசிரியர் பொறுப்பு

எல்லா உறவுகளிலும் எதிர்பார்ப்புகள் உண்டு. ஒரு பிள்ளையைப் பள்ளியில் சேர்த்துவிட்ட பிறகு பெற்றோர்கள் அங்குள்ள ஆசிரியரிடமிருந்து பல விஷயங்களை எதிர்பார்க்கிறார்கள். அதற்காகத்தானே பள்ளிக்குக் கட்டணம் செலுத்துகிறார்கள். வகுப்பில் அமர்ந்திருக்கும் ஐம்பது பிள்ளைகளின் பெற்றோர்களும் தன்னிடம் எதையெதை எதிர்பார்க்கிறார்கள் என்பது ஆசிரியருக்குத் தெரிந்திருக்க வேண்டும்.

எதிர்பார்ப்பு

அன்று அமெரிக்க ஜனாதிபதியாக இருந்த ஆபிரகாம் லிங்கன், தமது மகன் படித்த பள்ளியின் தலைமை ஆசிரியருக்கு எழுதிய கடிதத்தில் இன்றைய ஆசிரியர்கள் அனைவருக்கும் தேவையான

செய்தி ஒன்று உள்ளது. ஆபிரகாம் லிங்கன் எழுதிய அந்தக் கடிதத்தை நீங்களும் படியுங்கள்

"எல்லா மனிதர்களும் நேர்மையானவர்கள் அல்லர். எல்லா மனிதர்களும் உண்மையானவர்களும் அல்லர் என்பதையும் நான் அறிவேன். ஆயினும், ஒவ்வொரு கெட்டவனுக்கும் ஈடாக ஓர் நல்லவன் இருக்கிறான். ஒவ்வொரு சுயநலமிக்க அரசியல்வாதிக்கும் ஈடாக ஓர் அர்ப்பணிப்புத் தன்மை கொண்ட தலைவன் இருக்கிறான் என்பதை அவனுக்குக் கற்பியுங்கள். ஒவ்வொரு எதிரிக்கும் ஈடாக ஒரு நண்பன் இருக்கிறான் என்பதையும் அவனுக்குக் கற்பியுங்கள். உழைத்து ஈட்டிய ஒரு டாலர், இலவசமாக கிடைத்த ஐந்து டாலர்களை விட மிகவும் மதிப்பு வாய்ந்தது என்பதை அவனுக்குக் கற்பியுங்கள்.

இதனை அவனுக்குப் புரியும் வகையில் கற்பிக்க அதிக காலம் பிடிக்கும் என்பதை நான் அறிவேன். தோல்வி அடையக் கற்பியுங்கள். வெற்றிபெறின், அதற்காக சந்தோஷம் அடையவும் கற்பியுங்கள். பொறாமை கொள்ளாமல் இருக்கவும், அமைதியான சிரிப்பினுள்ளே மறைந்துள்ள அதன் ரகசியத்தையும் கற்பியுங்கள். புத்தகங்களின் உதவியுடன் இந்த உலகைப் பற்றி அவனுக்குத் திறந்து காட்டும் நீங்கள், வானத்தில் வட்டமிடும் பறவைகள், தேனீக்கள், பசுமையான மலைப் பகுதிகளில் காணப்படும் மலர்கள் ஆகியவற்றின் ரம்மியத்தைப் பற்றியும் அவனுக்குக் கற்பியுங்கள்.

ஏமாற்றுவதை விட, வீழ்ச்சி அடைவது மிகவும் பெருந்தன்மை யானது என்பதை அவனுக்குக் கற்பியுங்கள். பிறர் ஒன்றைச் சரியானது என்று சொன்னால் கூட தனது அறிவால் அவர்கள் சொன்னது சரியானதுதானா என்று ஆராய்ந்து பார்க்கச் சொல்லுங்கள். சுய எண்ணங்களின் மீது நம்பிக்கை கொள்ளக் கற்பியுங்கள். நல்லவர்களிடம் இதமாகவும், முரடர்களிடம் முரட்டுத் தன்மையுடனும் நடந்துகொள்ளக் கற்பியுங்கள். எல்லோரும் ஆட்டு மந்தைகளாய்ச் செல்லும்போது அவனும் அதில் சேராமல் தனித்து இருக்க அவனுக்கு அதற்கான பலத்தைத் தாருங்கள்.

மற்றவர்கள் சொல்வதைக் கவனமாகக் கேட்க அவனுக்குக் கற்பியுங்கள். ஆனால் அவர்கள் பேச்சில் உள்ள நல்லவற்றை மட்டுமே எடுத்துக் கொள்ளவும் கற்பியுங்கள்."

- ஆப்ரகாம் லிங்கன்

இவ்வளவு சொன்ன அவர் மதிப்பெண்கள் பற்றி எதுவும் சொல்லவில்லை.

▲ ஆப்ரகாம் லிங்கன்

ஆக, கல்வி என்பது மதிப்பெண்கள் பெறுவது மட்டும் அல்ல. அது வாழ்க்கையைச் சரியாக நடத்திச் செல்லும் பலவித வித்தைகளை உள்ளடக்கியது என்று ஆப்ரகாம் லிங்கனும் சொல்லியிருக்கிறார்.

தங்கள் பிள்ளை போல

தனது பிள்ளையை ஆசிரியர்கள் அவர்களது சொந்தப் பிள்ளையைப் போலப் பார்த்துக் கொள்வார்கள் என்று ஒவ்வொரு பெற்றோரும் நினைக்கிறார்கள். எனவேதான்

பிள்ளைக்கு ஏதாவது தீங்கு விளைந்தது என்றால் "உங்கள் பிள்ளை என்றால் இப்படிச் செய்வீர்களா?" என்று கேட்டு விடுகிறார்கள். பிள்ளைகளை நேசிப்பவர்கள் மட்டுமே ஆசிரியர்களாகத் துணிய வேண்டும் என்பது எனது கருத்து. பிள்ளைகள் செய்யும் சின்னச் சின்னக் குறும்புகளை ரசிப்பவர்களாகவும், அவர்களின் ஒவ்வொரு தவறையும் மன்னிப்பவர்களாகவும் ஆசிரியர்கள் இருந்துவிட்டால் குழந்தைகளின் ஒவ்வொரு அசைவும் ஒரு ஆச்சர்யத்தை அவர்களுக்குத் தரும்.

சிறு பிள்ளைகள் எப்போதும் எதையாவது செய்து கொண்டிருப்பார்கள். நம்மூர் பிள்ளைகள் ஓயாமல் பேசிக் கொண்டிருப்பார்கள். அதனைப் பெற்றோர்கள் தான் அவர்களுக்குக் கற்றுத் தந்திருப்பார்கள். அது ஒரு ஆசிரியருக்கு இடையூறாகத்தான் இருக்கும். ஆக, இதுபோலப் பல இடையூறுகள் இருந்தாலும் அதை எல்லாம் ஒரு முறைக்குப் பல முறை மன்னித்து விரும்பத்தக்க நடத்தை குழந்தைகளிடம வரும் வரை பொறுமையுடன் செயல்படும் மனமுடையவர்களாக ஆசிரியர்கள் இருக்க வேண்டும்.

சமத்துவம்

தனது பிள்ளைக்கு மரியாதை தரவேண்டும்; மற்ற பிள்ளைகளுக்கு இணையாகத் தனது பிள்ளையையும் நடத்த வேண்டும் என்று ஒவ்வொரு பெற்றோரும் ஆசைப்படுகிறார்கள். சமுதாயத்தில் ஏற்றத்தாழ்வுகள் உண்டு என்பது உண்மைதான் என்றாலும் அவன் குழந்தை என்பதால் அவனிடம் அத்தகைய பாகுபாடுகளைக் காட்டாதீர்கள். செல்வந்தர் வீட்டுப் பிள்ளைக்குக் காட்டும் அதே அக்கறையை என் பிள்ளைக்கும் தயவுசெய்து காட்டுங்கள் என்று ஏழைக் குழந்தைகளின் பெற்றோர்கள் மனதுக்குள் வேண்டிக் கொள்வார்கள். அவர்கள் ஒரு ஆசிரியரை இரு கைகளைக் குவித்து வணங்கும்போது அந்தக் கூப்பிய கைகளுக்குள் ஒளிந்திருப்பது என்னவென்பது ஒரு ஆசிரியருக்கு நன்றாகவே தெரியும்.

நியாயமான தண்டனை

தவறு செய்துவிட்ட மகனைக் கண்டிக்கக்கூடாது என்று எந்தப் பெற்றோரும் நினைப்பது இல்லை, சொல்லுவதும் இல்லை. கண்டியுங்கள், தண்டியுங்கள் அவனை நல்லவனாக மாற்றுங்கள் என்றுதான் பெற்றோர்கள் சொல்லுவார்கள். சிலர் அவனை அடித்துப் படிக்க வைப்பதற்கான அனுமதியையும் வழங்குகிறார்கள். ஆனால் குழந்தையை உடல் ரீதியாகத் துன்புறுத்தலாம் என்ற பொருளில் அவர்கள் அப்படிச் சொல்வதில்லை. அந்த வேண்டுதலில் ஒரு நிபந்தனை நிச்சயம்

இருக்கும். நியாயமான காரணத்திற்காக என் மகனைத் தண்டியுங்கள். குற்றத்திற்கேற்ற தண்டனையைத் தாருங்கள் என்பதுதான் அது. வாட்ஸ்அப் காலமான இன்று சிலர் ஆசிரியர்கள் பிள்ளைகளை நிர்தாட்சண்யமாக அடிப்பதை பகிர்ந்து வருகிறார்கள். சில வேளைகளில் குழந்தைகளை விடுதிக் காப்பாளர் தாக்குகின்ற வீடியோ காட்சிகளும் வாட்ஸ்அப்பில் வருகின்றன. அந்தக் காட்சிகள் மிகவும் கொடூரமானவையாக இருக்கின்றன. அவற்றை முழுமையாகப் பார்க்க முடிவதில்லை. அதைப் பார்க்கும்போதே மனம் பதறுகிறது. ஆத்திரம் வருகிறது. பொதுமக்கள் அந்தக் கொடிய மனிதர்களைப் பிடித்துப் போலீசிடம் ஒப்படைத்தும் வருகின்றனர். இன்றைய நாகரீக உலகில் இப்படிக் குழந்தைகளை அடித்து சித்திரவதை செய்பவர்கள் ஒருவேளை மனநிலை பாதிக்கப்பட்டவர்களா? அல்லது இவர்கள் இப்படி அடித்தால் தான் குழந்தைகளைத் திருத்த முடியும் என்று நினைக்கிறார்களா என்று புரியவில்லை. ஆனால் ஒன்று நன்றாகப் புலப்படுகிறது. குழந்தைகளை ஆசிரியர்கள் அடிப்பதை இன்றைய பெற்றோர்கள் விரும்பவில்லை.

மதிப்பிற்குரிய ஆசிரியர்களே, தயவு செய்து இதனைப் புரிந்து கொள்ளுங்கள். உடல் ரீதியான துன்புறுத்தல் வேண்டவே வேண்டாம். அதனால் யாருக்கும் எந்தப் பயனும் ஏற்படாது.

பாதுகாப்பு

குழந்தையின் பாதுகாப்பைத் தவிரப் பெரிய கவலை பெற்றோருக்கு எது இருக்க முடியும்? மற்ற மாணவர்கள் அடித்து விடுவார்களோ? அவமானப்படுத்துவார்களோ? கிண்டல், கேலி செய்வார்களோ? விளையாட்டில் அடிபட்டுவிடுமோ? நோய் வந்துவிடுமோ? என்ற அச்சத்தில் பெற்றோர்கள் இருப்பார்கள். அவர்கள் தங்கள் குழந்தையின் பாதுகாப்பிற்காக நம்பி இருப்பது ஆசிரியரைத்தான். ஆசிரியர் ஒரு குழந்தையின் பாதுகாவலனாக எப்போதும் இருப்பது அவசியம். விபரீதமான பல விபத்துகள் பள்ளிகளில் நடந்து வருகின்றன. ஒரு பள்ளி மாணவனை அதே பள்ளியைச் சேர்ந்த இன்னொரு மாணவன் கத்தியால் குத்திக்கொன்ற வழக்கை நான் விசாரித்திருக்கிறேன். ஆசிரியரின் கவனக்குறைவாலும் தலைமை ஆசிரியரின் அலட்சியத்தாலும் அந்தக் குழந்தை இறந்துவிட்டது. கதறி அழுத அந்தப் பிள்ளையின் தந்தையாருக்கும், தாயாருக்கும் ஆறுதல் சொல்ல என்னால் முடியவில்லை அந்த நேரத்தில்.

நமது எதிர்பார்ப்புகள் ஆசிரியருக்குத் தெரிந்திருக்கிறது என்பதை நினைத்துப் பெற்றோர் மகிழ்ச்சி அடைவார்கள். பிள்ளைகளை ஆசிரியர்கள் ஊக்குவிப்பதை அறிந்து பெற்றோர் பூரிப்படைவார்கள்,

பிள்ளைகள் ஆசிரியர்களால் பாராட்டப்படுவதை அறிந்து பெற்றோர் மகிழ்வார்கள். பிள்ளைகள் ஆர்வமாகக் கொடுத்த வேலைகளைச் செய்வதைப் பார்த்து பெற்றோருக்கு ஆசிரியர் மீது மரியாதை பிறக்கும். அதே வேளையில் பிள்ளையின் ஆர்வத்தைச் சிதைத்து, அவர்களது பள்ளிக்குச் செல்லும் விருப்பத்தை நசுக்கி, அவர்களது கேள்வி கேட்கும் தன்மையை விரும்பாத ஆசிரியரைப் பெற்றோர்கள் வெறுப்பார்கள். அன்பு, அரவணைப்பு, கருணை, மன்னிப்பு, ஊக்குவிப்பு, பாதுகாப்பு, நேர்மை, பாகுபாடின்மை, விட்டுக்கொடுத்தல் ஆகிய சிறந்த குணங்களை ஆசிரியரிடததிலிருந்து பெற்றோர்கள் நிச்சயம் எதிர்பார்க்கிறார்கள்.

ஆசிரியர்களுக்கான ஐந்து அறிவுரைகள்

1 சிறப்பாகத் தொடங்குங்கள்

பள்ளி தொடங்குகிற முதல் தினம் மிகவும் முக்கியமானது. 'அன்று நாம் கற்க வேண்டியது என்ன? இன்று நாம் என்ன நிலையில் இருக்கிறோம். இனி எந்த நிலையை அடைய வேண்டும்? என்னென்ன காரியங்கள் இங்கு நடக்கும், அதில் நாம் செய்ய வேண்டியது என்ன? எந்த விதத்தில் தேர்வு நடத்தலாம்? நமக்கு என்று சில கடமைகள் உண்டு. சில வேலைகளும் உண்டு. ஆகவே அனைவரும் ஒன்றாகச் சேர்ந்து இவற்றைச் செய்வோம்' என்று மாணவர்களுக்குப் புரியவைத்து அந்த ஆண்டின் முதல் நாளை நல்லதாகத் துவங்குங்கள்.

2 ஒரு வழிகாட்டியாக இருங்கள்

ஒவ்வொரு மாணவரின் எதிர்காலம் பற்றிய அக்கறை உங்களுக்கு உண்டு என்பதை அவர்களிடம் வெளிப்படையாகவே காட்டுங்கள். ஒரு நண்பனாக, வழிகாட்டியாக அவர்களின் சந்தேகங்களைத் தீர்த்து வையுங்கள். நேர்மையாக இருங்கள். பிள்ளைகளுக்காக நிறைய நேரம் ஒதுக்குங்கள். மாணவனுக்கு உங்கள் மீது நம்பிக்கை ஏற்பட்டுவிட்டால் அதற்குப் பிறகு நீங்கள் தான் அவனுக்கு வழிகாட்டி; இன்று மட்டுமல்ல, என்றென்றும் அவனுக்கு நீங்களே வழிகாட்டி.

3 நண்பர்கள் ஆகிவிடுங்கள்

ஒவ்வொரு மாணவனிடமும் நல்லதொரு நட்புறவை ஏற்படுத்திக்கொள்ளுங்கள். அவனுக்குப் படிப்பு அல்லாமல் வேறு எதுவெல்லாம் பிடிக்கும் என்று கேளுங்கள். அவனது குடும்ப சூழ்நிலை பற்றிக் கேட்டுத் தெரிந்து கொள்ளுங்கள். அப்போது அவன் தன்னுடைய பிரச்சனைகளைப் பற்றி உங்களிடம் பகிர்ந்து கொள்வான். அவனுக்குத் தெரிந்த ஒரே ஆசிரியர் அந்தப் பள்ளியைப்

பொருத்தவரையில் நீங்களாகத்தான் இருப்பீர்கள். ஒரு பிரச்சனைக்குரிய மாணவனாக அவன் இருப்பானாயின் அவனிடம் உங்களால் மட்டுமே பேச முடியும் என்ற ஒரு செல்வாக்கும் உங்களுக்குக் கிடைக்கும்.

4. எதையும் தாங்கிக் கொள்ளுங்கள்

குழந்தைகள் சில வேளைகளில் நமது மனம் புண்படும்படியாக நடந்துகொண்டு விடுவார்கள். அதனால் அவர்களை உங்கள் எதிரியாக எடுத்துக் கொள்ளாதீர்கள். அவர்களை மன்னியுங்கள். அவர்கள் குழந்தைகள். தற்காலிகமாக உங்களிடம் அவர்கள் எரிச்சலடைந்தாலும், சோர்வால் அசட்டையாக நடந்து கொண்டாலும், சில வேளைகளில் அவர்கள் தவறாகவே பேசினாலும் அதைப் பெரிதுபடுத்தாதீர்கள். இவை எல்லாமே நீங்களும் முன்னொரு நாளில் செய்த செயல்கள்தான் என்பதை மனதில் கொள்ளுங்கள்.

5. எதையும் எதிர்பாருங்கள்

குழந்தைகள் பல கலாச்சாரப் பின்னணிகளிலிருந்து வந்தவர்கள். அவர்கள் சில விரும்பத்தகாத செயல்களை- நாம் நினைத்துக் கூடப் பார்க்க முடியாதவற்றை செய்யும் வல்லமை படைத்தவர்கள். சில சமயங்களில் பெண் பிள்ளைகள் கூட அசாதாரணமான காரியங்களைச் செய்யத் துணிவார்கள் என்பதை மனதில் வைத்துக் கொள்ளுங்கள். அப்படி ஒரு செயலை அவர்கள் செய்தால் அதற்காக ஆச்சரியப்படாதீர்கள். அத்தகைய செயல்களிலிருந்து அந்தப் பிள்ளையை மீட்பது எப்படி என்பதுதான் உங்களது நோக்கமாக இருக்க வேண்டுமே தவிர, அந்தப் பிள்ளையை வெறுப்பதும், அவதூறு பேசுவதும், தண்டிப்பதும் உங்கள் நோக்கமாக இருக்கக்கூடாது.

ஆசிரியர்

1776 ஆம் ஆண்டு சுதந்தரப் பிரகடனம் அறிவித்த அமெரிக்க ஐக்கிய நாட்டின் ஐந்து தலைவர்களில் ஒருவர்; அமெரிக்காவின் முதல் குடிமகன். அமெரிக்க நாட்டு 100 டாலர் நோட்டில் இவரது புகைப்படம் இருக்கும். அந்த அளவுக்கு முக்கியத்துவம் வாய்ந்த ராஜதந்திரி. இவர் ஒரு சகலகலா வல்லவர், எழுத்தாளர், பதிப்பாளர், அரசியல்வாதி, சமூக சேவகர், போஸ்ட் மாஸ்டர் ஜெனரல், வெளிநாட்டுத் தூதுவர் மற்றும் இயற்பியல் விஞ்ஞானி. இவர் மின்சாரத்தில் நடத்திய ஆய்வுகள் பயனுள்ள பல தகவல்களைத் தந்தன. நாம் இன்று கண்பார்வைக்குப் பயன்படுத்தும் இருபால் லென்ஸ், பிராங்க்ளின் அடுப்பு, மருத்துவர்கள் பயன்படுத்தும் வடிகால் குழாய் போன்றவை இவரால் உருவாக்கப்பட்டவை. மின்னல் என்பது மின்சாரம்தான் என்று நிரூபித்தார். அதன் விளைவாக 'மின்னல் கம்பி'யை உருவாக்கினார். இதுதான் இன்றைய 'இடிதாங்கி'. மின்னல் தாக்காமல் கட்டிடங்களைப் பாதுகாக்க இடிதாங்கி உதவுகிறது. ஆனால் அவர் அதற்குக் காப்புரிமை பெறவில்லை. "இது அறிவியலுக்கு நான் அளிக்கும் பங்கு. அதில் வருமானம் எதிர்பார்ப்பது தேவையில்லாதது" என்றார் அவர்.

பெஞ்சமின் ஃபிராங்கிளின் (1706-1790)

"வாசிக்கும்படியாக ஏதாவது எழுதுங்கள். அல்லது எழுதும்படியாக ஏதாவது செய்யுங்கள்."

12. எழுத்தின் வல்லமை

பன்னிரண்டு இலட்சம் ஆண்டுகளுக்கு முன் தோன்றிய மனித இனம் முதலில் சைகை மூலம் செய்திகளைத் தங்களுக்குள் பகிர்ந்து கொண்டது. பின்னர் குரல் எழுப்பி மற்ற மனிதர்களுடன் தொடர்பு கொள்ள ஆரம்பித்தது. 50,000 ஆண்டுகளுக்கு முன்னர்தான் மனிதர்கள் பேச ஆரம்பித்தார்கள். எழுத்து வடிவத் தொடர்பை கி.மு. 500 ஆண்டுகளுக்கு முன்னர் சுமேரியர்களும், எகிப்து நாட்டவரும் தொடங்கியிருக்க வேண்டும் என்று தொல்பொருள் அறிஞர்கள் கூறுகிறார்கள். ஆனால், இந்த எழுத்து வடிவம்தான் தொலைத்தொடர்புப் புரட்சி ஏற்பட ஏதுவாக இருந்திருக்கிறது. எழுத்து வடிவமடைந்த மொழிகள்தான் மனித நாகரீகத்தை உயர்ந்த இடத்திற்கு எடுத்துச் சென்றன.

முனைவர். செ. சைலேந்திரபாபு

தமிழ்மொழி

கிரேக்கம், சீனம் (மாண்டரின்), லத்தீனம், சமஸ்கிருதம் போன்ற மொழிகளை முதன்மை மொழிகள் என்கிறார்கள். இன்று உலகில் எழுத்து வடிவில் இருக்கும் 6,500 மொழிகளும் இவைகளிலிருந்து வந்தவை தான் என்று கருதப்பட்டது. ஆனால், இங்கிலாந்திலிருந்து ஜனவரி 8-ம் நாள், 1838 அன்று இந்தியா வந்த பிஷப் ராபர்ட் கால்டுவெல் என்ற தமிழ் ஆராய்ச்சியாளர், தமிழ் மொழி ஒரு தொன்மையான மொழி என்றும், தென்னிந்திய மொழிகள் அனைத்தும் அதிலிருந்து தான் பிறந்தன என்றும் கண்டுபிடித்துக் கூறினார். இக்கருத்துக்கு ஆதாரங்கள் பல இருப்பதால் இது உண்மை என்று ஏற்றுக் கொள்ளப்பட்டது. எனவே தான் தமிழ் மொழி செம்மொழி என்று அறிவிக்கப்பட்டது.

▲ பிஷப் ராபர்ட் கால்டுவெல்

தமிழ் மொழியிலுள்ள இலக்கணம் மற்றும் இலக்கியங்களின் சிறப்பு உலகிலுள்ள வேறு எந்த மொழியிலும் இல்லை என்று பல அறிஞர்கள் கூறுகின்றார்கள். பல மொழிகளைக் கற்றறிந்த சுப்பிரமணிய பாரதி கூட "யாமறிந்த மொழிகளிலே தமிழ்மொழி போல் இனிதாவது எங்கும் காணோம்" என்று தமிழ்மொழி பற்றிக் கூறுகிறார். இது நமக்குப் பெருமையல்லவா? தமிழ் மொழி பேசிய நமது முன்னோர்கள் அம்மொழிக்குரிய எழுத்து வடிவத்தைக் கண்டறிந்த முதல் பெருங்குடிப் பெருமக்கள் ஆவார்கள்.

வார்த்தைகளின் ஆற்றல்

"வெள்ளையனே வெளியேறு" என்றார் காந்தி. இரண்டே இரண்டு வார்த்தைகள் தான். ஆனால் எவ்வளவு சக்தி வாய்ந்த போர்க்குரல் அது. "செய் அல்லது செய்துமடி" என்ற அவரது ஆணை ஆற்றல் மிக்கது. அதன் மூலம் பூரண சுதந்திரம்

▲ மார்டின் லூதர் கிங் ஜுனியர்

வேண்டும் என்ற கோரிக்கை வலுப்பெற்றது. இந்திய வரலாறே மாறியது.

1963 ஆம் ஆண்டு "வேலைக்கும் சுதந்திரத்திற்கும் வாஷிங்டனில் ஒரு பேரணி" என்ற முழக்கத்துடன் மிகப்பெரிய பேரணிக்கு ஏற்பாடு செய்து, சுமார் 5 லட்சம் கறுப்பின மக்கள் கூடியிருந்த வாஷிங்டன் தலைநகரில் "எனக்கொரு கனவு உண்டு" என்ற புகழ்பெற்ற சொற்பொழிவினை ஆற்றினார் மார்டின் லூதர் கிங் ஜுனியர். அதில் கறுப்பினப் பிள்ளைகளும் வெள்ளை இனப் பிள்ளைகளும் ஒரே மேசையில் அமர்ந்து உணவருந்த வேண்டும். அதை நான் பார்க்க வேண்டும் என்றார். இந்த சக்திமிக்க வார்த்தைகள் அமெரிக்கக் கறுப்பின மக்களின் சுதந்திரத்திற்கு வழிவகுத்தது. கார்ல் மார்க்ஸ், தாமஸ் மால்தூஸ் போன்றவர்கள் எழுதிய நூல்கள் உலகமக்கள் பொருளாதாரம் பற்றிய விழிப்புணர்வைப் பெறப் பெரிதும் உதவின.

அறிஞர்களின் எழுத்து

நிக்கோலஸ் கோபர் நிக்கஸ், என்பவர் எழுதிய "தி ரெவல்யூஷன் ஆஃப் செவன்லி ஆஃப்ஜக்ட்ஸ்" என்ற

▲ கார்ல் மார்க்ஸ்

▲ கார்ல் லின்னேயஸ்

▲ தாமஸ் மால்தூஸ்

▲ மகாகவி பாரதியார்

▲ ஷாம் ஹாரிஸ்

▲பெர்ட்னான்ட் ரசல்
▲இங்கர்சால்
▲தந்தை பெரியார்
▲பெர்னாட்ஷா
▲டாக்டர் கோவூர்
▲லாரன்ஸ் கிரேஸ்

ஆராய்ச்சி நூலின் அடிப்படையில் தான் பூமி உருண்டை என்பதும், அது தன்னைத்தானே சுற்றுகிறது என்பதும், அது சூரியனைச் சுற்றி வருகிறது என்பதும் உறுதியானது. கார்ல் லின்னேயஸ் என்பவர் எழுதிய "ஸ்பீசிஸ் பிளாண்டாரம்" என்ற நூலில்தான் தாவரங்களுக்கும், விலங்குகளுக்கும் இரட்டைப்பெயர் இடப்பட்டது. இன்று உலகிலுள்ள இருபது லட்சம் விலங்குகளையும், தாவரங்களையும் அடையாளம் காணவும் அவற்றின் குணங்களைத் தெரிந்து கொள்ளவும் இது உதவுகிறது. இதுபோன்ற நூல்கள் விஞ்ஞான உலகில் மறுமலர்ச்சியை ஏற்படுத்தியுள்ளன. அறிவியல் ஆய்வுக் குறிப்புகளும், கண்டுபிடிப்புகளும் நூல்களின் மூலமாகத்தான் பத்திரமாகப் பாதுகாக்கப்படுகின்றன.

இங்கர்சால், பெர்ட்னாண்ட் ரசல், பெர்னாட் ஷா, தந்தை பெரியார், டாக்டர். கோவூர் போன்ற அறிஞர்கள் கடவுள் இல்லை எனவும், மதங்கள் பல நூறு ஆண்டுகளுக்கு முன் வாழ்ந்த கற்கால மக்களால் ஏற்படுத்தப்பட்டவை என்றும், அவற்றில் உண்மை இல்லை என்றும், எந்த ஒரு மனிதனிடத்திலும் கடவுள் சக்தி இருந்ததில்லை என்றும் எழுதினார்கள். ரிச்சர்டு டாக்கின்ஸ், ஷாம் ஹாரிஸ், லாரன்ஸ் கிரேஸ் போன்ற உலகப்புகழ் வாய்ந்த இன்றைய விஞ்ஞானிகளும் கடவுள் இல்லை என்ற கருத்தினை அறிவியல் உதவியுடன் நிரூபித்ததோடு, தங்கள் ஆய்வு முடிவுகளை நூல்களாகவும் வெளியிட்டுள்ளனர். இவர்களின் எழுத்துகளால் பெண்களுக்கு சம உரிமையும், எளியவர்களுக்கு சுய மரியாதையும் குழந்தைகளுக்கு உரிய பாதுகாப்பும் கிடைத்தன. அதோடு மத சம்பந்தப்பட்ட 'சதி', கொத்தடிமை முறை, பெண் சிசுக்கொலை போன்ற அருவருக்கத்தக்க பல மூடப் பழக்கங்கள் தடை செய்யப்பட்டன. நாம் விரும்பிக் கேட்கும் பாடல்களில் பலவற்றை முகம் தெரியாத யார் யாரோ எழுதியிருக்கிறார்கள். கற்பனை வளமும் இசை ஞானமும் உள்ளவர்களில் பலர் இனிய பாடல்கள் பலவற்றை எழுதினார்கள். தமிழ் மொழியைப் பொறுத்தவரை மகாகவி பாரதியார், பாவேந்தர் பாரதிதாசன், பட்டுக்கோட்டை கல்யாண சுந்தரம், கண்ணதாசன், வாலி, வைரமுத்து போன்றோர் பல சிறந்த கருத்துகளைக் கவிதையாகவும், பாடல்களாகவும் எழுதினார்கள். அந்தப் பாடல்கள் இசை வடிவில் நம் மனதைக் குளிர வைத்துக் கொண்டிருக்கின்றன. அன்றும் இன்றும். என்றும் அவை நம் மனதுக்கு இதம் தருபவை.

இவை அனைத்தும் எழுத்தினால் விளைந்தவை. இதை நான் உங்களுக்கு எடுத்துச் சொல்வதும் எழுத்துகளின் உதவியால்தான். அதாவது நான் எழுதிய சொற்களை வைத்துதான் நீங்கள் எனது

▲பட்டுக்கோட்டை கல்யாணசுந்தரம்

▲பாரதிதாசன்

▲கண்ணதாசன்

▲வைரமுத்து

▲வாலி

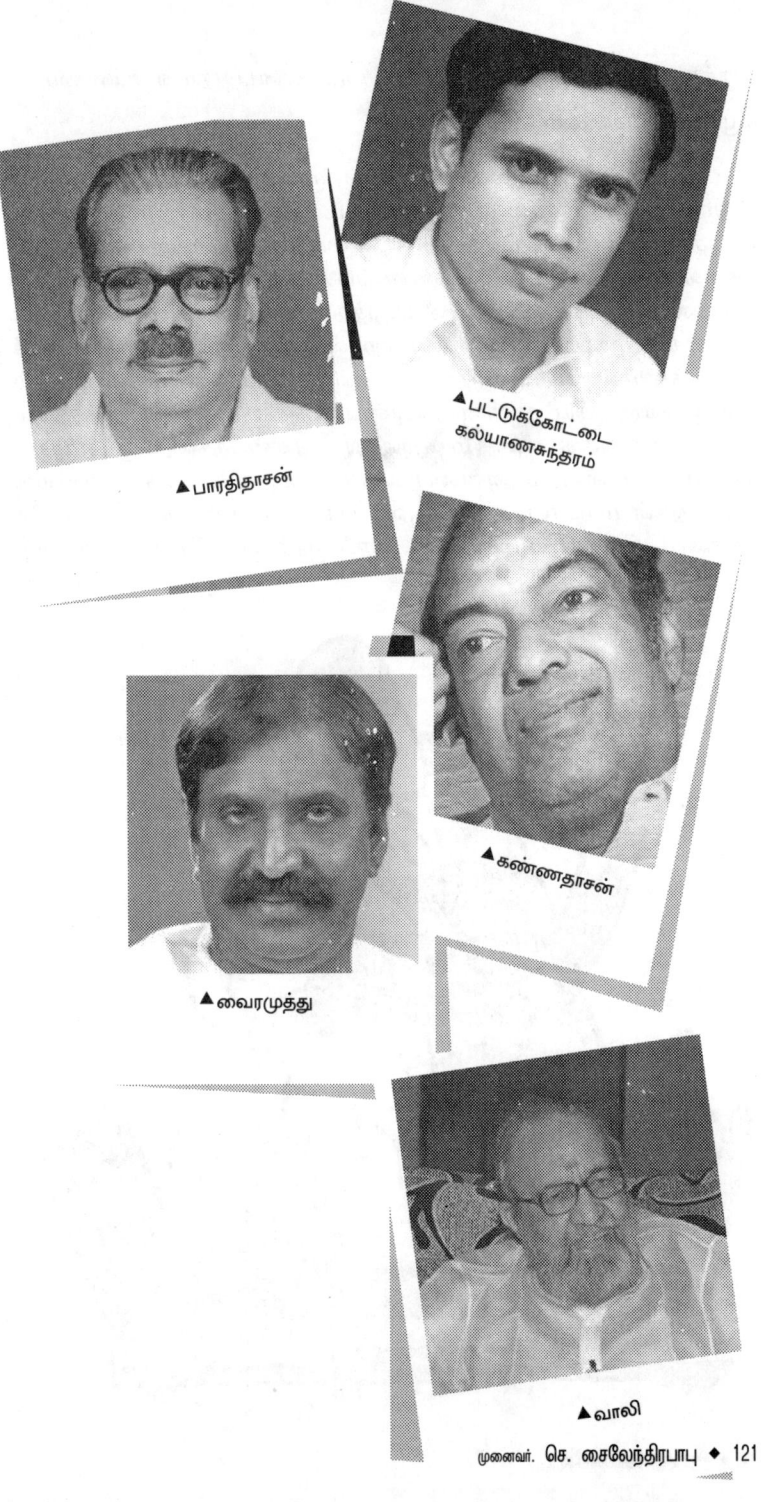

கருத்துகளைப் புரிந்து கொள்கிறீர்கள் என்பதுதான் உண்மை.

எழுத்தின் மேன்மை

எழுத்தால் இவ்வுலகை வெல்ல முடியுமா என்று எனக்குத் தெரியாது. ஆனால் எழுத்துகள் உலகத்தை மாற்ற வல்லவை. எழுத்துகள் நிச்சயம் உங்கள் உலகத்தை மாற்ற வல்லவை. நீங்கள் எழுதும் வேலை விண்ணப்பக் கடிதம் நீங்கள் விரும்புகிற வேலையை உங்களுக்குப் பெற்றுத்தர உதவும். அந்தக் கடிதம் சரியாக எழுதப்படவில்லை என்றால் அந்த வேலை உங்களுக்குக் கிடைக்காமல் போய்விடும். நீங்கள் சிறப்பாக எழுதிய கடிதம், நீங்கள் விரும்பிய நபரின் அன்பை உங்களுக்குப் பெற்றுத்தரும். தந்தை மகனுக்கு எழுதும் கடிதமும், மகன் தந்தைக்கு எழுதும் கடிதமும் பரஸ்பரம் அன்பை வளர்க்க உதவும். ஆசிரியர்களின் எழுத்துகள் மாணவர்களை அவர் பக்கம் ஈர்க்க உதவும். எனவே நீங்களும் நிறைய எழுதுங்கள். ஏதேனும் ஒரு பொருள் குறித்து

எழுதுங்கள். சிந்தித்தால் சரியான வார்த்தைகள் தானாகவே மனதில் உதிக்கும். வார்த்தைகள் தான் நீங்கள் சிந்திப்பதற்கு உதவுகின்றன. நீங்கள் எழுத்தாளர் ஆக வேண்டுமென்றால் நீங்கள் நிறைய வாசிக்க வேண்டும். அதுபோல நிறைய எழுதவும் வேண்டும்.

கற்றறிந்த விஞ்ஞானிகள் விஞ்ஞானத்தைப் பற்றியும், தொழில் நுட்பத்தைப் பற்றியும் நிறைய எழுத வேண்டும். ஆசிரியப் பெருமக்கள் அவர்களது அனுபவங்களை எழுத முன்வர வேண்டும். எழுதுபவர்கள் அனைவரும் பொதுமக்கள் புரிந்துகொள்ளும் வகையில் எளிமையாக எழுத வேண்டும். இளைஞர்களும், பெற்றோர்களும் அவற்றை வாசித்து அதன் பொருளை உணர வேண்டும். விஞ்ஞானத் தத்துவங்களின் அடிப்படையில் மக்கள் தங்கள் வாழ்க்கையை மாற்றி அமைத்துக் கொண்டால் இந்த சமுதாயம் முன்னேறும். சிறந்த எழுத்துகள் சக்தி வாய்ந்தவை. அது வாசகர்களின் வாழ்க்கையையே மாற்றிவிடக்கூடிய ஆற்றல் படைத்தவை.

ஐந்து ஆலோசனைகள்

சிறந்த எழுத்தாளராக மலர விரும்புகிற உங்களுக்கான ஆலோசனைகள் இவை:

1 யாருக்காக எழுதுகிறீர்கள்

உங்களது எழுத்துகளைப் படித்துப் பயனடையப் போகிறவர்கள் யார் என்பதை முதலில் தீர்மானியுங்கள்.

முனைவர். செ. சைலேந்திரபாபு

அவர்கள் தான் உங்கள் வாசகர்கள். முதலில் உங்களது வாசகர்கள் யாரென்பதைத் தெரிந்து கொள்ளுங்கள். அவர்களது குடும்ப, சமூகப் பின்னணி, கல்வி, அவர்களது விருப்பு வெறுப்பு ஆகியவற்றை அறிந்து கொள்ளுங்கள். அதற்குப்பின் எப்படி எழுதினால் உங்களது கருத்தை அவர்கள் விரும்பிப் படிப்பார்கள் மற்றும் ஏற்றுக்கொள்வார்கள் என்று சிந்தியுங்கள். அதற்கேற்றாற்போல் எழுதுங்கள். அவர்களுக்குக் கதை வடிவில் படிப்பது சுலபமாக இருக்கும் என்றால் அதை ஒரு கதையாக எழுத வேண்டும். அவர்கள் கவிதைப் பிரியர்கள் என்றால் கவிதை வடிவில் அதைச் சொல்ல வேண்டும். நீங்கள் எழுதும்போது பயன்படுத்தும் வார்த்தைகளும், உங்களது வாக்கிய அமைப்பும் வாசகர்களுடன் நீங்கள் மிகவும் சுலபமாகத் தொடர்பு கொள்ளக்கூடிய வகையில் இருக்க வேண்டும்.

2. என்ன எழுதப்போகிறீர்கள்

உங்கள் மனதில் ஒரு தகவல் இருக்கிறது. அதைப் பிறரிடம் சொல்லியாக வேண்டும். அதுவும் கண்டிப்பாகச் சொல்லியே ஆக வேண்டும் என்றால் மட்டும் எழுதுங்கள். வாசகர்களுக்குப் பயன்தரக்கூடிய ஒன்றைச் சொல்லித்தான் தீர வேண்டும் என்றால் மட்டுமே எழுதுங்கள். அதற்கு

வாசகர்களுக்குத் தெரியாத பல செய்திகள் உங்களுக்குத் தெரிந்திருக்க வேண்டும். அவர்கள் படிக்காத நூல்கள் பலவற்றை நீங்கள் படித்திருக்க வேண்டும். அவர்கள் சிந்திக்காததையெல்லாம் நீங்கள் சிந்தித்திருக்க வேண்டும். அவர்கள் செய்யாததையெல்லாம் நீங்கள் செய்து முடித்திருக்க வேண்டும். இப்படி வேறு யாரும் சொல்லாத ஏதாவது ஒன்றை நீங்கள் சொல்லி இருந்தால், உங்களது எழுத்துகளுக்கு அதிக வரவேற்பு கிடைக்கும். இதற்கு நீங்கள் அதிக நூல்களைப் படிக்க வேண்டும். எழுத்தாளர், ஆசிரியர்கள், ஆராய்ச்சியாளர்கள், இதிகாச நாயகர்கள் என்று பலருடைய கருத்துகள் என்னவென்று உங்களுக்கு நிச்சயம் தெரிந்திருக்க வேண்டும். எழுதப்போகும் முன் நீங்கள் எழுதி இருக்கும் தகவலின் மையக் கருத்துகளை ஒரு நோட்டுப் புத்தகத்தில் எழுதி வைத்துக் கொள்ளுங்கள்.

3. எப்படி எழுதப் போகிறீர்கள்

பல நூல் ஆசிரியர்களின் எழுத்துப் பாணி உங்களுக்குத் தெரியும். அதில் ஒருவரை உங்களது கதாநாயகன் என்றும், இன்னொருவரை ஆசான் என்றும் நினைத்துக் கொண்டிருப்பீர்கள். அவரைப்போலவே அவருடைய நடையில் எழுதலாமா என்று யோசிப்பீர்கள். இதில் உங்களுக்கான எனது ஆலோசனை இதுதான் : எந்த எழுத்தாளர் போலவும் எழுதாதீர்கள். உங்களது பாணியிலேயே எழுதுங்கள். பலரது பாணியையும் கலந்து ஒரு புதிய பாணியை உருவாக்கினாலும் தவறில்லை.

4. எழுத்தில் உண்மை வேண்டும்

நீங்கள் எழுதுவதில் உண்மை இருக்க வேண்டும். போலித்தனமான கருத்துகளை நீங்கள் கூறினாலும் வாசகர்கள் அதை உண்மையென்று நம்பிவிடுவார்கள். ஆனால் உங்களுக்கு மனசுக்குள் உறுத்தும். மத சார்புள்ள நாடுகளிலும், சர்வாதிகார ஆட்சி நடைபெறும் நாடுகளிலும் அரசியல் சர்வாதிகாரம் உள்ள நாடுகளிலும் ஆட்சியாளர்கள் என்ன பொய் சொன்னாலும் அச்சம் காரணமாக அங்குள்ள பாமரர்கள் அதை ஒத்துக்கொள்வார்கள். ஆனால், உண்மையை நேசிக்கும் ஜனநாயகம் நடைமுறையிலுள்ள நாட்டில் உள்ள வாசகர்கள் சிந்திக்கும் சுதந்திரம் உள்ளவர்களாக இருப்பதால் ஒருவர் சொல்லுவது உண்மைதானா? அதற்கு ஆதாரம் இருக்கிறதா என்றெல்லாம் சிந்திப்பார்கள்.

உண்மைக்கு மாறாக எழுதும் போலி எழுத்தாளர்களின் நூல்கள் பயனற்றவை. அவை காலப்போக்கில் அழிந்து போகும்.

5. தெளிவாகவும் சுருக்கமாகவும் எழுதுங்கள்

உங்கள் எழுத்துகள் தெளிவானவையாக இருத்தல் வேண்டும். அதில் சந்தேகம் வரக்கூடாது. அதைப் புரிந்துகொள்ளச் சிரமமாக இருக்கக்கூடாது. சுருக்கமாக எழுதுவது கடினம். அப்படி எழுதுவதற்கு அதிக நேரம் செலவழிக்க வேண்டி இருக்கும். எழுதப்படுவதிலுள்ள ஒரு வாக்கியம், ஒரு கருத்தைச் சொல்வதாக இருத்தல் வேண்டும். முன்னதாகச் சொன்ன அதே கருத்து மீண்டும் வருகிறது என்றால் அதை நீக்கிவிட வேண்டும். மென்மேலும் படிக்கத் தூண்டுகிற விதமாக வாக்கியங்கள் அமைக்கப்பட வேண்டும். இல்லை என்றால் வாசகர்கள் படிப்பதை நிறுத்திவிடுவார்கள். என்ன சொல்லப் போகிறீர்களோ அதை முதலில் சொல்லுங்கள். பின்னர் என்ன சொன்னீர்கள் என்பதைத் திரும்பச் சொல்லுங்கள். 'சுருங்கச் சொல்லி விளங்கச் செய்தல்' என்பதுதான் நமது கோட்பாடு. குறித்த காலத்திற்குள் எழுதி முடிக்க வேண்டும். பலர் எழுத ஆரம்பித்து அதை முடிக்காமலே இறந்து போயிருக்கிறார்கள். எழுதி முடித்ததை

உடனே வெளியிடுங்கள். மக்கள் மன்றத்தை உங்களது எழுத்துகள் சென்றடையும்போது அது ஏற்படுத்தும் தாக்கம் உங்களுக்குக் கூச்ச உணர்வைத் தரலாம். ஏன் என்றால் சிலர் உங்கள் எழுத்தைப் பாராட்டுவார்கள், பலர் அதைக் குறை சொல்லுவார்கள், ஓரிருவர் இது குறித்து ஏளனம் செய்வார்கள். ஓரிருவர் அதற்காகக் கோபப்படுவார்கள். இவை அனைத்துமே வரவேற்கப்பட வேண்டியவையே. காலப்போக்கில் இதிலிருந்தெல்லாம் நல்ல பல பாடங்களைக் கற்றுக் கொள்வீர்கள்.

தொடர்ந்து எழுதுங்கள், காலப்போக்கில் அது நமது சுவாசம் போன்ற இயல்பானதாக மாறி இருக்கும். ஒவ்வொரு ஆசிரியரும் ஒரு நாளைக்கு ஒரு பக்கமாவது எழுதவேண்டும் என்பது எனது வேண்டுகோள்.

வாழ்க்கை

ஆங்கில தத்துவமேதை, கணித வல்லுநர், வரலாற்று ஆசிரியர், எழுத்தாளர் மற்றும் பகுத்தறிவு சிந்தனையாளர். இங்கிலாந்து பிரபு குடும்பத்தில் பிறந்த இவர் பரந்த கொள்கையுடைய சிந்தனையாளராக உருவானார். சில அறிஞர்களுடன் இணைந்து பகுத்தறிவுக் கொள்கைகளை நிறுவினார். அந்தக் கொள்கைகளை விளக்கப் பல சொற்பொழிவுகளை ஆற்றினார். பல கட்டுரைகளையும், நூல்களையும் எழுதினார். இவரை 20 ஆம் நூற்றாண்டின் சிறந்த தர்க்காசிரியர் என்று அழைக்கின்றனர். இவரது சிந்தனைகளும், எழுத்துகளும் பிற்காலத்தில் கணிதம், கணினி, தொகுப்பு கோட்பாடு, மொழி, தர்க்க அறிவாற்றல், விஞ்ஞானம் ஆகியவற்றில் பயன்படுத்தப்பட்டன. இவர் ஓர் அறிவியல் அறிஞரும் கூட. வல்லரசு நாடுகள் மற்ற நாடுகளை அடிமைப்படுத்தியது தவறு என்று இவர் கூறினார். போர்களுக்கு எதிரான பொதுமக்கள் கருத்தைத் திரட்டிய போர் எதிர்ப்பு ஆர்வலராகவும் திகழ்ந்தார். பல அறிவியல் அறிஞர்களுக்கும் பகுத்தறிவு சிந்தனையாளர்களுக்கும் இவர் முன்மாதிரியாக விளங்கினார். மதத்திற்கு எதிரான இவரது தர்க்க வாதங்கள் இன்றும் உறுதி வாய்ந்தவையாக உள்ளன. 1950 ஆண்டின் இலக்கியத்திற்கான நோபல் பரிசு இவருக்கு வழங்கப்பட்டது.

"அன்பால் ஏற்படுத்தப்பட்டு வழிகாட்டப்படும் வாழ்க்கையே சிறந்த வாழ்க்கை."

பெர்ட்ரண்ட் ரஸ்ஸல் (1872-1970)

13. சிறந்த வாழ்க்கை

சில உயிரினங்கள் குறுகிய காலமே உயிர் வாழும். சில உயிரினங்கள் பல ஆண்டுகள் உயிர் வாழும். பிறந்தவர் எவரும் ஒரு நாள் மறைந்தேயாக வேண்டும் என்பது இயற்கையின் விதி. பிறப்பதும், வாழ்வதும், மறைவதும் உயிரினங்களுக்கு ஏற்படும் இயற்கையான ஒரு நிகழ்வு. உலகம் தோன்றியபோது இருந்தவற்றில் 99 சதவீதம் உயிரின வகைகள் அழிந்து மொத்தமாக பூமிக்குள் மறைந்துவிட்டன. இன்னும் உலகில் நிலைத்து இருப்பவை ஒரு சதவீத உயிரின வகைதான். அந்த ஒரு சதவீதம் உயிரினங்களின் எண்ணிக்கையே செடி, கொடி, புழு, பூச்சி என்று 15 லட்சம் உள்ளது. மனித இனம் அதில் ஒன்று. சிங்கங்கள் இந்தியாவில் அழியும் நிலையில் உள்ளன. புலியும்தான். இப்படியே இயற்கை வளங்களை

முனைவர். செ. சைலேந்திரபாபு

அழித்துக்கொண்டு வந்தோமென்றால், ஒரு கட்டத்தில் மனித இனமே அழிந்துவிட வாய்ப்புகள் அதிகம் உள்ளது.

சுமார் 12 லட்சம் ஆண்டுகளாக மனித இனம் (Homo Sapiens) வாழையடி வாழையாக, இந்தப் பூவுலகில் வாழ்ந்து வருகிறது. நமது பெற்றோரிடமிருந்து வந்திருக்கும் நாம் நவீன உலகில், விஞ்ஞானம் வளர்ந்துவிட்ட நிலையில் இன்றைய தலைமுறையினரில் ஒருவராக வாழ்ந்து வருகிறோம். நமது சந்ததிகள் பிறந்து வளர்ந்து இந்த உலகில் வாழ்ந்து வரும் நிலையில் ஒரு நாள் நாம் இவ்வுலகத்தை விட்டே மறைந்து விடுவோம்.

நமது வாழ்நாள் என்பது சுமார் 25,000 நாட்கள் கொண்டது. மிஞ்சிப்போனால் இன்னும் 5,000 நாட்கள் வாழ நமக்கு வாய்ப்பிருக்கும். அவ்வளவுதான்.

100 ஆண்டுகள் கழித்து இந்த பூமியில் வேறு ஆட்கள் வாழ்ந்து கொண்டிருப்பார்கள். அவர்களுடைய உடலில் நமது இரத்தம் இருக்கும். அதாவது, நமது மரபணுக்கள் (Genes) அவர்களிடம் இருக்கும். அது அடுத்தடுத்த தலைமுறைக்குக் கடந்து சென்று கொண்டேயிருக்கும். நமது உடல் அழிந்தாலும் நமது மரபணுக்கள் நமது பிள்ளைகள் மூலமாகப் பல நூற்றாண்டைக் கடந்தும் வாழ்ந்து கொண்டிருக்கும். மரபணுக்களுக்கு மரணமில்லை! இது விஞ்ஞான உண்மை. அதைப்பற்றி இன்னும் தெரிந்துகொள்ள வேண்டுமென்றால், இயற்கை உயிரியல் விஞ்ஞானி ரிச்சர்டு டாக்கின்ஸ் எழுதிய "The Selfish Gene" என்ற அறிவியல் காவியத்தைப் படியுங்கள்.

தலைவிதி

ஒருவரது பிறப்பு என்பது ஓர் உயிரியல் சம்பவம். ஆனால் அவரது வாழ்க்கையை அவரது சூழ்நிலை தீர்மானிக்கிறது அல்லது அவரேதான் அதைத் தீர்மானிக்க வேண்டும். பிறக்கும்போதே இவரது வாழ்க்கை இப்படிப்பட்டதாகத்தான் இருக்கும். இவர் இப்படிப்பட்ட வேலையைத்தான் செய்வார். இப்படிப்பட்டவரைத்தான் திருமணம் செய்துகொள்வார். இன்றைய தினத்தில் தான் இறப்பார் என்பதெல்லாம் முன்னரே முடிவாகிவிட்ட ஒன்று என்று சொல்கிறார்கள். ஆனால் அதற்கு ஆதாரம் இல்லை. மறைந்த மாமனிதர், பாரத ரத்னா டாக்டர் அப்துல்கலாம் என்ன கூறுகிறார்? "நமது பிறப்பு ஒரு சம்பவமாக இருந்தாலும் இறப்பு ஒரு சரித்திரமாக இருக்கட்டும்" என்று அவர் கூறுகிறார். இது எவ்வளவு உணர்ச்சிப்பூர்வமான, உற்சாகமூட்டக்கூடிய ஓர் உரை? நாம் நாமாக சரித்திரம் படைக்க வேண்டும். ஆக, வாழ்க்கையைச் சரித்திரம் ஆக்குவதும்

▲ பாரத ரத்னா டாக்டர் அப்துல்கலாம்

தரித்திரம் ஆக்குவதும் அவரவர் விருப்பத்தையும், முயற்சியையும் பொறுத்துத்தான் அமையுமே ஒழிய, அவரவர் தலை எழுத்தைப் பொறுத்து அது அமைவதில்லை.

ஒருவர் இறக்கும்போது அவரைப் பார்த்து எவரும் பொறாமைப்பட மாட்டார்கள். ஆனால் டாக்டர் அப்துல் கலாம் மறைந்தபோது அப்படி ஒரு எண்ணம் பலருக்கு வந்தது என்ற ஒரு குறுஞ்செய்தி உலா வந்தது. அர்த்தமுள்ள வாழ்க்கை அவருடையது. ஒரு நல்ல மரணம் அவருக்கு வாய்த்தது. நிறைவானதொரு வாழ்க்கை வாழ்ந்து மறைந்தார் அவர். அவர் மறைந்தபோது அதற்காக வருத்தப்படாத மனிதர்களேயில்லை

எனலாம்! வாழ்க்கை என்றால் அவரைப் போன்ற வாழ்க்கையை வாழவேண்டும். டாக்டர் அப்துல் கலாம் மறைந்தபோது நாம் அனைவரும் அழுதோம். ஒருவர் இம்மண்ணை விட்டு மறையும்போது எத்தனைபேர் அழுதார்கள் என்பதே அவருடைய வாழ்க்கை எவ்வளவு சிறப்பு வாய்ந்தது என்பதை உலகுக்கு உணர்த்தும்.

நல்ல மரணம்

ராபின்சர்மா என்பவர் இந்திய வம்சாவளி அமெரிக்கர். சிறந்த நூலாசிரியர். அவரது அனைத்து நூல்களையும் நான் படித்து விட்டேன். "The Monk who sold his Ferrari" என்பது அவரது தலைசிறந்த புத்தகங்களுள் ஒன்று. "நீ இறந்த பின் யார் அழுவார்கள்?" (Who will cry when you die?) என்பது அவரது மற்றொரு நூல். வாழ்நாள் முழுவதும் நாம் எப்படி வாழ்ந்தோம் என்பது தினம் தினம் நாம் எப்படி வாழ்ந்தோம். எப்படியெல்லாம் நடந்து கொண்டோம் என்பதைப் பொறுத்தே அமைகிறது. எனவே இன்றைய தினத்தில் எப்படி வாழ்வது என்பதை முடிவு செய்வதைச் சரியாக முடிவு செய்வதில்தான் வெற்றியின் திறவுகோல் நம்மிடம் கிடைப்பதற்கான இரகசியம் அடங்கியிருக்கிறது.

▲ ராபின்ஷர்மா

"பிறந்தபோது நீ அழுதாய்; அதைப் பார்த்து இந்த உலகம் மகிழ்ந்தது. அதேபோல் நீ இறக்கும்போது மற்றவர்கள் அழுதால் அதைக்கண்டு உன் ஆத்மா மகிழும்" எனக் கூறும் ராபின் ஷர்மா சொல்லியுள்ள சில விஷயங்கள் பரவலாகப் பேசப்பட்டும், பகிரப்பட்டும் வருகின்றன. அவற்றை உங்கள் பார்வைக்கும், சிந்தனைக்கும் வைக்கிறேன். இன்று, இப்போது அறிவுப்பூர்வமாக

வாழும் ஒருவருடைய இருப்பும், இறப்பும் எல்லோராலும் போற்றத்தக்கதாகவே இருக்கும் என்பதை அவை உணர்த்துகின்றன.

- நீங்கள் சந்திக்கும் ஒவ்வொரு நபரும் உங்களுக்கு ஏதோ ஒன்றைக் கற்றுத் தருகின்றார். எனவே நீங்கள் சந்திப்பவர் யாராக இருந்தாலும் அவரிடம் கருணையுடன் நடந்து கொள்ளுங்கள்.

- எந்தத் துறையில் உங்களுக்குத் திறமை உள்ளதோ, அதிலேயே கவனத்தையும், நேரத்தையும் செலுத்துங்கள். மற்ற விஷயங்களுக்காக அதிக நேரத்தைச் செலவழிக்காதீர்கள்.

- கவலைப்படாதீர்கள். மிகவும் அவசியம் என்றால் கவலைப்படுவதற்கென ஒவ்வொரு நாளும் முப்பது நிமிடம் ஒதுக்குங்கள். அந்த நேரத்தில் கூட, அனைத்துக் கவலைகளையும் போக்குவது எப்படி என்பது குறித்துச் சிந்தியுங்கள்.

- அதிகாலையில் விழித்தெழுங்கள். வாழ்வில் வென்ற பலரும் அதிகாலையில் எழுந்தவர்களே. ஒரு நாளின் நல்ல நேரம் என்பது காலைப்பொழுதுதான்.

- நிறையச் சிரியுங்கள். அது நல்ல ஆரோக்கியத்தையும், உற்ற நண்பர்களையம் பெற்றுத்தரும். சிரிப்பு ஒரு மருத்துவம், சிரித்துப் பாருங்கள் அதன் மகத்துவம் புரியும்.

- எண்ணற்ற புத்தகங்கள் படியுங்கள். எங்கு சென்றாலும் ஒரு புத்தகத்துடன் செல்லுங்கள். காத்திருக்கும் நேரத்தில் வாசியுங்கள். ஆனால் நல்ல புத்தகத்தை மட்டுமே தெரிவு செய்யுங்கள். அவற்றை மட்டுமே வாசியுங்கள்.

- உங்கள் பிரச்சனைகளை எல்லாம் ஒரு தாளில் வரிசையாக எழுதுங்கள். இவ்வாறு பட்டியலிடும்போதே உங்கள் மனபாரம் கணிசமாகக் குறைவதைக் காணலாம். சில சமயம் பிரச்சனைகளுக்கான தீர்வும் மனதில் உதிர்க்கும். அப்படியில்லையென்றாலும் இதன்மூலம் பிரச்சனைகளுக்கு நல்ல தீர்வு கிடைக்கவும் வாய்ப்பு உண்டு.

- உங்கள் குழந்தைகளை உங்களுக்குக் கிடைத்த மிகச்சிறந்த பரிசாக எண்ணுங்கள். அவர்களுக்காக நீங்கள் ஒதுக்கும் நேரம்தான் நீங்கள் அவர்களுக்குத் தரக்கூடிய நல்ல பரிசு.
- தனக்கு வேண்டியதைக் கேட்பவன் சில நேரங்களில் நம் கண்களுக்கு முட்டாளைப் போலத் தெரிவான். ஆனால் அதற்குப் பயந்து கேட்காதவன் வாழ்நாள் முழுவதும் முட்டாளாகவே இருக்க நேரிடும். அதனால் வேண்டியதைக் கேளுங்கள். அப்படிக் கேட்பதில் தவறில்லை.
- உங்கள் பயண நேரத்தை உபயோகமாகச் செலவழியுங்கள். உதாரணமாக நல்ல புத்தகங்களை வாசிப்பதிலோ, நல்ல விஷயங்களைப் பற்றிச் சிந்திப்பதிலோ அந்த நேரத்தைச் செலவழிக்கலாம்.
- எந்த ஒரு புதுப் பழக்கமும் நீங்கள் அதைத் தொடங்கி விடாமல் செய்துகொண்டு வந்தால், பின்னர் அதுவே உங்கள் பழக்கமாக குறைந்தது 21 நாட்களாகவது ஆகும். அதுவரைப் பொறுத்திருந்து அந்த நல்ல செயலைச் செய்துகொண்டே வருவதன் மூலம் நல்ல பழக்கங்களை

விடாமல் பழகுங்கள். அப்போது உங்களுக்குள் ஒரு தலைவன் உருவாவதை நீங்கள் உணரலாம்.

- உங்களுக்குப் பிடித்த இசையைக் கேளுங்கள். மனதுக்கு இதமான அந்த இசை, உங்களிடத்தில் புன்னகையையும், உற்சாகத்தையும், நம்பிக்கையையும் உருவாக்கும்.

- புது மனிதர்களிடம் தயங்காது பேசுங்கள். உங்கள் இருவருக்கும் இடையே ஒத்த சிந்தனை இருப்பதற்கான வாய்ப்புகள் அதிகம். இதனால் நல்ல நட்பும் உங்களுக்குக் கிடைக்கக்கூடும்.

- பணம் உள்ளவர்கள் எல்லாருமே பணக்காரர்கள் அல்ல. மூன்று சிறந்த நண்பர்களையாவது பெற்றிருப்பவனே உண்மையான பணக்காரன். நல்லவர்களுடன் தயக்கமின்றிப் பழகுங்கள். நல்ல நட்புகளைத் தொடருங்கள்.

- எதிலும் தனித்தன்மையுடன் இருங்கள். மக்கள் மத்தியில் தனித்துத் தெரிவீர்கள்.

- நீங்கள் படிக்கத் துவங்கும் எல்லாப் புத்தகங்களுமே முழுவதுமாகப் படித்து முடிக்க வேண்டியவைகள் அல்ல. முதல் அரை மணி நேரத்தில் அந்த நூல்களால் உங்களை ஈர்க்கமுடியாவிட்டால் அதனை மேலும் படிப்பதில் நேரத்தை வீணாக்காதீர்கள்.

- உங்கள் கைபேசி உங்கள் வசதிக்காக உள்ள ஒரு சாதனம் என்பதை மனதில் வையுங்கள். அதனால் அது ஒலிக்கும்போதெல்லாம் பேசவேண்டும் என்ற அவசியமில்லை. முக்கியமான வேலையில் நீங்கள் இருக்கும்போது அதை அணைத்து வையுங்கள்.

- உங்கள் குடும்பத்தின் முக்கிய நிகழ்வுகளை அவசியம் புகைப்படங்கள் எடுங்கள். பிற்காலத்தில் அந்த இனிய நாட்களுக்கு மறுபடியும் நீங்கள் சென்று வர அவை உதவும்.

- அலுவலகம் முடிந்து வீட்டுக்குக் கிளம்பும்போது மனைவிக்கும், குழந்தைக்கும் ஏதாவது வாங்கிச்செல்லுங்கள். நீங்கள் கொடுக்கும் சின்னச்சின்னப் பரிசுகள் அவர்களுக்குப் பெரிய பெரிய ஆனந்தங்களைத் தரும்.

- எவ்வளவு பெரிய வெற்றியை நீங்கள் அடைந்தாலும் எளிமையான மனிதராகவேயிருங்கள். டாக்டர் அப்துல் கலாம் போன்ற தன் உழைப்பினால் வெற்றி பெற்ற சிறந்த மனிதர்கள் அனைவருமே எளிமையானவர்களே!

முனைவர். செ. சைலேந்திரபாபு

சிறப்புடன் வாழ ஐந்து வழிகள்

1. தற்காலிக சுகங்களை அதிகம் நாடிச் செல்லாதீர்கள்

சுகங்களை அனுபவிக்க வேண்டும் என்ற உங்கள் உள்ள உந்துதலைக் கட்டுப்படுத்துங்கள். அனைத்தையும் அளவோடு சுவைக்கக் கற்றுக்கொள்ளுங்கள். உணவிலும், உல்லாசத்திலும், ஒயினிலும், உறக்கத்திலும் உங்களுக்குக் கிடைக்கும் அதே அளவு சுகம் நல்ல நூல்களை வாசிப்பதிலும், உடற்பயிற்சிகளைச் செய்வதிலும், தேவைப்படுபவர்களுக்கு உதவி செய்வதிலும், தியாகத்திலும் இருக்கிறது என நம்புங்கள்.

2. உங்களது செயல்களுக்கு நீங்களே பொறுப்பு ஏற்றுக் கொள்ளுங்கள்:

உங்களது வெற்றி சரித்திரத்தை எழுதும் ஆசிரியராக நீங்களே இருங்கள். மற்றவர்களால் அதை எழுத முடியாது. பிறர் மீது பழியைப் போடும் பழக்கத்திலிருந்து விடுபடுங்கள். நீங்களும் திறமையானவர்தான் என்பதை நம்புங்கள். எந்தச் செயலானாலும் அதில் முனைப்புடன் ஈடுபட்டால் மட்டுமே வெற்றிபெற வாய்ப்பு உண்டு. சுயக்கட்டுப்பாடும் ஒழுக்கமும் உள்ள மனிதர்களால் மட்டுமே தாங்கள் திட்டமிட்டபடி செயல்களில் இறங்கி ஒரு காரியத்தைச் செம்மையாகச் செய்து முடிக்க முடியும்.

3. மரணப்படுக்கையில் மகிழ்ச்சி

பணம் ஒருவரிடம் இருப்பதும் அவரே பெரும் சாதனையாளராக இருப்பதும் அவருக்கு நன்மை தருபவைதான். அது ஒருவருடைய வாழ்க்கைக்குத் தேவையானதும்கூட.

ஆனால், மரணப் படுக்கையில் அவை அவருக்கு மகிழ்ச்சியைத் தராது. தங்களிடம் உள்ள செல்வத்தை வைத்துக்கொண்டு முடிந்தவரைக்கும் பிறருக்கு உதவி செய்யுங்கள். உங்களால் பலனடைந்தவர்களில் பலர் உங்களை நல்லவர்கள் என்று சொல்லுவார்கள், சொல்லட்டும். அந்தப் புகழ் நிலைக்கும். புகழுக்காகவும் வாழுங்கள். அதற்கு நேரமும், பணமும் செலவழியுங்கள். இதையே "ஈதல் இசைபட வாழ்தல்" என்கிறார் வள்ளுவர்.

4. பழைய நினைவுகளில் வாழாதீர்கள்:

அது நேரத்தை வீணடிக்கும் ஒரு விசயம் என்பதை உணருங்கள். உங்களுடைய உயர்வான, மதிப்புமிக்க நேரத்தை மற்றவர்களுக்காகவும் ஒதுக்குங்கள். உங்களது திறமைகள் மற்றவர்களுக்கும் வரும் அளவுக்கு அவர்களுக்குக் கற்பியுங்கள். இன்று செய்யப்போகும் வேலையைப் பற்றிச் சிந்தியுங்கள். இந்த நிமிடத்தில் ஆற்றலைப் பற்றிப் புரிந்து கொள்ளாதவர்கள் நிச்சயம் காலத்தின் அருமையைப் புரியாதவர்களாகத்தான் இருப்பார்கள். இந்த நிமிடம் மட்டும்தான் உங்களுக்குச் சொந்தம். அதனால் இந்த உலகில் நீங்கள் வாழும் ஒவ்வொரு நாளும் உங்களுக்கான ஒரு வெகுமதி என்பதை ஏற்றுக்கொள்ளுங்கள். அதனால் நடப்பு நாளுக்கு அதிக முக்கியத்துவம் தாருங்கள். ஒரு நாளில் செய்ய நினைத்த அனைத்துச் செயல்களையும் அன்றைக்கே செய்து முடியுங்கள்.

5. பேசும் வார்த்தைகள் முக்கியமானவை

உங்கள் சிந்தனையைப் பற்றி யாரும் கவலைப்படப் போவதில்லை. ஆனால் வார்த்தைகள் அப்படியல்ல. வாயிலிருந்து வெளிப்பட்டுவிட்ட, பேசிவிட்ட வார்த்தைகள் மிகவும் ஆற்றல் படைத்தவை. அவை பிறரின் மனதையும், மானத்தையும், கௌரவத்தையும், சுய மதிப்பீட்டையும் பெரிதும் பாதிக்கக்கூடியவை. எனவே எதைப்பற்றியும் யோசித்தும், அளவாகவும் பேசுங்கள். பேசும்போது அநாகரீகமான வார்த்தைகளைப் பயன்படுத்துவதை முழுமையாகத் தவிர்த்து விடுங்கள். மற்றவர்களிடம் வெறுப்பாகப் பேசுவதை நிறுத்தி விடுங்கள். நல்லவன் என்று பெயர் வாங்க நாட்களாகும். கெட்டவன் எனப் பெயர் எடுக்கத் தரம் கெட்டுப் பேசும் பேச்சு ஒன்றே போதுமானதாக இருக்கும். நீங்கள் நல்லவனாகவே இருக்க ஆசைப்படுங்கள்.

முனைவர். செ. சைலேந்திரபாபு

வாழ்க்கை

20 வயதில் உலகக் குத்துச்சண்டை சாம்பியன் பட்டம் வென்று பின்னர் 20 ஆண்டுகள் அந்தப் பதக்கத்தைத் தக்கவைத்துக் கொண்டவர். அத்தோடு குத்துச்சண்டைக்கான அனைத்து சர்வதேசப் பதக்கங்களையும் கைப்பற்றியவர். முதல் 19 சர்வதேச தொழில்முறைக் குத்துச் சண்டைகளில் ஒன்றில் கூடத் தோல்வியைத் தழுவாத வீரனாகத் திகழ்ந்தவர்.

இப்படிக் குத்துச்சண்டையில் உலகப் புகழின் உச்சிக்கே சென்ற மைக் டைசன் மீது சில குற்றச்சாட்டுகள் வைக்கப்பட்டன. அதனால் 3 வருடங்கள் சிறையில் கழித்தபின் மீண்டும் குத்துச்சண்டை வளையத்திற்குள் வந்து 1996 ஆம் ஆண்டு மீண்டும் உலகச் சாம்பியன் பட்டத்தை அவர் வென்றார். சில தோல்விகளை அடைந்ததற்குப் பின்னர் 2006 ஆம் ஆண்டு ஓய்வு பெற்றார். குத்துச்சண்டை மூலம் சுமார் 18,000 கோடி ரூபாய் வருமானம் ஈட்டினார். ஆனால் ஒரு கட்டத்தில் அவர் திவால் ஆனவராக அறிவிக்கப்பட்டார். காரணம், நேர்மையாக வாழ அவர் தவறிவிட்டதுதான்.

தன் இளம் வயதில் தந்தையால் புறக்கணிக்கப்பட்ட, தாயாருடன் ஏழ்மையில் வாழ்ந்த டைசன் என்ற அந்தச் சிறுவன் தெருக்களில் சுற்றித் திரிந்தான். 14 வயது முடிவதற்குள் அவன் 38 முறை போலீசாரால் கைது செய்யப்பட்டிருக்கிறான். அதில் ஒரு முறை சிறார் சூர்நோக்கு இல்ல அதிகாரி ஒருவர் அவனின் திறமையைக் கண்டறிந்தவர் வியந்து ஒரு குத்துச்சண்டை பயிற்சியாளரிடம் அவனை ஒப்படைத்திருக்கிறார். அதற்குப் பிறகு டைசன் படைத்தது சரித்திரம்.

மைக் டைசன் (பிறப்பு: ஜூன் 30, 1966)

“குத்துச்சண்டை எனக்குப் பணத்தையும், புகழையும் பெற்றுத் தந்தது. ஆனால் அது எனக்கு மனமகிழ்ச்சியைப் பெற்றுத் தர வில்லை”

14. புகழும், நற்பண்பும்

புகழ் என்பதை மக்களில் பலரும் பலவிதமாகப் புரிந்து கொண்டுள்ளனர். சினிமா நடிகர்கள், கிரிக்கெட் வீரர்களைப் போலப் பிரபலமாக இருப்பதற்குப் பெயர்தான் புகழ் என்று என்று சிலர் நினைக்கிறார்கள். அதுவே சரித்திரத்தில் நிலைத்து நிற்கும் மங்காத புகழ் என்றும் மக்கள் கருதுகிறார்கள். ஒரு சிலருக்கு மட்டுமே புகழ் பற்றிய சரியான புரிதல் இருக்கிறது.

பலரும் பெயரும் புகழும் பெற்றவர்களாக இருக்கத்தான் செய்கிறார்கள். சிலருக்குக் குடும்ப அளவில் அந்தப் புகழ் பரவி இருக்கும். சிலருக்கு ஊர் அளவில் அவர்களைத் தெரிந்திருக்கும். சிலர் உலக அளவில் புகழ் பெற்றவர்களாக இருப்பார்கள். தான் பெற்ற ஏழு பெண் பிள்ளைகளையும் நன்றாகப் படிக்க வைத்து அவர்களைக் கவுரவமான இடத்தில் திருமணம் செய்து

கொடுத்தார் ஒரு ஆசிரியர். அதனால் அவர் தனது பிள்ளைகள் மத்தியில் பெயருடனும், புகழுடனும் இருக்கிறார். மிக நல்ல மனிதன் என்ற பெயரையும், புகழையும் உறவினர்கள் மத்தியிலும் அதனால் சம்பாதித்து இருக்கிறார். அவர் என்னுடைய உறவினர்.

உண்மைப் புகழ்

பெயரையும், புகழையும் எல்லாருமே விரும்புகிறார்கள் என்பது மறுக்க முடியாத உண்மை. ஆனால் சிலர், எனக்குப் புகழ் வேண்டாம் என்று வெளியில் மறுப்பார்கள். இது அவர்கள் வைக்கும் பலவீனமான ஒரு வாதம். உண்மையற்ற பேச்சு என்பது எல்லாருக்கும் நன்றாகவே தெரிகிறது. புகழ் இன்றி வாழ முடியாது என்பதை அனைவருமே அறிவார்கள். அந்த விவாதத்திற்குள் நான் போக விரும்பவில்லை. ஒருவர் ஒரு கருத்தை வெளியிடும்போது, அவர் தனது உள்ளத்து உணர்வுகளை அப்படியே உண்மையாக வெளிப்படுத்திவிடுவார் என்று எதிர்பார்க்கவும் முடியாது. சீசீ இந்தப் பழம் புளிக்கும் என்ற வகையில் கூட "எனக்குப் புகழ் வேண்டாம்" என்று ஒருவர் சொல்லக்கூடும்.

புகழ் என்பதன் உண்மையான பொருள், ஒருவர் மனித குலத்திற்குப் பயன்படும்படியான வாழ்க்கையை வாழ்ந்து மறைவது என்று நான் கூறுவேன். அதாவது பல கோடி ஆண்டுகள் வயதுள்ள இந்தப் பூமியில் சில ஆண்டுகள் மட்டுமே வாழும் வாய்ப்பைப் பெற்ற நாம் இங்கே ஒரு தாக்கத்தை ஏற்படுத்திவிட்டு மறைவதுதான் சிறப்புடைய வாழ்வாக இருக்கும். இப்படிப்பட்ட புகழ்பெற்ற மக்களைப்பற்றி நாம் நிச்சயம் தெரிந்து வைத்திருக்கவேண்டும். குறிப்பாக இளைஞர்களுக்கு இவர்களது சரித்திரம் நிச்சயம் தெரிந்திருக்க வேண்டும். 1564 ஆம் ஆண்டு இத்தாலி நாட்டில் பிறந்த கலிலியோ கலிலி என்பவர் அடிப்படை விண்வெளி ஆராய்ச்சி ஒன்றை மேற்கொண்டு பூமி சூரியனைச் சுற்றுகிறது என்பதை ஆதாரத்துடன் நிரூபித்தார். இதற்கு "Heliocetrism" என்று பெயர். அன்றைய விஞ்ஞானிகள் அதை ஏற்கவில்லை. அவர்கள் சூரியன்தான் பூமியைச் சுற்றி வருகிறது. அதாவது "Geocentrism" என்பதுதான் உண்மை என்பதில் பிடிவாதமாக இருந்தனர். கலிலியோவின் விஞ்ஞானக் கண்டுபிடிப்பு, போப் VIII-க்குப் பிடிக்கவில்லை. அவரது கண்டுபிடிப்பு மதத்திற்கு எதிரானது என்று அவர் கருதினார். எனவே கலிலியோவை வாழ்நாள் முழுவதும் அன்றைய ஆட்சியாளர்கள் சிறையில் வைத்தனர். அப்போதும் அவர், "என்னைச் சிறையில் அடைத்த பின்பும் பூமிதான் சூரியனைச் சுற்றிக் கொண்டிருக்கிறது" என்று நகைச்சுவையாகச் சொன்னாராம்.

▲ கலிலியோ கலிலி

பிற்காலங்களில் சில அறிஞர்கள் கலிலியோவின் கண்டுபிடிப்பை ஆராய்ந்து, அவர் சொன்னது சரிதான் என்று நிரூபித்த பிறகுதான், அவரது அந்த மகத்தான கண்டுபிடிப்பு ஏற்றுக்கொள்ளப்பட்டது. இவருக்கு முன்னால் வாழ்ந்த போலந்து அறிஞர் நிகோலஸ் கோபர் நிக்லஸ் என்பவரும் இந்த உண்மையைத் தனது ஆராய்ச்சி மூலம் ஏற்கனவே கண்டுபிடித்திருந்தார். அதை வெளியில் சொன்னால் தன்னை உயிருடன் எரித்துக் கொன்று விடுவார்கள் என்று அவர் அஞ்சினார். அதனால் அதை வெளியே சொல்ல அவர் தயங்கினார். அவர் இறக்கும் தறுவாயில், 1543 ஆம் ஆண்டு *De Revolutionibus orbium coelestium (on the revolution of celestial spheres)* என்ற அவரது நூல் வெளியானது. அதற்குப் பிறகு அறிஞர்கள் மத்தியில் அவரது புரட்சிகர விஞ்ஞானக் கோட்பாடுகள் விவாதிக்கப்பட்டன. ஆனால் எவரும் அவ்வுண்மையை ஏற்றுக்கொள்ளவில்லை. அதைப் பொருட்படுத்தவுமில்லை.

முனைவர். செ. சைலேந்திரபாபு

நிரூபணம் வேண்டும்

கிறிஸ்து பிறப்பதற்கு முன்னர் கூடப் பலரும் இதே போன்றதொரு கருத்தைத் தெரிவித்திருந்தனர். ஆனால் கோபர் நிக்லஸ் ஒருவர்தான் சூரியனைக் கோள்கள் சுற்றுவதையும், பூமியைச் சந்திரன் சுற்றுவதையும் வரைபடம் மூலம் விளக்கியிருந்தார். விளக்கம் என்பது வேறு, நிரூபணம் என்பது வேறு, ஒன்றை நிரூபிக்க வேண்டுமென்றால் அதற்கான ஆதாரங்களைப் பரப்ப வேண்டும். அதனால் கலிலியோ அதை ஆதாரத்துடன் நிரூபித்தார். ஒரு தொலைநோக்கியைக் கண்டுபிடித்து, அதன் உதவியுடன் ஜுப்பிடரின் நான்கு நிலவுகளைக் காண்பித்தார். அதன் மூலம் மற்ற கோள்களை நோட்டமிட்டார். வீனஸ் என்ற கோளின் பல பரிணாமங்களைத் தொலைநோக்கி மூலம் அவர் கண்டார். ராணுவ காம்பஸ் கருவிகளையும் கண்டுபிடித்தார். இன்று அவரை நுண்ணோக்கி விண்வெளி இயற்பியலின் தந்தை *(Father of observational astronomy)* என்றும், நவீன இயற்பியலின் தந்தை *(Father of Modern Physics)* என்றும், அறிவியலின் தந்தை *(Father of Science)* என்றும் அழைக்கிறோம்.

கலிலியோ நவீன விஞ்ஞானம் வளரக் காரணமான இருந்தார். மக்கள் மகிழ்ச்சியாக வாழ வழி செய்தார். எனவே மனித குலம் இருக்கும் வரை இவருடைய பெயரும், புகழும் இருக்கும். இப்படி மனிதகுலமும், உயிரினங்களும் மகிழ்ச்சியாக வாழ வழிசெய்தவர்கள் பலர் இருக்கிறார்கள். இவர்கள் அனைவருக்குமே பேரும், புகழும் கிடைத்தன.

நான் முதலில் சொன்ன எனது உறவினர் பெற்றதைப் போன்ற பெயரும் புகழும் உங்களுக்கு வேண்டுமா? அல்லது தொலைநோக்கியைக் கண்டுபிடித்த கலிலியோ பெற்றதைப் போன்ற நிலையான புகழும் பெயரும் உங்களுக்கு வேண்டுமா? என்பதை நீங்கள் தான் முடிவு செய்ய வேண்டும்! இரண்டுமே வெவ்வேறு வகையில் சிறந்தவைதான்.

நற்பண்புகள் தேடித்தரும் புகழ்

நற்பண்புகள் சிலவற்றை வளர்த்துக்கொண்டால் அதன் காரணமாகப் பெயரும், புகழும் வந்து விடுமா என்று எனக்குத் தெரியாது. ஏனென்றால் அப்படி எந்த நற்பண்புகளும் இல்லாத பலரும் பெயருடனும், புகழுடனும் வாழ்வதை நாம் பார்க்கிறோம். ஆனால் அதனால் சமுதாயத்திற்குத்தான் கேடு என்று எனக்குத் தோன்றுகிறது. ஆனால், பெயரும், புகழும் பெற்றுள்ள நல்லவர்களிடம் பொதுவான சில பண்புகள் உள்ளன என்பதையும் என்னால் மறுக்க முடியவில்லை. அப்படிப்பட்ட சில நற்பண்புகளைப் பற்றி ஆராய்வோம்.

 ▲ நிகோலஸ் கோபர் நிக்லஸ்

 ▲ போப் VIII

- அவர்கள் தாங்கள் ஏற்றுக்கொண்ட கொள்கைகளில் உறுதியாக இருக்கிறார்கள். ஒருவர் தமது பெண் பிள்ளைகளின் திறமை மீது நம்பிக்கை வைத்தார். இன்னொருவர் தனது விண்வெளி ஆராய்ச்சியின்மீது நம்பிக்கை வைத்தார். அகிம்சை மற்றும் உண்மை என்ற தன் கொள்கைகளைக் கடைப்பிடிப்பதில் காந்தி உறுதியாக இருந்தார். அதனால் அவர் புகழ் பெற்றார்.

- புகழ் பெற்றவர்கள் தங்கள் மீது நம்பிக்கை வைத்தார்கள். ஆசிரியர் ஒருவர் தனது சாதாரண வருமானத்தை வைத்துத் தன் ஏழு பெண் பிள்ளைகளையும் நன்றாகப் படிக்க வைக்க முடியும் என்று நம்பினார். கலிலியோ தன்னால் தொலைநோக்கியைக் கண்டுபிடிக்க முடியும் என்றும், தன்னால் கோள்கள் பற்றிய உண்மைகளைக் கண்டறிய முடியும் என்றும் நம்பினார். "அனைத்து உண்மைகளும் புரிந்துகொள்ளக் கூடியவைதான். ஆனால் அவற்றை முதலில் நாம்தான் கண்டுபிடிக்க வேண்டும்" என்றார் அவர்.

- புகழ் பெற்றவர்கள் அனைவருமே மன உறுதியுடன் இருந்திருக்கிறார்கள். அசாதாரணமானதொரு

முனைவர். செ. சைலேந்திரபாபு ◆ 143

சூழ்நிலையில் தனக்குச் சொற்ப வருமானம்தான் வருகிறது என்றாலும் தன் ஏழு மகள்களையும் பொறியியல் படிக்க அனுப்பிவைத்தார் அந்த ஆசிரியர். ஒரு கோழைத் தந்தை செய்வதைப்போல 16 வயது ஆனவுடனேயே தன் பிள்ளைகளுக்குத் திருமணம் செய்து வைத்து, அத்துடன் தனது 'கடமையை'த் தான் முடித்துவிட்டதாக அவர் நினைக்கவில்லை. தன்னைச் சிறையில் அடைத்து விடுவார்கள் என்பது தெரிந்திருந்தபோதும் கலிலியோ உண்மையை வெளியிடத் தயங்கவில்லை. உண்மையை வெளிப்படையாகப் பறைசாற்றினார். துணிச்சல் இல்லையென்றால் புகழ் கிடைக்காது. அதுவும் அசாதாரண துணிச்சல் உள்ளவர்களுக்கே அசாதாரணமான புகழ் கிடைக்கும்.

- புகழ் பெற்றவர்கள் பல விதமான துறைகளில் வெற்றி பெறுவதற்கான முயற்சிகளில் ஈடுபட்டார்கள். ஒரு குடும்பத் தலைவன், தனது குடும்பத்தில் உள்ளவர்களிடம் உடல் நலம், அவர்களை நல்லவிதமாக வைத்துக்கொள்வதற்கான வருமானத்தை ஈட்டுதல், மற்றவர்களுடன் நல்ல உறவு பேணுதல், பிறருக்குத் தன்னாலான உதவி செய்வதற்கான முயற்சிகள், குடும்ப மகிழ்ச்சி பற்றிய அக்கறை என அனைத்திலும் கவனம் செலுத்தினார். ஒரு சில விஷயங்களில் மட்டும் கவனம் செலுத்திவிட்டு, மற்றவற்றைப் புறக்கணிக்கவில்லை. அதுபோல விஞ்ஞானிகளும், பல துறைகளைப் பற்றிய உண்மைகளை அறிந்து

கொள்ளத் தொடர்ந்து முயற்சிகள் மேற்கொண்டு, அதில் வெற்றியும் பெறுவார்கள். கலிலியோ ஒரு விண்வெளி ஆராய்ச்சியாளர், இயற்பியல் விஞ்ஞானி, பொறியாளர், தத்துவ ஞானி மற்றும் கணித மேதை என்று சகலகலா வல்லவனாக விளங்கினார். தன் கடைசி மூச்சு உள்ளவரை பலவித ஆராய்ச்சிகளைத் தொடர்ந்து செய்து வந்தார். சிறையில் இருந்தவாறே பல விஞ்ஞானத் தத்துவங்களைக் கண்டுபிடித்தார்.

- புகழ் பெற்றவர்கள் தங்களது பொன்னான நேரத்தை, அதாவது சில மணி நேரம், பல நாட்கள், பல மாதங்கள் அல்லது ஆண்டுகள் என்று தங்களது முயற்சிகளுக்காக மட்டும் செலவிட்டிருக்கிறார்கள். அவர்களது எண்ணம் வேறு எங்கும் எதிலும் சிதறவில்லை. வயது அதிகமாக அதிகமாகத்தான் அவர்களது அறிவு விசாலமடைந்திருக்கிறது. நிகோலஸ் கோபர் நிகஸ் திருமணம் செய்து கொள்ளவில்லை. சைக்கிள் மெக்கானிக்குகளாக இருந்து ஆகாய விமானத்தைக் கண்டுபிடித்த ரைட் சகோதரர்கள் திருமணம் செய்து கொள்ளவில்லை. அதற்கெல்லாம் அவர்களுக்கு நேரமிருக்கவில்லை. கருமமே கண்ணாக இருந்திருக்கிறார்கள்.

- புகழ் பெற்றவர்கள், ஒரு வேலையில் ஈடுபடும்போது இதனால் "எனக்கு என்ன கிடைக்கும்" என்று எதிர்பார்த்து அந்த வேலையில் இறங்கவில்லை. "இதனால் மனித குலத்திற்கு என்ன நன்மை கிடைக்கும்", "இதனால் என்ன மாற்றம் இந்த உலகில் ஏற்படும்" என்றுதான் சிந்தித்தார்கள். இவர்கள் சம்பளத்திற்காக வேலை செய்பவர்கள் அல்ல, சவால்களுக்காக வேலை செய்தவர்கள். உணர்ச்சிகளுக்காகவும், மனத்திருப்திக்காகவும் மட்டுமே இவர்கள் வேலை செய்திருக்கிறார்கள்.

- உலகில் உள்ள மக்களின் மனங்களில் வாழ்ந்த உண்மையான மனிதர்கள் பலரும் நல்லவர்களாகவே இருந்திருக்கிறார்கள். உண்மை பேசுதல், பிறரை நேசித்தல், தவறு செய்தவரை மன்னித்தல், இயல்பான நன்னடத்தை கொண்டிருத்தல், பெரிய பதவியிலிருந்தும் எளிமை காத்தல், தவறுகளைத் திருத்திக்கொள்ளுதல், வலிகளைத் தாங்கிக்கொள்ளுதல் ஆகிய பண்புகள் இவர்களிடம் நிறைந்திருந்ததைக் காண முடிகிறது.

சுருங்கச் சொன்னால் செய்யும் தொழிலை உற்சாகத்துடனும், கவனத்துடனும், முழுமனதுடனும், மனிதாபிமானத்துடனும் செய்வீர்களேயானால் நீங்கள் உயர்வீர்கள். உலகில் மற்றவர்கள் செய்ததைவிடவும் சிறப்பாக உங்களது பணிகளை நீங்கள் செய்தால் உங்களுக்கும் பேரும், புகழும் கிடைக்கும். அது தானாகவே உங்களை வந்து சேரும். நீங்கள் அதைத் தேடிப்போக வேண்டியதில்லை.

புகழ்பெற ஐம்பெரும் வழிமுறைகள்

1 புகழை விரும்புங்கள்

புகழ் எனும் கனி தானாக உங்கள் மடியில் வந்து விழாது. அதனை நீங்கள்தான் விளைவிக்க முயற்சி செய்ய வேண்டும். எந்த அளவுக்குப் புகழ்பெற வேண்டும் என்று தீர்மானிக்கிறீர்களோ அந்த அளவுக்கு உங்களுக்குப் புகழ் கிடைக்கும். எந்த அளவிற்கு மிடுக்காக இருக்கிறீர்களோ அந்த அளவுக்கு நீங்கள் புகழ் பெறலாம். புகழை நோக்கிப் படகைச் செலுத்துங்கள். பயணத்தை இன்றே தொடங்குங்கள்.

2 மற்றவர்களிடமிருந்து உங்களை வேறுபடுத்துங்கள்

மற்றவர்கள் செய்வதையே நீங்களும் செய்து கொண்டிருந்தால் உங்களை எவரும் கவனிக்க மாட்டார்கள். எதையும் வித்தியாசமாகவும், சிறப்பாகவும் செய்யுங்கள். ஒரு புதிய பாணியில், அதுவும் உங்களுக்கே உரித்தான தனித்துவத்தோடு செய்யுங்கள். மக்கள் பார்வை உங்கள் பக்கம் திரும்பும். ரஜினியின் 'ஸ்டைல்' தானே அவரைத் திரும்பிப் பார்க்க வைத்தது. உங்களுக்கென்றே ஒரு 'Brand' – ஐ உருவாக்குங்கள்.

3 கூட்டத்தில் முதலில் நில்லுங்கள்

▲ சர் ஐசக் நியூட்டன்

கும்பலோடு கும்பலாக நின்று கொண்டிருந்தால் உங்களை யாரும் கவனிக்க மாட்டார்கள். முக்கியமான இடத்தில் முதல் ஆளாக நின்று பாருங்கள். உங்களை அனைவருமே பார்த்து விடுவார்கள். அங்கிருந்து கொண்டு தலைமை தாங்குங்கள்.

4 முரண்பாட்டை ஏற்படுத்துங்கள்

▲ ஆல்பார்ட் ஐன்ஸ்டீன்

மக்களை பாதிக்கக்கூடிய பிரச்சனைகளுக்கு எதிராகக் குரல் கொடுங்கள். லஞ்சம், அநீதி, அடிமைத்தனம், போன்றவை எல்லா இடங்களிலும் மலிந்து கிடப்பதால் அதற்கு எதிர்ப்புத் தெரிவியுங்கள். உங்கள் குரல் இதுபோன்ற இடங்களில் பலமாக ஒலிக்கட்டும். அப்படி நீங்கள் செய்தால் பாதிக்கப்பட்ட அனைத்து மக்களும் உங்களுக்கு ஆதரவு தருவார்கள். நீங்கள் போராட முனையும் காரியம் நியாயமானதுதானா என்பதை மட்டும் பாருங்கள்.

5 துணிச்சலை வெளிப்படையாகக் காட்டுங்கள்

இன்றைய கட்டமைப்பு தவறு என்று நீங்கள் நினைத்தால் அதற்கு எதிர்ப்புத் தெரிவியுங்கள். அதற்காக எந்தத் தண்டனை தரப்பட்டாலும் ஏற்றுக்கொள்ளுங்கள். நீங்கள் ஒரு அறிவியல் மாணவன் என்றால் இன்றைய அறிவியல் விதிகளுக்குச் சவால் விடுங்கள். அதற்காக உங்களைத் தாக்க முற்படுவார்கள். அதைப்பற்றிக் கவலைப்படாதீர்கள். எதிர்த்துப் போராடுங்கள். சரித்திரத்தின் மிகப்பெரிய விஞ்ஞானி சர் ஐசக் நியூட்டனின் புவி ஈர்ப்பு கோட்பாட்டைத் திருத்தி அமைத்தார் ஆல்பர்ட் ஐன்ஸ்டீன். அதனால் தான் அவரது புகழ் ஓங்கியது. மற்ற விஞ்ஞானிகளைப்போல பழைய விதிகளுடன் அவரும் ஒத்துப் போயிருந்தால் அவரால் புகழ் பெற்றிருக்க முடியாது.

போராட்டம்

இங்கிலாந்து நாட்டின் பிரதமராக இருமுறை பதவி வகித்தவர். இரண்டாம் உலகப்போரில் இங்கிலாந்து நாடு வெற்றி பெறக் காரணமாயிருந்த தலைவர். அறிவியல் அறிஞர். அறிவியல் பற்றி அவர் எழுதிய நூல்கள் மிகவும் சிறப்புடையவை. இங்கிலாந்து சரித்திரத்தில் அதிக செல்வாக்கான நபர் என்று இன்றும் கருதப்படும் சர்ச்சில், பிரபு குடும்பத்தில் பிறந்தவர். பல போர்களில் பங்கு கொண்ட ராணுவத் தளபதி. ஆங்கிலேய - இந்திய ராணுவத்திலும் பணியாற்றியுள்ளார். ஜெர்மனிக்கு எதிராகப் போர் நடந்தபோது ரேடியோவில் அவர் ஆற்றிய உணர்ச்சிகரமான பேச்சு அனைத்துத் தரப்பினரையும் ஒன்றுபடுத்தியது. இரண்டாம் உலகப்போர் முடிந்ததும் இங்கிலாந்து நாட்டில் தொழிலாளர் கட்சி ஆட்சிக்கு வந்ததால் இவர் எதிர்க்கட்சித் தலைவர் ஆனார். ஆனால் 1951 ஆம் ஆண்டு மீண்டும் பிரதமராகி உலக விவகாரங்கள் பலவற்றைக் கையாண்டார். சிறந்த ஓவியர், கட்டிடக் கலைஞர், பேச்சாளர் மற்றும் எழுத்தாளர். இங்கிலாந்து வரலாறு, போர்கள், சுயசரிதை என்பவை அவரது எழுத்துகளில் சிறந்தவை. இலக்கியத்திற்கான நோபல் பரிசு 1953 ஆம் ஆண்டு இவருக்கு வழங்கப்பட்டது.

"உங்களுக்கு எதிரிகள் இருக்கிறார்கள் என்றால் அது ஒரு நல்ல சூழ்நிலைதான். நீங்கள் ஏதோ ஒரு அநீதிக்கு எதிராகப் போராடியிருக்கிறீர்கள் என்பதைத்தான் அது குறிக்கும்."

வின்ஸ்டன் சர்ச்சில் (1874-1965)

15. எதிரிகளும், எதிர்ப்பும்

நாம் நல்லவர்கள். அதனால் நம்மை எவராலும் வீழ்த்த முடியாது என்று நாமாக நினைத்துக் கொள்கிறோம். ஆனால் நமது எதிரிகள் அப்படி நினைப்பது இல்லை. நமது பல எதிரிகள் எளியவர்களாகவும், ஏமாளிகளாகவும் இருக்கக்கூடும். ஆனால் சில எதிரிகள் மிகக் கொடூரமானவர்களாகவும், கொலைவெறி பிடித்தவர்களாகவும் இருப்பார்கள். சர்வாதிகாரிகளான இவர்களுக்கு நம்மைத் தோற்கடிப்பது மட்டும் நோக்கம் அல்ல. நம்மை முற்றிலுமாக அழிப்பதுதான் அவர்களது நோக்கம். நம்மை தலை வேறு உடல் வேறு என்று பிரித்தால் தான் அவர்களுக்கு நிம்மதி. போர்க்களத்தில் இப்படிப்பட்ட எதிரிகளைச் சரியாக அடையாளம் கண்டுகொள்ள வேண்டும். இப்படிப்பட்டவர்களிடம் ஜாக்கிரதையாகவும் இருக்கவேண்டும்.

சரித்திரச் சான்று

இந்தியாவை ஆண்ட முகலாயர்களின் முன்னோடி தைமூர். மங்கோலிய இனத்தைச் சார்ந்த செங்கிஸ்கான் வழிவந்த இவனின் பார்வை இந்தியா மீது திரும்பியது. செங்கிஸ்கானும் ஒரு காலத்தில் இந்தியாவிற்குச் செல்வதா அல்லது பாரசீகத்திற்குச் செல்வதா என்று ஏற்பட்ட பெரிய குழப்பத்தால் சிந்து நதிக் கரையில் தயங்கி நின்றான். நல்ல வேளையாக அவன் பாரசீகத்திற்குச் சென்றதால் இந்தியா தப்பித்தது.

1398 ஆம் ஆண்டு செப்டம்பர் 22 அன்று தைமூரின் படை சிந்து நதியைக் கடந்தது. தைமூருக்கு "நொண்டி தைமூர்" என்ற பெயரும் உண்டு. போரில் ஏற்பட்ட காயத்தால் தாங்கித் தாங்கி அவன் நடந்ததால் அப்படி ஒரு பெயர் அவனுக்கு.

இந்தியாவை ஆண்ட முகமது ஷாதான் தைமூரின் பரம எதிரி. கவசம் அணிந்து நொண்டி தைமூரை ஒரு கை பார்த்து விடுகிறேன் என்று போர் முழக்கமிட்டபடி திடீர் போருக்குப் புறப்பட்டான் போர்ப் பழக்கமே இல்லாத முகமதுஷா.

ஷாவிடம் பெரிய யானைப்படை இருந்தது. போர் யானைகள் பிளிறிக்கொண்டு மலைபோல வருவதைப் பார்த்ததும் எதிரிகள் மிரள்வார்கள். பயத்தினால் திரும்பி ஓடுவார்கள். இதுதான் முந்தைய வரலாறு. ஆனால் தைமூர், வித்தியாசமானவன். அந்த யானைப் படையைச் சமாளிப்பதற்குத் தயாராகவே அவன் வந்திருந்தான்.

சுல்தான் முகமதுவின் கோட்டையை முற்றுகையிட்டுவிட்டுக் கதவைத் தட்டினான் தைமூர். கோட்டைக் கதவுகள் திறந்தன. பத்தாயிரம் குதிரைப்படை வீரர்கள் புயலாக உள்ளிருந்து வெளியேறினர். அவர்களைத் தொடர்ந்து நாற்பதாயிரம் காலாட்படையினர் சுனாமி போலத் திரண்டு வந்ததையும் கவனித்தான் தைமூர். அதற்குப்பிறகு தான் அந்தப் பயங்கரம் நடந்தது. நிலநடுக்கம் ஏற்பட்டதுபோன்று பூமி அதிர நூற்றுக்கணக்கான யானைகள் தைமூரின் படைவீரர்களை நோக்கிப் பிளிறியபடி முன்னேறின.

வாள் பொருத்திய தந்தங்கள், யானைகளின் நெற்றியில் பொருத்தப்பட்டிருந்த இரும்பு முட்கள், இவற்றை எல்லாம் பார்த்து எதிரிப் படைகள் கதி கலங்கியிருக்க வேண்டும். ஆனால் எதிர்ப்படைத் தலைவனான தைமூர் கலங்கவில்லை. மாறாகத் தனது தளபதிகளை நோக்கிக் கையசைத்தான். நொடிப்பொழுதில் அவனது போர்த் திட்டம் அரங்கேறியது.

▲ தைமூர்

▲செங்கிஸ்கான்

▲ முகமது ஷா

துணிவு. வேகம்

தைமூரின் குதிரைப்படை வீரர்கள் அசாத்தியத் துணிச்சலுடன் சுல்தானின் படைகளுக்குள் புகுந்தனர். அவர்கள் தூக்கிக் கொண்டு வந்திருந்த முட்கள் பொருந்திய இரும்பு குண்டுகளைத் தரையில் வீசி எறிந்தனர். இந்த இரும்பு முட்கள் மீது மிதித்த சுல்தானின் போர் யானைகள் வலி தாங்க முடியாமல் பிளிறிட்டன. அதையும் தாண்டி வந்த யானைகள் தைமூர் தோண்டிய பள்ளங்களில் விழுந்தன. பள்ளங்களில் பதிக்கப்பட்டிருந்த கூரான வாட்கள் யானைகளின் கால்களைப் பதம் பார்க்க அவை அங்கேயே

படுத்துக்கொண்டன. அதனால் அவற்றின் உடல் முழுவதும் ரத்தக்களரியாகின. இதனால் போர் யானைகள் சீரழிந்தன. சற்றும் எதிர்பாராத இந்தப் பின்னடைவைக் கண்டு கலங்கி நின்ற சுல்தானின் வீரர்களைத் தைமூரின் வீரர்கள் மின்னல் வேகத்தில் வெட்டிச் சாய்த்தனர்.

போரின் நடுவில் கையசைத்தான் தைமூர். உடனே அடுத்தகட்டத் தாக்குதல் அரங்கேறியது. தைமூரின் ஆயிரக்கணக்கான, வைக்கோல் சுமந்த எருமை மாடுகளும், ஒட்டகங்களும் அவன் பின்னால் அணிவகுத்து நின்றன. விலங்குகளின் முதுகிலிருந்த வைக்கோல் மீது தீ வைத்து அவற்றைத் துரத்திவிட்டார்கள் தைமூரின் வீரர்கள். எரிமலைத் தீப்பிழம்பு ஒன்று தங்களை நோக்கி வருவதைக் கண்ட போர் யானைகள் மிரண்டுபோய் பாகனை உதறிவிட்டு ஓடிப்போய் தங்களது வீரர்களையே மிதித்துக் கொன்றன. அதனால் ரணகளமான போர்க்களச் சூழ்நிலையைப் பயன்படுத்திக்கொண்டு தைமூரின் படைவீரர்கள் மிச்சம் இருந்த சுல்தானின் வீரர்களின் கதையை முடித்தனர். உருக்குலைந்த உடலுடன் போர்க்களத்தில் காணப்பட்டனர் சுல்தான் முகமதுவின் படை வீரர்களில் பலர். ஒரே நாளில் போர் முடிந்தது. டில்லிக்குள் புகுந்தான் தைமூர்.

கொடூரம்

போரின் முடிவில் அங்குள்ள வைரங்களையும், வைடூரியங்களையும் கொள்ளையடித்த தைமூர், ஆறுமாதங்கள்வரைதான் டில்லியில் தங்கியிருந்தான். ஆனால்

▲ போர்க் களத்தில் முகம்மது ஷா

அந்தக் குறுகிய காலகட்டத்தில் அவன் செய்த கொடூரமான செயல்கள் குலை நடுங்க வைப்பவை. வரும் வழியில் சிறை பிடித்து அழைத்து வந்த ஒரு லட்சம் மக்களை ஏதோ ஒரு சாதாரணக் காரணத்தைக் காட்டிப் படுகொலை செய்தான். டில்லிக்குள் புகுந்தபின் அங்கு தடுப்புச் சுவர் ஒன்றை எழுப்பினர் அதன் மீது ஏறி தப்பித்துச் செல்ல முயன்றபோது தடுத்த அவனது போர்வீரர்களில் சிலர் தாக்கப்பட்டனர். இதனால் கோபமடைந்த தைமூர் டில்லி மக்களைக் கொன்று குவிக்குமாறு ஆணையிட்டான். அதனால் டில்லியில் மட்டும் 5 லட்சம் மனிதத் தலைகள் உருண்டன. கொலை வெறிபிடித்த தைமூர் நடத்திய இந்தக் கொலை வெறியாட்டத்துக்கு இணையான இனப்படுகொலையை வேறு எவரும் சரித்திரத்தில் செய்ததில்லை என்றே கூறலாம். இப்படிப்பட்டதொரு வெறியாட்டத்தை நடத்திவிட்டு டில்லியை விட்டு, அவன் தான் புறப்பட்டு வந்த சமர்கண்டிற்கே திரும்பிச் சென்றான். இந்தக் கொலைகாரனால் இந்தியாவின் பொக்கிஷங்கள் முழுவதுமாகக் கொள்ளையடிக்கப்பட்டது. இவ்வளவு கருணையின்றி மனித இனப்படுகொலை செய்த காரணத்திற்காகத்தான் தைமூரை ஒருமையில் குறிப்பிட்டேன். தைமூரைப் போலவே மனிதத்தன்மை இல்லாது கொடுங்கோலாட்சி செய்த மனித மிருகங்கள் சரித்திரத்தில் பலர் உண்டு.

உலக நடப்பு

நல்ல கல்வியும் நேர்மையான குணமும் நம்மிடம் உள்ளதனாலேயே அனைத்துத் தகுதிகளும் நமக்கு இருப்பதாக நாம் நினைக்கிறோம். நமக்கு எதிரிகளே இல்லை என்றும் நினைக்கிறோம். ஆனால் எங்கெங்கிருந்தோவெல்லாம் நமக்கு எதிரிகள் தோன்றுவதையும் எதிர்ப்புகள் ஏற்படுத்துவதையும் பார்க்கிறோம். அந்த எதிரிகளில் சிலர் படு மோசமானவர்களாகவும்,

கொலைவெறி பிடித்தவர்களாகவும், அனைவரையும் அழித்து ஒழித்துவிடும் தன்மையுடையவர்களாகவும், எரித்துச் சாம்பலாக்கும் குணமுடையவர்களாகவும் இருக்கிறார்கள். இந்த நவீன தைமூர்கள் பெரிய பலசாலிகளாகவோ, பயங்கர ஆயுதங்களை ஏந்தியவர்களாகவோ இருக்க மாட்டார்கள். ஆனால் அவர்களிடம் அதிகாரம் இருக்கும் அல்லது அதிகார மையத்தின் ஆதரவு அவர்களுக்கு இருக்கும். அவர்கள் மௌனமாக இருந்து நமது கழுத்தை அறுத்து விடுவார்கள். பேனா முனையின் துணைகொண்டு நமது வாழ்க்கையையே பாழாக்கிவிடுவார்கள். நம்மைப்பற்றிப் பிறரிடம் தவறான செய்திகளைக் கூறுவார்கள். தகுதியிருந்தாலும் நமக்குப் பதவி உயர்வு தராமல் தகுதியற்றவர்களுக்கு அதைத் தந்து விடுவார்கள். அவர்களது மோசமான போர்த் தந்திரங்களினால் நமது நற்பெயர் என்னும் கோட்டையைத் தகர்ப்பார்கள்.

நாம் உருவாக்கிய வலிமையான யானைப் படையை மலிந்த சூழ்ச்சிமிக்க கூர் வாட்களால் பிளந்து சிதறடிப்பார்கள். இப்படிப்பட்ட எதிரிகளை நாம் முன்கூட்டியே அறிந்து கொள்ளவேண்டும். அவர்களிடம் ஜாக்கிரதையாகவும் இருக்க வேண்டும். இவர்களுக்கு எதிராக நாம் பெரியதொரு போர்த்திட்டத்தை வகுக்க வேண்டும். நமது எல்லைக்குள் இவர்கள் நுழைய முடியாதபடி நமது பாதுகாப்பு அரண்களைப் பலமானதாக அமைக்க வேண்டும். அதற்கு நமக்குப் பல நாட்கள் பிடிக்கும். சில வேளைகளில் இதற்குப் பல ஆண்டுகள் கூடப் பிடிக்கலாம். இதற்குக் கடினமான முயற்சியும், களப்பணியும் தேவைப்படும். பொறுமையாக இருந்து இந்த நோக்கங்களை நிறைவேற்றுவதற்கு உதவக்கூடிய ஒரு படையைத் திரட்ட வேண்டிய அவசியமும் ஏற்படலாம். போர்க் களங்களையும் போர் வியூகங்களையும் சூழ்நிலைக்குத் தகுந்தவாறு நாம் இந்த நேரத்தில் மாற்றிக்கொண்டே இருக்க வேண்டும். அந்தக் கொடியவன் விரித்த வலையில் சிக்குவது பெரும் ஆபத்தை விளைவிக்கும். அதேபோல் எதிரியின் பதுங்கு குழிகளும் ஆபத்தானவை. அதற்குள் முள் குண்டுகள் கிடக்கும். அதன்மீது நடக்கும் நமது யானைகள் சிக்கிக்கொள்ளும். அதனால் மிகவும் ஜாக்கிரதையுடன் இதுபோன்ற வலிமையான ரத்த வெறிபிடித்த நவீன உலக சதிகார தைமூர்களிடமிருந்து நாம் நம்மைக் காத்துக்கொள்ள வேண்டும்:

கர்வம் பிடித்தவரைச் சீண்டினால்

எனது கல்லூரி நண்பர் ஒருவர் வங்கி அதிகாரியாக இருந்தார். அவர் தனக்கு மேல் மிக உயர்ந்த இடத்தில் இருந்த

ஒரு அதிகாரியுடன் தொலைபேசியில் பேசியபோது நட்பு ரீதியாக சற்று அலட்சியமாகப் பேசிவிட்டார். என்னிடமே அலட்சியமாகப் பேசுகிறாயா? உன்னைத் தொலைத்து விடுகிறேன் பார்! என்று கோபமாகச் சீறிய அந்த உயர் அதிகாரி, இவர் மீது பல பொய் வழக்குகளைப் புனைந்தார். அதோடு நில்லாமல், பணியை விட்டு அவரை நிரந்தரமாக நீக்கிவிட்டார். இத்தனைக்கும் அந்த உயர் அதிகாரியை இவர் பார்த்ததுகூடக் கிடையாது. அதனால் ஒரு முறை உங்களைப் பார்த்து விளக்கம் தர வேண்டும். அதற்கு எனக்கு வாய்ப்புத் தாருங்கள் என்று கேட்டுப் பார்த்தார். மன்னிப்புக் கேட்டுக்கொள்கிறேன், என்னை இத்தோடு விட்டு விடுங்கள் என்று கேட்டுக்கொண்டபோதும் கூட அந்த அதிகாரி அதைக் காது கொடுத்துக் கேட்கத் தயாராக இல்லை. கர்வம் பிடித்த நவீன தைமூர்போல் நடந்து கொண்டார் இந்த வங்கி உயரதிகாரி. இவரைப் போன்ற நவீனகால தைமூர்கள் எல்லாத் துறைகளிலும் உண்டு என்பதை நினைவில் கொள்க. அவன் உங்கள் பங்காளியாகக் கூட இருப்பான், கல்லூரியில் உடன் பயிலும் மாணவனாகக் கூட இருப்பான். இப்படிப்பட்டவர்களிடம் சிக்கிச் சீரழிந்துவிடாமல் உங்களைப் பாதுகாத்துக் கொள்வது உங்களது பொறுப்பு என்றே நான் கூறுவேன்.

ஐந்து தத்துவங்கள்

நீங்கள் நண்பராக நினைப்பவர்கள் உண்மையில் உங்கள் எதிரிகளாக இருக்கக்கூடும். இவர்கள் எல்லாம் உங்களுடன் எல்லா விஷயங்களிலும் ஒத்துப்போவதைப்போல் நீங்கள் சொல்வதற்கெல்லாம் தலையாட்டிக் கொண்டிருப்பார்கள்.

ஆனால், சரியான நேரத்தில் கையில் அரிவாளுடன் உங்கள் முன் தோன்றுவார்கள். எவ்வளவு நல்லவராக நீங்கள் இருந்தாலும் எவ்வளவு நல்ல நோக்கம் உள்ளவராக நீங்கள் இருந்தாலும் உங்களுக்கு இப்படிப்பட்ட எதிரிகள் உருவாவதையும் அவர்கள் உங்கள் மீது திடீரென்று தாக்குதல் நடத்துவதையும் உங்களால் தவிர்க்கவே முடியாது. ஆனால், அவர்கள்விட்ட சவால்களை எப்படிச் சமாளிப்பது அல்லது உங்களை அவர்களிடமிருந்து எப்படிப் பாதுகாத்துக் கொள்வது என்பதற்கான ஐந்து வழிமுறைகள்.

1 பேச்சை விடச் செயல் சிறந்தது

நீங்கள் சரியாக வேலை செய்யவில்லை என்பது உங்கள் மேலதிகாரி உங்கள் மேல் வைக்கும் குற்றச்சாட்டு என்றால் அதற்கு நீங்கள் வாய் வார்த்தையாகப் பதில் தருவது அவ்வளவு நல்லது அல்ல. இந்தக் குற்றச்சாட்டு பொய் என்று நேரடியாக நீங்கள் அவரிடம் மறுப்பதும் நல்லது அல்ல. ஏனென்றால் குற்றம் புரிந்தவர்கள் அனைவருமே, அப்படித்தான் கூறுவார்கள். பேச்சு மலிவானது. ஆனால் செயலோ சக்தி வாய்ந்தது. ஆகவே உங்களது திறமையையும், நோக்கத்தையும் செயல் வடிவில் காட்டுங்கள். உங்களுக்கு இட்ட பணியை அற்புதமாகச் செய்து முடியுங்கள். நல்ல உழைப்பாளி என்று பெயர் எடுத்த நீங்கள் 'முன்மாதிரி அலுவலர்' என்ற பெயரையும் எடுங்கள். நீங்கள் அப்படிச் செய்தால் எதிரிகள் உங்கள் மீது அள்ளி வீசிய புகார்கள் அனைத்தும், நீங்கள் எதுவும் பேசாமலேயே பொய் என்றாகிவிடும்.

2 அனைவரையும் தெரிந்து வைத்துக் கொள்ளுங்கள்

ஒரு நிறுவனத்தில் பலர் பணியில் இருப்பார்கள். அவர்கள் ஒவ்வொருவருமே உங்கள் வளர்ச்சிக்கு உதவக்கூடியவர்கள்தான். நீங்கள் பணிபுரியும் நிறுவனத்திலுள்ள உயர் அதிகாரியை நீங்கள் மரியாதை நிமித்தமாகச் சந்தித்தால், அவர் உங்களைப் பற்றிச் சில நல்ல வார்த்தைகளை அந்த நிறுவனத்தின் பொது மேலாளரிடம் கூறுவார். அங்குள்ள ஒரு உதவியாளரை நீங்கள் பார்த்துப் பேசினால் அவர் உங்களுக்குப் பதவி உயர்வு கிடைக்க இருக்கிற செய்தியை முன்கூட்டியே உங்களிடம் கூறுவார். இப்படி ஒவ்வொரு நிலையிலுள்ளவர்களுடனும் நீங்கள் ஏற்படுத்திக் கொள்ளும் பழக்கமானது உங்களை ஒரு பலம் வாய்ந்த போர் வீரனாகவும், ஆதரவுமிக்க தலைவனாகவும் மாற்றும். அதன் பிறகு உங்களை அழிப்பது என்பது எதிரிகளுக்குக் கடினமானதொரு காரியமாக இருக்கும்.

3 பெரியவர்களை நாடி அறிவுரை கோருங்கள்

ஒரு நிறுவனத்தில் உள்ளவர்களில் உங்களுக்கு உதவி செய்யும் நிலையில் உள்ள சிலர் இருப்பர். இப்படிப்பட்டவர்களின் உதவியை நாடி அவர்களைச் சந்திக்கும்போது உங்களது மற்ற போட்டியாளர்கள் குறித்து அவர்களிடம் அவதூறு பேசாமல் இருப்பது நல்லது. அவரிடம் சொல்ல வேண்டியவற்றை மிகவும் பக்குவமாக அவரது மனம் புண்பட்டுவிடாமல் நீங்கள் சொல்லிவிட வேண்டும். அவரை நீங்கள் அப்போது சந்தித்தது கூட உங்களது பிரச்சனைகளைப் பற்றிப் பேசுவதற்காகத்தான் என்பதுபோல இல்லாமல் அது பொதுவான ஒரு உரையாடல் என்ற வகையில் அமைவது நல்லது. பொதுவானதொரு உரையாடல்களுக்கு மத்தியில் உங்களுடைய பதவி உயர்வைப் பற்றிய விண்ணப்பத்தையும் அவரிடம் வைத்தால் அது இயற்கையாக, 'இலை மறை காய் மறை' என்ற அளவில் இருக்கும்.

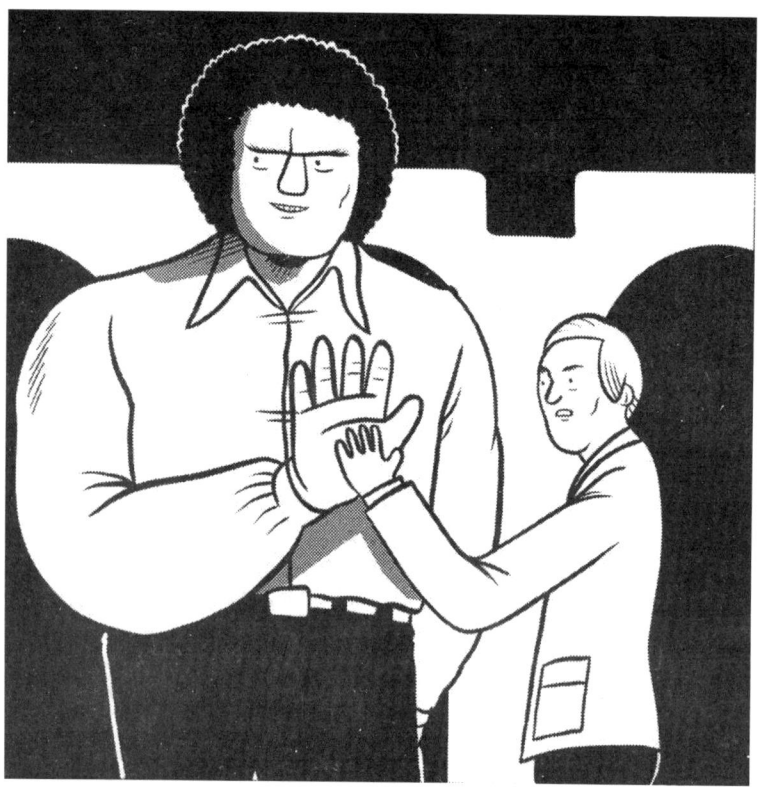

4. எதிரிக்கும் நீங்கள் நண்பர்களாகவே இருங்கள்

ஒரு பழமொழி உண்டு. "நண்பனுடன் நெருக்கமாக இருங்கள். எதிரியுடன் இன்னும் நெருக்கமாக இருங்கள்" என்று. ஒருவர் உங்களுக்கு எதிரி என்பது தெரிந்ததும் அவருடன் நேரடியாகச் சண்டைக்குச் செல்வதை விட மோசமான காரியம் வேறு எதுவுமில்லை. அவனது சதி நமக்குத் தெரியாதது போலவும், அவனது அடி நம்மீது படவே இல்லை என்பது போன்றும் பாவித்து, ஒன்றுமே நடக்காதது போல அவனுடன் பழகிவர வேண்டும். வழக்கமாக அவனிடம் நலம் விசாரிக்கலாம். நண்பர்களுக்கிடையே நடக்கும் உரையாடல்கள் போலவே உங்களுக்கிடையேயான உரையாடல்களும் நடக்கட்டும். அவரை நீங்கள் நம்பவில்லை என்பதை அவராகவே கண்டுபிடிக்கட்டும். நீங்களாகவே அதை அவரிடம் சொல்லிவிட வேண்டாம். அப்படி நீங்கள் நடந்துகொண்டால் நீங்கள் பலமானவர் என்பதைப் புரிந்துகொண்டு எதிரி தனது தாக்குதலைக் குறைத்துக்கொள்ளக் கூடும்.

5. அமைதி காக்கவும்

சதிகாரர்கள் தங்கள் சதிக்குத் தாங்களே ஒரு நாள் இரையாவார்கள். அவர்களின் தீய எண்ணங்களும் திரை மறைவுச் செயல்களும் ஒருநாள் வெளிச்சத்திற்கு வந்தே தீரும். அவர்களிடம் உழைப்பு இருக்காது. ஆனால் பேராசை இருக்கும். பதவியில் அமரத் துடிப்பார்கள். அதற்கான உழைப்பு உங்களிடம் இருக்கும். தகுதியும் இருக்கும். வேலையிலுள்ள நெளிவு சுளிவுகளும் உங்களுக்கு நன்றாகவே தெரியும். அதனால் அனைத்து ஊழியர்களின் ஆதரவும் உங்களுக்குக் கிடைக்கும். எனவே அமைதியாக இருங்கள். சரியான நேரத்தில் எதிரிகள் அவர்களாகவே வீழ்வார்கள். நீங்கள் எழுவீர்கள்.

போராட்டம்

19 மாதக் குழந்தையாய் இருந்தபோது வந்த ஒருவித மர்ம நோயால் கண்பார்வையையும் காது கேட்கும் சக்தியையும் முற்றிலும் இழந்தார். அனி கல்லிவன் என்ற ஆசிரியரால் பயிற்றுவிக்கப்பட்டுப் பேசக் கற்றுக்கொண்டார். கண் பார்வையற்ற, காது கேளாதவராக இருந்து இளங்கலைப் பட்டம் பெற்ற முதல் மாற்றுத்திறனாளி என்ற பெருமையும் இவருக்கு உண்டு. உலகறிந்த பேச்சாளர், எழுத்தாளர் மாற்றுத்திறனாளிகளின் பிரதிநிதி. The story of my life, Light in my darkness, The world I live in; out of the dark, The song of the stone wall போன்ற புகழ் பெற்ற நூல்களை எழுதியவர்.

காது கேளாதவர்களுக்காகவும் பெண்களின் உரிமைக்காகவும் ஆலைத் தொழிலாளர் நலனுக்காகவும் பல போராட்டங்கள் நடத்தியவர். போருக்கு எதிராக உலக அரங்கில் முழக்கமிட்டவர். தொலைபேசி கண்டுபிடித்த அலெக்ஸாண்டர் கிரகாம்பெல், எழுத்தாளர் மார்க் ட்வைன், சிரிப்பு நடிகர் சார்லி சாப்ளின் போன்றோர்கள் இவரது நண்பர்கள். இவர் பெயரிலேயே இன்று பல சர்வதேச விருதுகள் அறிவிக்கப்படுகின்றன.

ஹெலன் கெல்லர் (1880-1968)

"வாழ்க்கை என்பது ஒரு மாபெரும் சாகசம். அப்படி அது ஒன்றும் சாகசமானது இல்லை என்று நீங்கள் நினைத்தால் வாழ்க்கை என்பதில் ஒன்றுமே இல்லை."

16. வாழ்வில் வெற்றி பெற...

எவ்வளவு முயற்சி எடுத்தாலும் வாழ்வில் வெற்றி பெற முடியவில்லை. தொட்டதெல்லாம் தோல்வியாகவே அமைகிறது. வாழ்க்கை மீது விரக்தி அடைந்துவிட்டேன். இந்த நிலைமைக்குத் தீர்வுதான் என்ன? என்று நினைப்பவர்களுக்கு ஒரு உண்மைக் கதையைச் சொல்கிறேன், கேளுங்கள்.

ஷாகிருதீன் முகமது பாபர்

இவர்தான் முகலாயப் பேரரசை இந்தியாவில் ஏற்படுத்தியவர். டில்லிக்கு 80 கி.மீ. தூரத்தில் இருக்கும் பானிபட் என்ற இடத்தில் இப்ராஹிம் லோடியின் ஆயிரம் யானைகளையும் ஒரு லட்சம் குதிரைப்படை வீரர்களையும் எதிர்கொண்டு முன்னேறி, டில்லி கோட்டையைப் பிடித்தவர். அவரிடம் இருந்தது வெறும் 12,000 குதிரைப்படை வீரர்கள் மட்டுமே. இது நடந்தது ஏப்ரல் 21-ம் நாள், 1526 ஆம் ஆண்டு.

பெர்கானா (புக்காரா என்றும் அழைக்கலாம்) நகரை ஆண்ட ஒரு சிற்றரசன் தன் படையைவிடப் பத்து மடங்கு பெரிய அளவுள்ள டில்லி படையை 1688 கி.மீ தூரம் நடந்து வந்து எப்படி வெல்ல முடிந்தது என்பதைத் தெரிந்துகொள்ள வேண்டும் என்றால் பாபர் கடந்து வந்த பாதையைக் கவனமாக நீங்கள் பார்க்க வேண்டும். அத்துடன் அவர் சந்தித்த தோல்விகளைப் பற்றி உங்களுக்கு நன்றாகத் தெரிந்திருக்கவும் வேண்டும்.

சமர்கண்டு

இன்றைய உஸ்பெகிஸ்தான் நாட்டில் உள்ள நகரம் இது.

இதற்கு 279 கி.மீ. தூரத்தில் இருக்கும் பெர்கானா என்னும் பகுதியை ஆண்ட உமர்ஸேர் மிர்ஸா இறந்துவிடவே, பதினொரு வயது பாபரை பெர்கானாவின் சிற்றரசராக அரியணையில் ஏற்றினர். சிறுவன் தானே! இவனை எளிதில் துரத்திவிட்டு ஆட்சியைக் கைப்பற்றி விடலாம் என்ற ஆசையில் அவனுடைய மாமன்மார்கள் படையோடு பெர்கானா வந்தார்கள். ஆனால் "உயிரே போனாலும் நாம் புறமுதுகு காட்டக்கூடாது. வெட்டிச் சாயுங்கள் எதிரிகளை" என்று தன் படைக்கு உத்தரவிட்டான் சிறுவன் பாபர். பாபரின் உற்சாகமான எதிர்த்தாக்குதலைச் சமாளிக்க முடியாமல் எதிரிப் படைகள் ஓட்டம் பிடித்தன. மிகச்சிறிய பெர்கானாவை மட்டும் ஆள்வது தனக்குக் கௌரவம் தரும் விஷயம் இல்லை என நினைத்த பாபர், சமர்கண்டு நகரை முற்றுகையிட்டார். ஆனால் பலம் பொருந்திய எதிரி அவரைக் கோட்டைக்குள் நுழைய விடாமல் தடுத்துக் கொண்டிருந்தான். அந்த சமயம் பார்த்துக் குளிர்காலமும் ஆரம்பித்து விடவே பெர்கானாவிற்குத் திரும்பினார் பாபர். ஆனால் சில மாதங்கள் கழித்து, பெரிய படையுடன் சமர்கண்ட் நகரை முற்றுகையிட்டார். 7 மாதங்கள் போராடி, எதிரிகளைச் சோர்வடையச் செய்த பின்னர் சமர்கண்டை கைப்பற்றினார். அப்போது பாபருக்கு வயது 14தான்.

நம்பிய எதிரி

இந்த நேரம் பார்த்து பெர்கானா பிரபுக்கள் அவரது தம்பி ஒருவரை அரியணையில் ஏற்றிவிட்டனர். இதை அறிந்த பாபர் சமர்கண்டை விட்டு வெளியேறி பெர்கானா திரும்பினார். அப்போது அங்கிருந்த அனைத்துப் பிரபுக்களும் அவரது தம்பியோடு கைகோர்த்துக்கொண்டு அவரை எதிர்த்தனர். சரி, திரும்பிப்போய்விடுவோம் என்று சமர்கண்டுக்குத் திரும்பியபோது அங்கே ஷியா இஸ்லாமிய மக்கள் ஆதரவுடன் இன்னொரு பலமான ஷியா மன்னனின் ஆட்சி நடந்து கொண்டிருந்தது.

▲ மார்க் ட்வைன்

▲ முகமது பாபர்

▲ உமர்ஷேர் மிர்சா

▲ சார்லி சாப்ளின்

▲ பானிபட் யுத்தம்

அதனால் நாடோடியாகத் திரிந்த பாபர் ஜெண்ட என்ற நகரில் உள்ள பாழடைந்த கோட்டையில் முகாமிட்டார். அந்த சமயத்தில் நிலவிய கடுங்குளிரில் கம்பளி ஆடையில்லாத காரணத்தால் நான் நடுங்கினேன் என்று அவரே "பாபர் நாமா" என்ற தனது சுய சரிதையில் குறிப்பிட்டுள்ளார். அப்போது பசியில் வாடிய பாபர் தன் பசியைப் போக்கிக்கொள்வதற்காகக் கிராமங்களில் புகுந்து உணவு தானியங்களைக் கொள்ளையடிக்க வேண்டியதாயிற்று. பிறகு அங்குள்ள கிராமத்து இளைஞர்களைத் தனது படையுடன் சேர்த்துக்கொண்டு அவர்களுக்குப் போர்ப் பயிற்சிகளைத் தந்தார் பாபர். அந்த இளம் குதிரைப்படை வீரர்களின் துணையுடன் தம்பி ஆண்ட பர்கானாவை அவர் கைப்பற்றினார்.

பின்னர் சகோதரர் படையையும் தன் படையுடன் சேர்த்துக்கொண்டு சமர்கண்டை நோக்கி அவர் சென்றபோது ஷைபான்கான் என்ற பலசாலி சமர்கண்டை ஆட்சி செய்து கொண்டிருந்தான். ஷைபான்கானை எதிர்க்க வேண்டாம் என்றுதான் படைத்தளபதிகளுக்கு முதலில் பாபர் அறிவுரை கூறினார். ஆனால் அங்குள்ள மக்கள் தனக்குத்தான் ஆதரவு தருவார்கள் என்று நம்பிக்கை ஏற்பட்டதால் பாபர், முன்னோக்கிப் போகலாம் வாருங்கள் என்று சொல்லிவிட்டு, சமர்கண்டை அடைந்தவர் அங்கு முகாமிட்டார். ஒரு நாள் இரவு கோட்டைக்கு வெளியில் கூடாரத்தில் நிம்மதியாகத் தூங்கிக் கொண்டிருந்த

▲ ஷா இஸ்மாயிலுக்கும் முகமது ஷைபானிக்கும் இடையிலான யுத்தம்

ஷைபான்கானை ஓசையின்றிக் கடந்து சென்ற பாபரும் அவரது 50 படை வீரர்களும் ஏணிப்படி வழியாகக் கோட்டை மீது ஏறியும்விட்டனர். அன்று அதிகாலையில் கோட்டையில் தன் கொடியை ஏற்றினார் பாபர். அதைப் பார்த்த ஊர்மக்களின் உற்சாக முழக்கம் விண்ணைப் பிளந்தது. ஓட்டம் பிடித்தான் ஷைபான்கான். ஆனால் ஷைபான்கான் சாதாரண ஆள் இல்லை. அவன் சில நாட்களுக்குப் பிறகு மிகப்பெரிய படையுடன் மீண்டும் வந்து சமர்கண்டுக் கோட்டையை முற்றுகையிட்டான். அதனால் உணவும், தண்ணீரும் இல்லாமல் தவித்த பாபர் கழுதைகளைக் கொன்று சாப்பிட்டுக்கொண்டு கோட்டைக்குள்ளேயே இருக்க வேண்டியதாயிற்று. அப்படியிருக்கையில் ஒரு நல்ல சந்தர்ப்பம் கிடைத்தபோது தாயாரை அழைத்துக்கொண்டு சமர்கண்டு கோட்டையிலிருந்து தப்பித்தார் பாபர்.

முயற்சியைக் கைவிடவில்லை

தப்பித்த பாபர் கரடு முரடான பாதைகளில் வெகுதூரம் நடந்து சென்று மாமனின் ஊரான தாஸ்கண்டை அடைந்தார். அப்போது அவருக்கு ஆள நாடென்று ஒன்றும் இல்லை, இருக்க ஒரு வீடுகூட இல்லை, உறவினர்கள் இல்லை, தளபதிகள் இல்லை. ஆனால் நம்பிக்கை மட்டும் இருந்தது அவரிடம். அது மாதிரி சமயங்களில் தன்னந்தனியாகக் கண்ணீர்விட்டு அவர் அழுதிருக்கிறார். தோல்விகள் தற்காலிகமானவை. அவற்றை

மாற்றி அமைக்க முடியும் என்று டைரியில் அப்போது எழுதினார் பாபர். பிறகு ஒரு சிறு படையுடன் சென்று தான் பிறந்த பெர்கானாவை மீண்டும் கைப்பற்றினார். ஆனால் ஒரு சில மாதங்களில் ஷைபான்கான் பெரும்படையுடன் வந்து பர்கானா அரண்மனைக் கதவை உடைத்துக்கொண்டு கோட்டைக்குள் புகுந்தான். மீண்டும் சொந்த ஊரை விட்டே அவர் ஓட வேண்டியதாயிற்று. வரலாற்று ஆசிரியர் காஸிம் பெரிஷ்டா இதுபற்றிக் கூறும்போது, "விதியின் காலடியில் உதைபடும் பந்தாக, சதுரங்க ஆட்டத்தில் ஓரத்தில் சிக்கிக்கொண்டு அங்குமிங்கும் இடம்மாறும் ராஜாவைப்போல் அலைக்கழிக்கப்பட்டார் பாபர்" என்று அவரது பரிதாப நிலையைப் பற்றிக் குறிப்பிடுகிறார்.

▲ ஷைபானிகான்

அந்தத் தருணத்தில், "காபூல் அரசர் இறந்துவிட்டார். பலவீனமான அரசன் ஒருவன் காபூலுக்குள் புகுந்து ஆட்சியைக் கைப்பற்றப் பார்க்கிறான்" என்ற செய்தி வந்து சேர்ந்தது. இருநூறு வீரர்களைத் திரட்டிக்கொண்டு பாபர் காபூலுக்கு விரைந்தார். வழி நெடுக இளம் வீரர்கள் பலர் அவருடன் சேர்ந்து கொண்டனர். பெரும்படை ஒன்று காபூல் நகரை நாலாபுறமும் சூழ்ந்து கொண்டுள்ளது என்ற மிகைப்படுத்திய செய்தியை ஒற்றர்கள் மூலம் எதிரிக்கு அனுப்பி வைத்தார் பாபர். அதைக்கேட்டுப் பயந்து கோட்டைக்குள் இருந்த அரசன் அவசர அவசரமாக அங்கிருந்து வெளியேறி ஓடிவிட்டான். காபூல் கோட்டையில் அரியணை ஏறினார் பாபர். இது நடந்தது 1504 ஆம் ஆண்டில். இத்தனை சோதனைகளையும் அனுபவித்த பாபருக்கு அப்போது வயது 22 தான்.

எதிரிக்கு எதிரி நண்பன்:

ஷைபான்கானின் எதிரி பாரசீக மன்னர் ஷா இஸ்மாயிலுக்குத் துணையாக நின்று போரிட்டு சமர்கண்டு அரசன் ஷைபான்கானைப் பாபர் தோற்கடித்தார். அப்போது ஓடி ஒளிந்துகொண்ட ஷைபான்கானின் உடல் துண்டாக்கப்பட்டு பாரசீக நகர்களில் கண்காட்சிக்கு வைக்கப்பட்டது. அவனது மண்டையோட்டை தங்க வண்ணம் பூசிய மதுக்கிண்ணமாக மாற்றி அதில் மதுவைப் பரிமாறினார்கள். அதற்குப் பிறகு சமர்கண்டு பாபர் ஆட்சியின் கீழ் வந்தது. இருந்தாலும் வடக்கத்திய உஸ்பெக் படை ஒன்று திரண்டு சமர்கண்டுக்கு வந்ததினால், அவர்களைச் சமாளிக்க முடியாமல் தடுமாறிய பாபர், காபூலுக்கே திரும்பி வந்துவிட்டார். காபூல் ஒரு வர்த்தக நகரம், இங்கேயே நாம்

▲ தௌலத்கான் போரில்

▲ தௌலத்கான்

குடியேறிவிடுவோம் என்று அப்போது முடிவு செய்தார் பாபர். காபூல் நகரக் கடைவீதிகளில் விற்கப்பட்ட வாசனைத் திரவியங்களும், முத்துகளும், பட்டுத் துணிகளும், மூலிகைகளும் எங்கிருந்து வந்தவை என்று அங்கிருந்தவர்களிடம் அப்போது அவர் கேட்டார். இந்தியாவிலிருந்து வந்தவை என்று அவர்கள் கூறினார்கள்.

இந்தியா மோகம்

காபூலில் ஆட்சியை நிலைப்படுத்திய பாபருக்கு இந்தியாப் பக்கம்வர ஆசை. அந்த நேரம் பார்த்து முல்வாட் மன்னன் தௌலத்கான் அனுப்பிய கடிதம் பாபரின் கைக்கு வந்தது. இந்தியாவிற்கு வர முடியுமா?.. என்பதுதான் அந்தக் கடிதத்தின் சாரம். ஆனால் நிரந்தரமாக டில்லியில் குடியேறிவிட எண்ணம் கொண்டு தன் படையுடன் அதை நோக்கிப் புறப்பட்ட பாபரை தௌலத்கானே வழி மறித்தார். பாபர் இந்தியாவில் தங்கினால் நான் எப்படி டில்லியை ஆள்வது என்பதுதான் தௌலத்கானின் கேள்வி. பெரும்படையுடன் வந்து எதிர்த்ததால் பாபரால் அவரை ஒன்றும் செய்ய இயலவில்லை. அதனால் காபூலுக்குத் திரும்பிவிட்டார். ஆனால் டிசம்பர் 15, 1526 அன்று பாபர் சிந்து நதியைக் கடந்தார். தௌலத்கானின் பெரும் படையை பாபரின் 10,000 வீரர்கள் விரட்டியடித்து முல்வாட் கோட்டையைக்

கைப்பற்றினார். பாபருடைய தளபதி ஒருவன் முல்வாட் கோட்டைக்குள் புகுந்து தௌலத்கானின் குடும்பப் பெண்களைச் சீரழிக்க முயன்றபோது, தன் ஈட்டியால் அந்தத் தளபதியை வீழ்த்தினார் பாபர். "பெண்களை யாரும் தொடக்கூடாது." அதைப்போல் "வீட்டிலுள்ள மண்பாண்டங்களையும் உடைக்கக்கூடாது" என்று அப்போது எச்சரித்தார் பாபர். இது எதிரிகளின் மனதை இளக்கியது. "எதிரிக்கு எதிரி நல்ல நண்பன், இப்ராஹிம் லோடி ஆட்சியில் நீங்கள் சிரமப்பட்டது போதும் அவனிடமிருந்து உங்களுக்கு விடுதலை வேண்டும் என்றுதானே என்னை அழைத்தீர்கள்?... பின் ஏன் என்னுடன் மோதுகிறீர்கள்? நாம் ஒன்று சேர்ந்துவிடுவோம்" என்று அறிவுரை கூறி தௌலத்கானின் மனதை மாற்றினார் பாபர். பாபர் நினைத்திருந்தால் தௌலத்கானைக் கொன்றிருக்கலாம், அவன் குடும்பத்தையே நாசம் செய்திருக்கலாம். ஆனால் பாபர் அதைச் செய்யவில்லை. தௌலத்கான் இதனால் வெட்கித் தலைகுனிந்தான். இவ்வளவு வேதனைகளையும் அனுபவித்துச் சோதனைகளையெல்லாம் வென்று சாதனைகளாக்கியதுடன் தன் எதிரிகளையும் நண்பர்களாக்கிக் கொண்ட பாபரைத்தான் நாம் ஏப்ரல் 21, 1526 அன்று பானிபட் போர்க்களத்தில் இப்ராஹிம் லோடியின் எதிரியாகப் பார்க்கிறோம்!

விரக்தி வேண்டாம்

முயற்சிகள் பல செய்தும் வெற்றி கிட்டவில்லையா, அப்போதும் கூட மனம் தளராதீர்கள். விரக்தி அடைவதால் பயனில்லை. அதற்குப் பதிலாக மீண்டும் ஒருமுறை முயற்சி செய்து பாருங்கள்.

முனைவர். செ. சைலேந்திரபாபு

வெற்றி பெற்றவர்கள் எல்லாரும் தங்கள் முதல் முயற்சியிலேயே வெற்றி பெற்றுவிடவில்லை. பாபருக்கு வெற்றி கிடைத்தது போல் உங்களுக்கும் வெற்றி கிடைக்கலாம். அதற்குச் சிலகாலம் பிடிக்கலாம். அப்படியும் வெற்றி கிடைக்கவில்லையா? அப்போதுகூட அவசரப்பட்டு விரக்தி அடைந்து விடாதீர்கள். நீங்கள் முயற்சிகள் பலவற்றை எடுத்திருப்பதும் சிறந்த அனுபவமாக அமையும். அது போர்க் குணங்கள் பலவற்றையும் உங்களுக்குத் தந்திருக்கின்றன, அதுவே உங்களுக்குக் கிடைத்த ஒரு வெற்றிதான். "போர் வீரர்களைப் பொருத்தவரை போராட்டம் என்பதே ஒரு வகை வெற்றிதான்" என்றார் மகாத்மா காந்தி.

வாழ்வில் வெற்றிபெற ஐம்பெரும் வழிமுறைகள்

எதை வெற்றி என்று நினைக்கிறீர்கள் என்று ஐந்து பேரிடம் கேட்டால் அந்த ஐந்து பேரிடமிருந்தும் வெவ்வேறு பதில்கள் தான் கிடைக்கும். அதற்குக் காரணம், அவரவர் சாதிக்க நினைக்கும் காரியங்களில் தான் அவரவரும் வெற்றிபெற வேண்டும் என்று நினைப்பார்கள். ஆனால் அதையே வேறு சிலர் வெற்றி என்று ஒத்துக்கொள்ள மாட்டார்கள். எனவே அவரவரும் தாங்கள் சாதிக்க நினைத்தவற்றை சாதித்து விடுவதே வெற்றி என்று வரையறுத்துக் கொள்வோம். அப்படிச் சாதிப்பதற்கு உதவும் ஐந்து வழிமுறைகள் பற்றி இங்கு விவரிப்போம்.

1 குறைவாக மதிப்பிடாதீர்

உங்களது திறமையையும், தகுதியையும் குறைவாக மதிப்பிடாதீர்கள். உங்களின் ஆற்றலையும் குறைவாக மதிப்பிட்டுக் கொள்ளாதீர்கள். சிறிய இலக்கினை எட்டியதுமே அத்துடன் திருப்தி அடைந்து விடாதீர்கள். உடனே பெரிய சாதனை ஒன்றைப் படைக்கப் புறப்படுங்கள். அப்படியொன்றை அடைந்தாலொழிய உங்களுக்கு மனமகிழ்ச்சி ஏற்படக்கூடாது. மாவட்ட அளவில் உங்களது சாதனை இருந்தால் போதும் என்று எண்ணுவதைவிட்டு அது தேசிய அளவில் இருக்க வேண்டும் என்று எண்ணுங்கள். அதற்கான உங்களுடைய முயற்சியை ஆரம்பியுங்கள்.

2 எதிர்பை புறந்தள்ளுங்கள்

ஒரு பெரிய சாதனையைச் செய்ய முற்படும்போது பலர் இது விபரீதமான வேலை என்று பீதியைக் கிளப்புவார்கள். இதெல்லாம் உனக்கு வேண்டாம் என்று அறிவுரை கூறுவார்கள். மீறி நீங்கள் முன்னேறும்போது உங்களை எதிர்ப்பார்கள். அதற்கெல்லாம் அஞ்சாதீர்கள். தொடர்ந்து முன்னேறுங்கள். ஒரு பள்ளிக்கூடத்தை நீங்கள் துவங்க முற்படும்போது அதில் உங்களுக்குப் பலவிதத் தடைகளை ஏற்படுத்தி அச்சுறுத்துவார்கள். உங்களைப் பார்த்துக் குரைக்கும் ஒவ்வொரு நாயையும் கல்லால் அடிக்கிறேன் என்று நீங்கள் போக ஆரம்பித்தால் உங்களால் பள்ளிக்கூடம் கட்ட முடியாது. அதற்குப் பதில் உங்கள் மீது வீசப்படும் கற்களைச் சேகரித்து வைத்துக்கொண்டு பள்ளிக் கட்டிடத்தை எழுப்பும் பணியைச் செய்யுங்கள்.

3 உங்கள் மீது நம்பிக்கை வையுங்கள்

தன்னம்பிக்கை உள்ள ஒருவன் இப்படித் தன் எல்லா எதிரிகளையும் புறந்தள்ளிவிட்டு வீரநடை போடும் அதே வேளையில் தன் மீதே நம்பிக்கை இல்லாதவன் அங்கேயே சாய்ந்து விடுவான். இது நம்மால் முடிக்கக் கூடியதுதான். நம்மைவிட பலவீனமாக உள்ளவர்களெல்லாம் கூட இதைச் செய்திருக்கிறார்களே, அப்படியிருக்க நம்மால் இதை ஏன் செய்ய முடியாது என நமக்குள் கேள்வி எழுப்புவதுதான் நல்ல மனநிலைக்குள்ள அடையாளம். நமக்குள்ள ஆற்றலின் மீது நாமே சந்தேகப்படுவது என்பது மோசமான மனநிலையில் நாம் இருப்பதையே காட்டும்.

உங்களை நீங்கள் நம்பவில்லை என்றால் பின்னர் உங்களை யார் தான் நம்புவார்கள்.

4. தைரியமாக இருங்கள்

பெரிய பெரிய சாதனைகளைப் படைக்க வேண்டும் என்றால், வெற்றி வீரனாகத் திகழ வேண்டும் என்றால், உங்கள் முயற்சி என்ற விலையைக் கொடுத்தே ஆக வேண்டும். இப்போது நீங்கள் செய்து கொண்டிருக்கும் சுகமான பாதுகாப்பான தொழிலை அதற்காக விட்டுவிடவும் தயங்கக்கூடாது. அதனால் வெற்றி வாய்ப்பை நீங்கள் இழக்கலாம். உங்களுக்குப் பொருள் இழப்பும் ஏற்படலாம். அதனால் நீங்கள் ஏமாற்றமும் அடையலாம். இப்படிப்பட்ட நிலையிலும்கூட தைரியமாக நீங்கள் முன்னேற வேண்டும். அடுத்து செய்ய வேண்டிய காரியங்களை இன்னும் மன உறுதியுடன் செய்ய வேண்டும். வானமே இடிந்து விழுந்தாலும் உங்கள் மன உறுதியில் தளர்வு என்பது இருக்கக்கூடாது. உறுதியாக நின்று அடுத்து என்ன புதிய வாய்ப்பு கிடைக்கும் என்று சிந்தித்துப் பார்க்க வேண்டும்.

5. தொடர்ந்து கல்வி கற்றுக் கொள்ளுங்கள்

வாழ்வில் எதுவுமே நிலையானது அல்ல. தொழில்நுட்பமும், விஞ்ஞானமும், மனித சிந்தனையும் தினம் தினம் மாறக்கூடியவை. வலைதளம், இணையதளம், கணினி என்று அனைத்துத் தொழில்நுட்பங்களையும் உபயோகப்படுத்தக் கற்றுக்கொள்ள வேண்டும். அவ்வாறு கற்கவில்லை என்றால் உங்களுக்கு இந்த நவீன கால போட்டி உலகத்தில் வசிப்பதற்கு இடமிருக்காது. தொடர்முயற்சி... தொடர்கல்வி... தொடர்வெற்றி... இவைதான் இந்த நவீன உலகத்தில் நீங்கள் வெற்றி பெறுவதற்கான ரகசியம்.

கல்வி

பிரேசில் நாட்டுப் பாடலாசிரியர் மற்றும் நாவலாசிரியர். எழுத்தாளராகப் பல சர்வதேசப் பதக்கங்களைப் பெற்றுள்ளார். இவர் எழுதிய "The Alchemist" என்ற நாவல் உலகில் உள்ள பல மொழிகளிலும் மொழி பெயர்க்கப்பட்டது. இவர் சமூக ஊடகங்களை வாசகர்களுடன் உரையாடுவதற்காகப் பயன்படுத்தினார். பேஸ்புக்கில் 3 கோடி வாசகர்களும், டிவிட்டரில் 1.2 கோடி வாசகர்களும் இவரைப் பின்பற்றுகின்றனர். பள்ளியில் படிக்கும்போதே ஒரு எழுத்தாளர் ஆகவேண்டும் என்ற தனது ஆசையை வீட்டில் உள்ளவர்களிடம் கூறிவிட்டார். அவரது தந்தை அதை ஏற்றுக்கொள்ளவில்லை. தொடர்ந்து அடம் பிடிக்கவே 17 வயதுச் சிறுவனாக இருந்த அவரை மனநல மருத்துவமனையில் சேர்த்துவிட்டனர். மூன்று முறை அங்கிருந்து அவர் தப்பித்து ஓடினார். பின்னர் சட்டக்கல்லூரியில் சேர்ந்தார். அங்கிருந்து முதலாம் ஆண்டிலேயே வெளியேறி சினிமாப் பாடல்கள் எழுதத் தொடங்கினார். அவர் எழுதிய Hel Archiveves என்ற நாவல் சரியாக விற்கவில்லை. அடுத்ததாக அவர் எழுதிய The alchemist என்ற நூலும் பிரேசில் நாட்டில் சரியாக விற்பனையாக வில்லை. பின்னர் அமெரிக்கப் பதிப்பகம் ஒன்று அதை வெளியிட்டதும் உலகப்புகழ் பெற்ற நாவலாக அது மாறியது. அதற்குப் பிறகு பாலோ கோயலோ புகழின் உச்சிக்குச் சென்றார்.

பாலோ கோயலோ (பிறப்பு: ஆகஸ்ட் 24, 1947)

"வாழ்க்கை ஒரு மனிதனை இரு விதங்களில் சோதிக்கும். ஒருபுறம் எந்த ஒரு சவாலையும் அவனுக்குத் தராமல் சோர்வடையச் செய்து அவனைச் சோதிக்கும். மறுபக்கம் எல்லாச் சவால்களையும் அவனுக்கு ஒரே நேரத்தில் தந்து சோர்வடையச் செய்தும் சோதிக்கும்."

17. படிப்பும் சாதனையும்

பொதுவாகப் "படிப்பறிவு" என்பது பள்ளியில் படிப்பதையும், கல்லூரிகளில் படிப்பதையும், பட்டங்கள் பெறுவதையும் குறிப்பிடும் ஒரு சொல்லாகவே பார்க்கப்படுகிறது. இது மாதிரியான படிப்பறிவு இல்லாதவர்களால் இங்கு நிறையச் சாதிக்க முடியும் என்று நான் கூறுவேன். எந்தவிதமான பட்டங்களும் பெறாமலேயே வாழ்க்கையில் வென்று காட்டிய சாதனையாளர்கள் நிறையப் பேர் இந்த உலகத்தில் இருக்கிறார்கள்.

படிக்காத மேதை: கர்ம வீரர் காமராசர் (1903 முதல் 1975 வரை) அவர்களே இந்த வினாவிற்குப் பொருத்தமான விடையாக இருக்கிறார். எந்தவிதப் பட்டங்களும் பெறாத அவர், இந்திய தேசிய காங்கிரஸின் தலைவராகவும், தமிழ்நாட்டின் முதல்வராகவும், இந்திய தேசத்தின் பாரதப் பிரதமர் யார் என்று முடிவு செய்யும் ஆற்றல் மிகுந்த "கிங் மேக்கராகவும்" இருந்திருக்கிறாரே! அவர்

▲ காமராஜர்

▲ இராமானுஜன்

▲ மைக்கேல் பாரடே

▲ லியொனார்டோ டாவின்சி

தந்த நல்ஆட்சி பற்றி இன்றைக்கும்கூடச் பேசப்படுகிறதே! அது எவ்வாறு அவருக்குச் சாத்தியப்பட்டது என்றால், காமராசர் கல்லூரிகளில் படிக்க வேண்டியதையெல்லாம் வீட்டிலும், தெருவிலும், சிறைச்சாலைகளிலும், கட்சி அலுவலகத்திலும் படித்திருந்திருக்கிறார்.

இத்தாலி நாட்டின் உயர்ந்த ஓவியக் கலைஞன், லியொனார்டு டா வின்சி (1452 முதல் 1519 வரை). இவர் உலகம் போற்றும் புதுமைப் படைப்பாளி. அறிவாளி, விஞ்ஞானி, சிற்பி. இவர் பள்ளிக்குச் சென்று படிக்கவில்லை. ஆனால் சுயமாகப் படித்து தானே ஒரு பல்கலைக்கழகம் போன்று ஆனார்.

வெளிநாட்டில் இருக்கும் கணித மேதைகளுடன் எந்த ஒரு தொடர்பும் இல்லாதபோதிலும் தன் கையில் கிடைத்த புத்தகங்களைப் படித்தே மாபெரும் மேதையானார் நமது கணிதமேதை ராமானுஜம். அமெரிக்காவின் தலைசிறந்த ஜனாதிபதியாக விளங்கிய ஆப்பிரகாம் லிங்கன் சுயமாகவே படித்துத் தன் அறிவை வளர்த்துக் கொண்டவர். மின்சாரம், மின்மோட்டார், மின் காந்தவியல், மின் வேதியியல் ஆகியவற்றின் கண்டுபிடிப்பாளரான, ஒப்பற்ற படைப்பாளி மைக்கேல் பாரடே (1791 முதல் 1867 வரை) வும் தானே கற்றுத் தேர்ந்தவர்தான். விமானத்தைக் கண்டுபிடித்த ரைட் சகோதரர்களும் அவர்களாகவே முயன்று கற்றுக் கொண்டவர்கள்தான். "Autodidacts" என்பது ஆங்கில வார்த்தை தானாகவே கல்வி கற்றவர்களைக் குறிக்கும் ஒரு சொல்.

படித்த அறிவிலி

பட்டங்கள் எதுவும் பெறாமல் தாங்களாகவே எப்படிக் கல்வி கற்றுச் சாதித்துக்காட்டுவது என்பதற்கான வழிமுறைகளைக் கூறும் முன்னர், ஒரு அடிப்படை உண்மையை இங்கே உங்களுக்குத் தெளிவுபடுத்த வேண்டும். படித்துப் பட்டம் பெற்றவர்கள் அனைவருமே அறிஞர்கள் அல்ல. அவர்கள் பட்டம் பெற்றவர்களாக இருக்கலாம். ஆனால் அவர்களில் பெரும்பாலானவர்களுக்கு அவர்கள் பட்டம் பெற்றுள்ளதாகக் கூறப்படும் துறையைப் பற்றிய போதுமான அறிவு இருப்பதில்லை. எடுத்துக்காட்டாக ஆங்கிலத்தில் முதுகலைப் பட்டம் பெற்ற பலருக்கும் ஆங்கிலத்தில் சரளமாகப் பேசத் தெரிவதில்லை. பல ஆங்கில வார்த்தைகளுக்கான பொருள், அவர்களுக்குத் தெரிவதில்லை. அதைப்போலக் கணினிப் பொறியாளர்கள் பலருக்கும் கணினி நிரல்களை (Programme) எழுதத் தெரிவதில்லை. இக்காரணத்தினால் தான் கணினிப் பொறியாளர்கள் பலருக்கு வேலையே கிடைப்பது இல்லை!

▲ ரைட் சகோதரர்கள்

பட்டம் பெற்ற பலராலும் எதையும் சாதிக்க முடியாமல் போவதற்கு இன்னொரு காரணமும் உண்டு. இவர்களிடம் வேலை பார்ப்பதற்கான ஆர்வம் இருப்பதில்லை. அதனால் வேலை தெரிந்திருந்தாலும், தாங்கள் பணிபுரியும் இடங்களில் இவர்கள் ஒழுங்காக வேலை பார்க்க மாட்டார்கள். மற்ற பணியாளர்களிடம் பேச்சுக் கொடுத்துக்கொண்டே இருப்பார்கள். இதனால் அவர்களையும் வேலை செய்ய விடாமல் செய்து விடுவார்கள்.

ஒரு சிலர் 10 மணிக்கு வருவதற்குப் பதிலாக 11 மணிக்குத்தான் அலுவலகத்திற்கே வருவார்கள். ஒரு சிலர் அலுவலகத்தில் ஒரு குழுவை ஏற்படுத்திக்கொண்டு நிர்வாகத்தை எதிர்த்து முழக்கங்கள் எழுப்பிக்கொண்டே இருப்பார்கள். இந்தக் குழுக்கள் சாதி, மதம், இனம், மொழி, சொந்த ஊர் இவற்றை அடித்தளமாகக் கொண்டு செயல்படுபவையாக இருப்பதால், இவர்கள் தங்கள் அலுவலகத்தில் ஆபத்தானதொரு சூழ்நிலையையும் அங்குள்ளவர்களிடம் ஒருவித அச்ச உணர்வையும் ஏற்படுத்திவிடுகிறார்கள்.

இப்படிப்பட்டவர்களால் அந்த நிறுவனம் பலவீனமாகி, நாளடைவில் இழுத்து மூடப்படும் நிலைமைக்கு வந்துவிடுகிறது. ஆக, வேலை தெரியாத பட்டதாரிகளை விட, வேலை தெரிந்தும் வேலை பார்க்க விருப்பமில்லாத பட்டதாரிகள் ஒரு நிறுவனத்தைப் பொருத்தவரை மிகவும் ஆபத்தானவர்கள்! இப்படிப்பட்டவர்களால் தொழில் சீர்குலைந்துபோகும். மொத்தத்தில், படிப்பறிவு உள்ளவர்கள் என்பதால் மட்டுமே இவர்களை அறிவாளிகள் என்று கூறிவிட முடியாது.

முனைவர். செ. சைலேந்திரபாபு

பட்டங்கள் இல்லாமல் சாதனை

எந்தப் பட்டமும் இல்லாமலேயே இன்று சாதனைகள் படைக்க முடியும்.

அ) பள்ளிப் படிப்பை பாதியில் நிறுத்தியவர்களுக்கென்றே இன்று "தொலைதூரத் தொடர் கல்வி முறை" வந்துவிட்டது. படிப்பதற்காக மீண்டும் பதிவு செய்துகொண்டு இவர்கள் +2, இளநிலை, முதுநிலை, முனைவர் பட்டம் என்று தொடர்ந்து படிக்கலாம். ஆனால் அந்தப் படிப்பு உண்மையுள்ளதாகவும், தரம் உள்ளதாகவும் இருக்க வேண்டும். ரசித்துப் படிக்க வேண்டும். கல்வி பெறப் படிக்க வேண்டுமே தவிர, பட்டம் மட்டும் பெற்றால் போதும் என்ற மனப்பான்மையுடன் படிக்கக்கூடாது.

ஆ) பத்திரிக்கைகளிலும் இணைய தளத்திலும் நமக்குத் தேவையான எல்லாத் தகவல்களும் உள்ளன. அறிவுதான் சக்தி என்கிறோம். மீன்பிடிக்கும் மீனவர்கள் கூட விஞ்ஞான முறையைக் கையாண்டு மீன் இருக்கும் இடத்தை சோனா கருவி மூலம் கண்டுபிடித்து அதிக மீன்களைப் பிடிக்கலாம். கன்னியாகுமரி மாவட்ட மீனவர்களுக்கு இந்தத் தொழில்நுட்பம் நன்கு தெரியும்.

இ) இன்று பல தொழில் சார்ந்த பயிற்சிப் பள்ளிகள் நம் நாட்டில் வந்து விட்டன. உயர்ரக வாகனம் பழுது

பார்ப்பவர்களுக்கு இங்கு நல்ல பல பயிற்சிகள் தரப்படுகின்றன. அப்படிப் பயிற்சி பெற்ற ஒருவருக்கு மாத சம்பளமாக ரூபாய் 50,000 வரை கிடைக்கிறது! இன்று ஒரு கணிப்பொறி பொறியாளர் பெறும் சம்பளத்தை விட இது இரண்டு மடங்கு ஆகும்.

ஈ) ஒருவர் செய்யும் வேலை சாதாரண வேலைதான் என்றாலும் அதனை அவர் அக்கறையுடனும், முழு ஈடுபாட்டோடும் செய்யும்போது அவருக்குப் பதவி உயர்வு கிடைக்கிறது. அந்த நிறுவனமே அவருக்கு அதற்கான பயிற்சிகளைத் தருகிறது. வெளி நாட்டிற்குக்கூட இவர்களை அது அனுப்புகிறது. அவருக்குள்ள தொழில் திறமையின் காரணமாக அது அவரை உயர்ந்த இடத்தில் கொண்டு உட்கார வைத்து விடுகிறது. இதற்கு அவர் தனக்குக் கொடுத்த வேலையைக் கச்சிதமாகச் செய்ய வேண்டும். அதோடு தலைமைக்கு உண்மையாக இருக்கவும் வேண்டும் அவ்வளவே.

உ) வேலைக்குச் சேரும்போதே எனக்கு எவ்வளவு ஊதியம் தருவீர்கள் என்று கேட்கக்கூடாது! மேலும் ஊதியத்திலேயே கண்ணாக இருக்கவும் கூடாது! ஊதியத்திற்கு வேலை செய்கிறோம் என்ற மனப்பான்மையினை விட்டுவிட்டு வேலையைக் கற்றுக்கொள்ள வேண்டும் என்ற எண்ணத்துடன் வேலை செய்ய வேண்டும். வேலையில்

ஏற்படும் சவால்கள். அவற்றிலிருந்து கிடைக்கும் அனுபவம் இதைத்தான் நமக்கான சம்பளம் என்று நினைக்க வேண்டும். அந்த வேலையில் உங்களுக்கு ஏற்படக்கூடிய சவால்களையெல்லாம் வெற்றிகரமாக எதிர்கொண்டு செய்ய வேண்டிய காரியங்களையெல்லாம் சிறப்பாகச் செய்து முடிப்பதையே உங்களுக்கான சம்பள உயர்வாகக் கருதவேண்டும்.

அப்போது பணி இடத்தில் பட்டம் பெறுவீர்கள். பல பட்டங்கள் பெற்றவர்களை விட தொழில்நுட்பத்தில் உயர்வீர்கள். மேலும் உங்களுக்குப் பதவி உயர்வு தானாகவே கிடைக்கும். தற்போதைய ஊதியத்தை விடக் கூடுதல் ஊதியம் கிடைக்கும்.

இப்படிக் கூடுதலாக நீங்கள் வேலை செய்தால் ஒருகட்டத்தில் நீங்கள் செய்யும் வேலைக்குச் சாதாரணமாகக் கிடைக்கும் ஊதியத்தை விட அதிக ஊதியம் உங்களுக்கு நிச்சயமாக கிடைக்கும்.

ஊ) நேர்மை, நாணயம், பணிவு, நன்றி உணர்வு, தைரியம், விடாமுயற்சி, தன்மானம், சுய ஒழுக்கம் ஆகியவற்றை உயிரைப் போன்று நினைத்து நீங்கள் கடைப்பிடித்தால், உங்களுக்கு வெற்றி மேல் வெற்றி கிடைக்கும். படிக்காமலேயே பல பட்டங்களை நீங்கள் பெறலாம்.

ஏக்கம் வேண்டாம்

பட்டம் பெற்றவர்கள் மட்டும்தான் படிப்பறிவு உள்ளவர்கள், நான் பட்டம் பெறவில்லையே, அதனால் என்னால் சாதிக்க முடியாதோ என்று ஏங்கத் தேவையில்லை.

பட்டம் பெற்றவர்கள் எல்லாருமே அறிவாளிகளும் அல்லர்! பட்டம் பெறாதவர்கள் எல்லாருமே அறிவிலிகளும் அல்லர்.

பட்டம் பெறவில்லை என்ற தாழ்வு மனப்பான்மை கொள்ளாதீர்கள்.

பட்டம் இல்லாமலும் படிப்பறிவு (பட்டறிவு) பெறமுடியும். அதற்கான முயற்சியில் நீங்கள் இறங்கலாம்!

அதில் வெற்றியும் பெறலாம்! வெற்றியாளர்களில் பலரும் படிக்காத மேதைகள் தான்.

வேலை தேடக் கல்லூரிகளில் படிக்கலாம்!

வேலை கொடுக்க சுயமாகப் படிக்கலாம்!

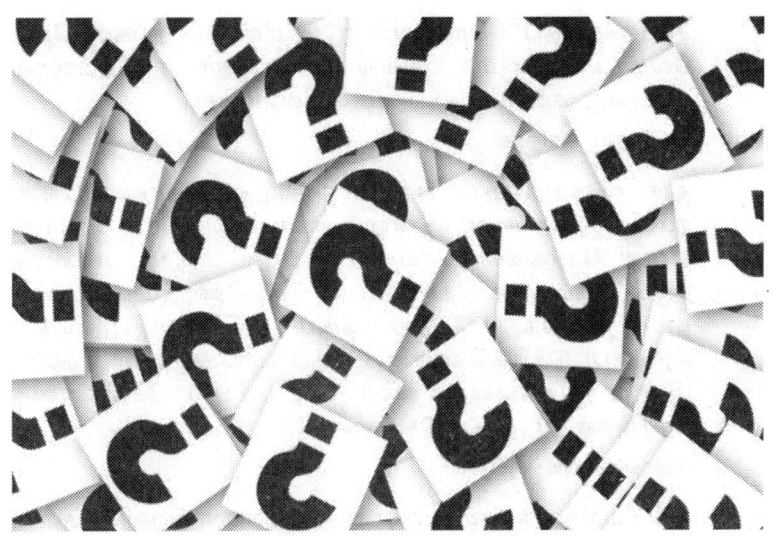

தானாகக் கல்வி கற்க ஐந்து வழிமுறைகள்

1. 'ஏன்' என்ற கேள்வி

நமக்கு நாமே கேள்விகளைக் கேட்டுக் கொள்ள வேண்டும். ஏன்? என்ன? எப்படி? இது உண்மையா? என்று நமக்கு நாமே கேள்விகளைக் கேட்டுக்கொள்ளும்போது அதற்கான விடைகள் நமக்குக் கிடைக்கும். கல்வியின் இருப்பிடம் இந்தத் தேடல்தான் எனலாம். இந்த 'ஏன்' என்ற கேள்வி நமக்கு முன்னால் தெரிந்தவற்றையும் இப்போது நாம் கேள்விப்படுபவற்றையும் தொடர்புபடுத்திப் பார்க்க நமக்கு உதவும். இந்தத் தேடல் நமது ஞாபக சக்தியையும் அதிகப்படுத்தும் என்று ஆய்வுகள் கூறுகின்றன.

2. தன்விளக்கம்

சற்று நேரம் ஒரு நூலைப் படித்துக் கொண்டிருந்த பின்னர் அதிலிருந்து நாம் தெரிந்து கொண்ட கருத்துகளைப் பற்றி நமக்குள் நாமே விவாதித்துக் கொண்டால், இன்னும் சில புதிய சந்தேகங்கள் நமக்குத் தோன்றும். அந்தச்

முனைவர். செ. சைலேந்திரபாபு

சந்தேகத்தைப் போக்க மீண்டும் மீண்டும் நீங்கள் தேட வேண்டியிருக்கும். இவ்வாறான தொடர் தேடலால் உங்களது கல்வி அனுபவம் விரிவடையும்.

3. சோதித்துப் பார்த்தல்

ஒரு விஷயத்தைப் பற்றித் தெரிந்து கொண்டபிறகு, நமக்கு இதைப்பற்றி இன்னும் என்னவெல்லாம் தெரியும் என்று சோதனை செய்து பார்ப்பது மிகுந்த பலனைத் தரும். நமக்குத் தெரிந்த பல செய்திகள் முழுமையாக நமக்கு மறந்து போயிருக்கும். அவற்றை மீண்டும் ஞாபகப்படுத்திக்கொள்ள இந்தப் பரிசோதனை உதவும். இன்று இணையதளத்தில் கூடப் பல சோதனைத் தேர்வுகள் நடத்தப்படுகின்றன.

4. கொஞ்சம் கொஞ்சமாக

ஒவ்வொருவருக்கும் உள்ள கற்றலுக்கான திறனுக்கென்று ஒரு எல்லை உண்டு. அந்த எல்லைகளுக்குள்ளாகத்தான் அவர்களால் தகவல்களைச் சேகரிக்க முடியும். கொஞ்சம் கொஞ்சமாக, ஒரு குறிப்பிட்ட கால இடைவெளி விட்டு, கட்டங்கட்டங்களாகப் பிரித்துக்கொண்டு தகவல்களை நீங்கள் சேகரிக்க ஆரம்பித்தால் கற்றலானது உங்களுக்குச் சுலபமானதாகவும், எளிதானதாகவும், புரியும்படியானதாகவும் இருக்கும். அதிகப்படியான செய்திகளை குறுகிய காலத்தில் மிகவும் விரைவாகப் படித்து முடித்துவிட்டால், படித்த வேகத்திலேயே அவை மறந்தும் போய்விடும்.

5. தொடர்புடைய பாடத்தையும் சேர்த்துப் படித்தல்

ஒரு குறிப்பிட்ட பொருள் குறித்துப் படித்த உடன் அதோடு தொடர்புடைய மற்றொரு விஷயத்தையும் படிப்பது நன்றாகப் பயன் தரக்கூடும். ஒரு வட்டத்தின் பரப்பினைக் கண்டுபிடிப்பது பற்றிய சூத்திரத்தை முழுமையாகத் தெரிந்து கொண்ட உடனேயே அதனது சுற்றளவு பற்றிய விதியினை உடனே படிப்பது நல்லது. அதனால் அவை இரண்டிற்கும் உள்ள வேறுபாடு அல்லது ஒற்றுமை அப்போதே அங்கேயே தெரிந்து விடுகிறது. அதுபோல சர் ஐசக் நியூட்டனின் கோள்களின் ஈர்ப்பு விசையைப் பற்றிப் படித்ததும், 'கூலும் விதி'யையும் படித்தால் மின்சார ஈர்ப்பு விசையைப் பற்றிச் சுலபமாகத் தெரிந்துகொள்ள முடியும். இரண்டிற்கும் உள்ள ஒற்றுமையையும், வேற்றுமையையும் அப்போதே தெரிந்து கொள்ளும்போது அதிக அளவில் தெளிவு கிடைக்கும்.

கல்வி

பாகிஸ்தான் நாட்டின் ஸ்வாட் பகுதியில் பெண் குழந்தைகளின் கல்வியை வலியுறுத்தி வானொலியிலும், தொலைக்காட்சியிலும் உரையாற்றிய பள்ளி மாணவி. அந்தப் பகுதியில் தாலிபான் தீவிரவாதிகள் மிரட்டிய நிலையிலும் புனைப்பெயருடன் BBC உருது அலைவரிசையில் பெண் கல்வியின் அவசியம் பற்றி இவர் பேசி வந்தார். இவரது இந்தப் பணிக்காக இவருக்குச் சர்வதேசக் குழந்தைகள் அமைதிப் பரிசு ஐக்கிய நாட்டு சபையால் வழங்கப்பட்டது. அக்டோபர் 9, 2012 அன்று தாலிபான் தீவிரவாதிகள் இவரைக் கொலை செய்யத் துப்பாக்கியால் சுட்டனர். அதனால் படுகாயமுற்று நினைவின்றி ராவல்பிண்டி இருதய மருத்துவமனையில் அனுமதிக்கப்பட்டார். அதையடுத்து இவருக்கு உலக மக்களுடைய ஆதரவு பெருகவே அங்கிருந்து பிரிமிங்காம் ராணி எலிசபெத் மருத்துவமனைக்கு அனுப்பி வைக்கப்பட்டார். உடல்நலம் தேறிய மலாலா தொடர்ந்து கல்விக்கான பிரச்சாரத்தில் ஈடுபட்டார். 2014 ஆம் ஆண்டு தமது 17 வது வயதில் அமைதிக்கான நோபல் பரிசு இவருக்கு வழங்கப்பட்டது. மிகவும் குறைந்த வயதில் நோபல் பரிசு பெற்றவர் என்ற பெருமை இவருக்கு உண்டு. I am Malala என்ற நூல் இவர் எழுதியது. மாணவர்கள் படிக்க வேண்டிய மிக முக்கியமான நூல் இது.

"நூல்கள், நோட்டுப் புத்தகங்கள், பேனாக்கள் இவைகளை உடனே கையிலெடுங்கள். இவையனைத்தும் தான் நமது வலிமையான ஆயுதங்கள்"

மலாலா யூசுப்சாய் (பிறப்பு: 12 ஜூலை, 1997)

18. பெண் கல்வி

இந்தியாவில் உள்ள 65 விழுக்காடு பெண்கள் கல்வியறிவு பெற்றவர்கள். அதாவது எழுதப் படிக்கத் தெரிந்தவர்கள். இன்னும் இந்தியாவில் உள்ள பல கோடிப் பெண்கள் கல்வியறிவு இல்லாதவர்களாகவே இருக்கிறார்கள்.

சரித்திரம்

உலகம் தோன்றி 460 கோடி ஆண்டுகள் ஆகின்றன என்றும், அதில் உயிர்கள் தோன்றி 360 கோடி ஆண்டுகள் ஆகின்றன என்றும் இன்றைய மனிதன் தோன்றி 15 லட்சம் ஆண்டுகள் ஆயிற்று என்றும் விஞ்ஞானிகள் தெரிவிக்கிறார்கள். ஆனால், மனித நாகரீகம் தோன்றியதோ 4000 ஆண்டுகளுக்கு முன்பிருந்துதான். கிடைத்திருக்கும் ஆதாரங்களை வைத்துப் பார்த்தால், நமது நாட்டில் ஆண் சமுதாயம் பெண்களைக் காலம்காலமாக அடிமைகளாக வைத்துக்கொண்டு வந்திருப்பது தெரிகிறது. பெண்களுக்கு அவசியமானது கற்பு மட்டும்தான், அவர்களுக்குக் கல்வியோ, சுதந்திரமோ அவசியமில்லை என்பதுதான் இதுவரை நடைமுறையாக இருந்து வந்திருக்கிறது. கடந்த 100 ஆண்டுகளாகத்தான் பெண்களுக்கு ஓரளவுக்கு விடுதலை கிடைத்திருக்கிறது.

இங்கே ராஜாராம் மோகன்ராய், ஜோதி ராவ் பூலே, சாவித்திரி பாய் பூலே, பெரியார், அம்பேத்கர் போன்றோர் பெண்களுக்காகக் குரல் கொடுக்கவில்லை என்றால் இன்றும் கூட பெண்கள் அடிமைகளாகத்தான் நடத்தப்பட்டுக் கொண்டிருப்பார்கள்.

கன்ஃபூசியஸ்

3000 ஆண்டுகளுக்கு முன் வாழ்ந்த சீன தத்துவ ஞானி கன்ஃபூசியஸ் சொன்னது இது. பெண் குழந்தை தந்தையின் கட்டுப்பாட்டிலும், மனைவி கணவனின் கட்டுப்பாட்டிலும், வயது முதிர்ந்த ஒரு பெண் தனது மகனின் கட்டுப்பாட்டிலும் இருக்க வேண்டும். அப்படிப்பட்ட ஒரு நிலைதான் முன்னால் இருந்தது என்பதை நம்புவதில் உங்களுக்குச் சிரமம் இருக்காது. ஏனெனில், இந்த அடிமை முறை இன்றும் நமது சமுதாயத்தில் கடைப்பிடிக்கப்பட்டு வருகிறது. இப்படிப்பட்ட ஆதிக்கத்திற்கும், அடக்குமுறைக்கும், அநீதிக்கும் பெண்கள் ஆளாகி இருப்பது அவர்களுக்குக் கல்வி இல்லை, சொத்துரிமை இல்லை என்ற காரணங்களினால்தான்.

முனைவர். செ. சைலேந்திரபாபு

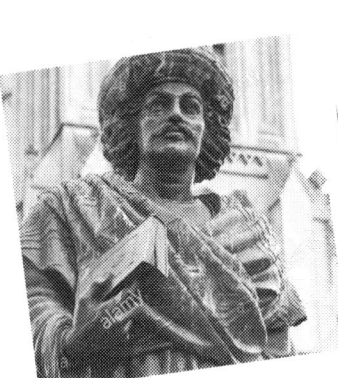

▲ இராஜாராம் மோகன்ராய்

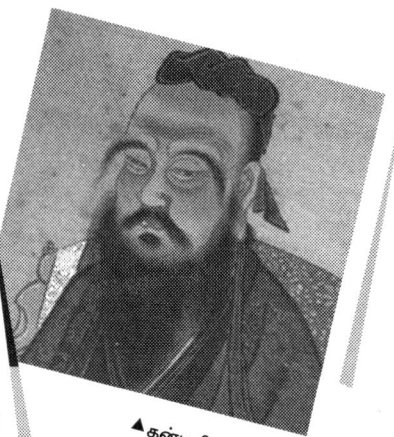

▲ கன்பூசியஸ்

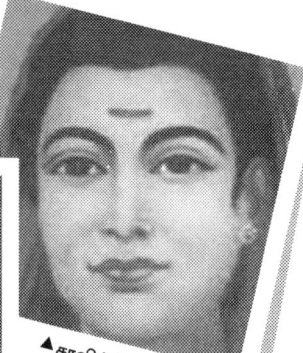

▲ சாவித்திரிபாய் பூலே

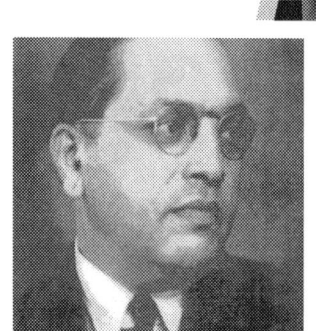

▲ அம்பேத்கர்

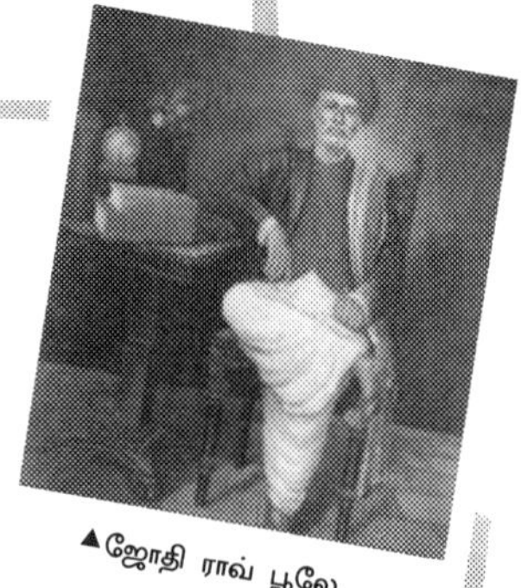

▲ ஜோதி ராவ் பூலே

ஐரோப்பியர்கள்

மேல்தட்டு ஆண்கள் மட்டும்தான் கல்வி கற்கத் தகுதி உள்ளவர்கள், மேல்தட்டுப் பெண்கள் வீட்டில் பத்திரமாக பாதுகாக்கப்பட வேண்டியவர்கள், கீழ்த்தட்டு பெண்கள் படிக்க அருகதை அற்றவர்கள், கீழ்தட்டுப் பெண்கள் மேலாடை அணியக்கூடாது என்பதெல்லாம் நம் நாட்டில் இதற்கு முன் இருந்த பரிதாப நிலைகள். அதுதான் நமது கலாச்சாரம் என்றும், புனிதம் என்றும் அவை மீறாமல் காக்கப்பட வேண்டும் என்றும் அன்றைய பெரியவர்கள் அதில் மிகவும் கவனமாயிருந்தார்கள். ஆனால் இந்த அநீதியான, அறிவுக்குப் பொருந்தாத முறையைக் கண்டு அதிர்ச்சி அடைந்த ஐரோப்பியர்கள், பெண்களும் கல்வி கற்பதற்கு ஏற்பாடு செய்து அவர்களையும் கௌரவமான மனிதர்களாக வாழ வழி செய்தனர்.

ஆரம்பம்

பெண் கல்விக்கும், பெண் எழுச்சிக்கும், பெண் விடுதலைக்கும் ஆரம்ப காலங்களில் பாடுபட்டவர்கள் படித்த மேல்நாட்டுப் பெண்கள்தான் என்பதை ஒப்புக்கொள்ளவில்லை என்றால் நாம் அறிவால் நேர்மையற்றவர்கள் ஆகிவிடுவோம். பெண்களுக்கான கல்வி ஐரோப்பாவில் 500 ஆண்டுகளுக்கு முன்னதாகவே தொடங்கியது. இந்தியாவில் பெண்களுக்கான முதல் பள்ளிக்கூடம் திருமதி. ஷெட்ஜ் என்பவரால் 1760 ஆம் ஆண்டு கல்கத்தாவில் நிறுவப்பட்டது. அதைத் தொடர்ந்து மதராஸ், பாம்பே மற்றும் டில்லி மாகாணங்களில் பெண்களுக்கான பல பள்ளிகள் நிறுவப்பட்டன. பெண்களுக்கான பள்ளிகளை நடத்திய இந்தியர்களில் முதன்மையானவர்கள் மஹாராஷ்டிராவைச் சேர்ந்த ஜோதி ராவ் பூலே, சாவித்திரி பாய் பூலே தம்பதியாவர். தேவதாசி பெண்களை மீட்டு திருநெல்வேலி மாவட்டம் தோனாவூர் என்ற ஊரில் பெண்களுக்கான பள்ளிக்கூடம் ஒன்றை அமைத்து அவர்களைக் கல்வியாளர்களாக உயர்த்தியவர் மார்க்ரட் எட்டி என்ற அயர்லாந்து நாட்டு இளம்பெண். 1865 ஆம் ஆண்டு பிறந்த இவர் 50 ஆண்டுகள் இங்கேயே வாழ்ந்து 1951 ஆம் ஆண்டு இங்கேயே மறைந்தார். அவர் ஒருமுறை கூடத் தன் சொந்த நாடான அயர்லாந்திற்குச் செல்லவில்லை. வஞ்சிக்கப்பட்ட ஆயிரம் பெண்களை தேவதாசி கொடுமையிலிருந்து மீட்டு அந்தப் பச்சிளம் குழந்தைகளைச் சுதந்திரப் பெண்களாக வளர ஏற்பாடுகள் செய்தார் இந்தச் சீமாட்டி. அதுபோலப் பல பெண்களுக்குப் பிரசவம் பார்த்து, அவர்களுக்காகச் செவிலியர் கல்லூரியையும் பின்னர் வேலூர் கிறிஸ்தவ மருத்துவக் கல்லூரியையும் நிறுவினார் சோபியா ஐடா

▲ நடுவிலிருப்பவர் சோபியா ஐடா ஸ்கடர்

ஸ்கடர் என்ற அமெரிக்க டாக்டர் பெண்மணி. இப்படிக் கல்வித் தொண்டாற்றிய பலர் இந்தியாவிலும் உண்டு. அவர்களைப் பற்றி இன்றைக்கு யாரும் நினைவு கூறுவதில்லை.

சுதந்திர இந்தியா

இப்படிப் பல பெண்களின் துணிச்சலான முயற்சிகளால்தான் நம் பெண்கள் கல்வி கற்றனர். அதுவும் ஆரம்பத்தில் ஜமீன்தார் வீட்டுப் பிள்ளைகளுக்குத்தான் கல்வி என்ற நிலை மாறி பின்னர் ஆங்கிலேயர்களால் விவசாயி வீட்டுப் பிள்ளைகளுக்கு, ஏழை வீட்டுப் பிள்ளைகளுக்கு என்று கல்வி பரவலாக்கப்பட்டது. காமராஜர் ஆட்சியில் பட்டி தொட்டியெங்கும் பள்ளிகள் திறக்கப்பட்டன. ஏழைக் குழந்தைகளுக்கு உணவும் பள்ளிகளில் வழங்கப்பட்டது. ஆங்கிலேயர் இங்கு வந்தபோது இங்குள்ள எந்த ஒரு பெண்ணும் கல்வி கற்றிருக்கவில்லை. அவர்கள் நம் நாட்டை விட்டுச் சென்றபோது ஆயிரத்திற்கு 60 பெண்கள் கல்வி கற்றிருக்கின்றனர் என்ற நிலை ஏற்பட்டது. சுதந்திர அரசு பெண்களுக்கான பள்ளிகளைக் கணிசமாகக் கட்டியுள்ளது. தனியார் பலரும் பெண்களுக்கான கல்விச்சாலைகளை நிறுவிப் பட்டி தொட்டிகள் எல்லாம் பெண்கள் கல்வி பெற வழி செய்துவிட்டார்கள். திருச்செங்கோடு, எலயாம்பாளையம் என்ற ஊரில் உள்ள தனியார் கல்லூரியில் 30,000 பெண்கள் ஒரே இடத்தில் கல்வி கற்கின்றனர். பேருந்துகளின் மூலமாக

இங்குள்ள பெண் பிள்ளைகளைக் குக்கிராமங்களிலிருந்து அழைத்து வருகிறார்கள். இவர்களுக்குப் பேருந்து கட்டணம் இல்லை. கல்லூரிக் கட்டணம் கூட மிகக்குறைவு. இப்படிப்பட்ட சமூக சேவையாற்றும் கல்வியாளர்கள் பலர் இன்று நம் நாட்டில் இருக்கிறார்கள்.

பெண் கல்வியின் பயன்

ஒரு சமுதாயம் எந்த அளவுக்கு வளர்ந்துள்ளது என்பதை நீங்கள் அறிந்துகொள்ள வேண்டும் என்றால் அந்தச் சமுதாயத்தில் உள்ள பெண்களில் எத்தனை பேர் கல்வி கற்றுள்ளார்கள் என்பதைப் பார்த்தாலே போதும். பணம் கொழிக்கும் எண்ணெய் உற்பத்தி செய்யும் நாடுகளைப் பாருங்கள். அங்குள்ள பெண்களுக்குக் கல்வி கற்பதற்கு உரிமை இல்லை என்பதால் அவர்களிடம் அனைத்து விதமான குறைகள் இருப்பதையும் காண முடிகிறது. அங்கு பெண்கள் மதிக்கப்படுவது இல்லை. பெண்களுக்கு உரிமைகள் கொடுக்கப்படுவது இல்லை. அங்கு சமத்துவமும் இல்லை, நீதியும் இல்லை. அவர்கள் கணவனுக்குப் பணிவிடை செய்யும் வேலையாட்களாகவும் குழந்தைகளைப் பெற்றுத்தரும் இயந்திரங்களாகவும் மட்டுமே உள்ளார்கள். பெண்கல்வி என்பது வெறும் எழுதப்படிக்கக் கற்றுத்தருவது மட்டுமன்று; பெண்களுக்கான அதிகாரங்களை அவர்களுக்கு வழங்குவதே அவர்களுக்கான கல்வி. அப்படி அதிகாரம் படைத்த ஒரு பெண்மணியை எனக்கு நன்கு தெரியும். அது வேறு

▲ தேவதாசியர்

யாருமில்லை. எனது தாயார்தான். அந்த அதிகாரம் படைத்த எனது தாய் தனது பிள்ளைகள் அனைவரையும் உயர்கல்வி பயிலக் கட்டாயப்படுத்தினார். அதனால் நாங்கள் அனைவரும் நல்ல கல்வி கற்றோம்.

அதனால் ஆசிரியராக இருந்த ஒரு பெண் இன்று பல்கலைக்கழக வேந்தராகிவிட்டார். தட்டச்சு செய்து கொண்டிருந்த ஒரு பெண் இன்று நிர்வாக அதிகாரி ஆகிவிட்டார். ஆட்டுக்குட்டி மேய்த்துக் கொண்டிருந்த பெண் இன்று போர் விமானம் ஓட்டுகிறார். எனவே படித்த பெண்களை வேலைக்குச் செல்ல ஆண்கள் அனுமதிக்க வேண்டும். அன்பு மகளின் கனவைத் தகர்க்கும் வகையில் படிப்பை நிறுத்திவிட்டு அவளுக்குத் திருமணம் செய்து வைக்கும் பெற்றோருக்கு அந்தக் குழந்தை மீது எந்த அக்கறையும் இல்லை என்றுதான் நான் கூறுவேன். சமுதாய உயர்வுக்குப் பெண்கல்வி பெருமளவுக்குத் தேவைப்படுகிறது.

பெண் கல்விக்கான ஐம்பெரும் காரணங்கள்

அனைத்துப் பெண் பிள்ளைகளையும் ஏன் படிக்க வைக்க வேண்டும் என்பதற்கான 5 காரணங்கள்:

1 உடல்நலம்

படித்த பெண்ணால்தானே அறிவாற்றல் மிக்க பிள்ளைகளை உருவாக்கவும் அவர்களை ஆரோக்கியமானவர்களாக வளர்க்கவும் முடியும்? அறிவியல் கற்ற தாய்க்கு தடுப்பு ஊசி போட வேண்டியதன் அவசியம் தெரியும். படித்த அம்மா தன் பிள்ளைக்கு நோய் என்றால் ஆங்கில மருத்துவரிடம் எடுத்துச் சென்று குழந்தைகளை அந்த நோயிலிருந்து காப்பாற்றுவார். கண்ணுக்குத் தெரியாத கிருமிகளால் நோய் வருகிறது என்பதைப் பிள்ளைக்குச் சொல்லி, சோப்பால் கை கழுவக் கற்றுத்தருவாள். தனக்குப் பட்டுச்சேலை வேண்டாம். தன் பிள்ளைக்குத் தரமாஊ படிப்பு கிடைத்தால் போதும் என்ற கொள்கை உடையவளாக அவள் இருப்பாள். பிளாஸ்மா டிவி வேண்டாம். அவசியம் ஒரு கழிப்பிடம் வீட்டில் இருக்க வேண்டும் என்று வலியுறுத்திக் கேட்பாள். தாய் கல்வி கற்றவளாக இருந்தால், குழந்தைகளை அளவாகப் பெற்றெடுத்து, அந்தப்

பிள்ளைகளை ஆரோக்கியமாக வளர்த்தெடுப்பாள். படித்த பெண்கள் பல்கலைக்கழகங்கள். ஆகவே, வீட்டிற்கொரு பல்கலைக்கழகத்தை உருவாக்குவோம்.

2. பொருளாதாரம்

மனநிம்மதியான வாழ்க்கை வாழ ஒரு குடும்பத்திற்கு நியாயமான அளவிற்கு வருமானம் வர வேண்டும். அத்தகைய வருமானத்தை இன்றைய சூழ்நிலையில் கணவன் ஒருவனால் மட்டுமே ஈட்ட முடியாது. மனைவியின் பங்களிப்பும் அதற்கு வேண்டும். இரண்டு வருமானம் வருகிற வீட்டில் கடன் தொல்லை என்பது பெரிய அளவில் இருக்காது. பண நெருக்கடியும் பெரிதாக இருக்காது. என்னை ஏன் பெற்றாய்? என்று கேட்கும் பிள்ளைகளும் இருக்கமாட்டார்கள்.

பண நெருக்கடி இருக்கும் குடும்பத்தில் அமைதி இருக்காது, மன நிம்மதி இருக்காது, மகிழ்ச்சி இருக்காது, கூடவே கௌரவமும் இருக்காது. கணவன் கையூட்டு பெறுவதற்கும் இது ஒரு காரணமாக அமைந்து விடுகிறது. இந்தக் குறைகளை, வேலை பார்த்து வருமானம் ஈட்டும் தாயால்தான் நிவர்த்தி செய்ய முடியும். ஒரு சமுதாயத்தில் உள்ளவர்களில் சரிபாதிப் பேர் பெண்கள் என்பதை நினைத்துப் பாருங்கள். படித்த பெண்ணுக்குத்தான் அதிக சம்பளம் கிடைக்கும். அவர்களின் வருமானம் இல்லாமல் தேசிய வருமானம் பெருகாது என்பதையும் உணருங்கள்.

3. சுயவிருப்பம்

வளர்ந்த நாடுகளில் தனிமனிதனின் சுய விருப்பத்திற்கு (Free will) அதிக முக்கியத்துவம் தரப்படுகிறது. என்ன படிப்பு படிப்பது, என்ன வேலை பார்ப்பது, யாரைத் திருமணம் செய்து கொள்வது, என்ன ஆடை அணிவது, என்ன உணவு உண்பது போன்றவற்றில் அங்கு அனைவருக்கும் சம சுதந்திரமும் உரிமையும் கொடுக்கப்பட்டிருக்கிறது. இந்த உரிமையும், சுதந்திரமும் முழுமையாக உள்ள நாட்டு மக்கள் மட்டும்தான் அறிவியலில், தொழில்நுட்பத்தில், மனிதாபிமானத்தில், நேர்மையில், அன்பில் உயர்ந்து நிற்கிறார்கள்.

அதே வேளையில், 16 வயது கூட நிரம்பாத சிறு பிள்ளைக்குத் திருமணம் செய்து வைக்கும் கொடுமை இங்கு நமது சமுதாயத்தில் மட்டும்தான் நடக்கிறது. 2005

ஆம் ஆண்டு எடுக்கப்பட்ட கணக்கெடுப்பின்படி நம் நாட்டில் நடந்த நூற்றுக்கு 30 சதவீதத் திருமணங்களில் மணப்பெண் 18 வயதிற்கு உட்பட்டவராகத்தான் இருந்திருக்கிறார். இதில் 10 வயது முதல் 15 வயது வரை உள்ள குழந்தைகளும் அடக்கம். இத்தகைய திருமணங்களுக்கு அந்தப் பிள்ளைகளின் சம்மதம் இருக்க வாய்ப்பு உண்டா? இருக்கவே இருக்காது. அந்தக் குழந்தை படிக்கத்தான் ஆசைப்பட்டிருப்பாள். எனவே அந்த வகையிலும், சிறு பெண் பிள்ளைகளின் ஆர்வத்தைப் பூர்த்தி செய்யப் பெண்கல்வி அவசியம். பெண் குழந்தைகளைச் சிறுவயதில் தாயாகிவிடாமல் பார்த்துக் கொள்வதற்கும் பெண்கல்வி அவசியம்.

விருப்பத்திற்கு மாறாகப் படிப்பை நிறுத்தித் திருமணம் செய்து வைக்கப்பட்ட குழந்தையின் வாழ்வில் மகிழ்ச்சியும் நிம்மதியும் ஏது? அவள் ஒரு சோகமான பெண்ணாகவே கணவனுடன் தன் வாழ்நாள் முழுவதும் வாழ்ந்து மடியும் காட்சியைக் கற்பனை செய்து பாருங்கள். நெஞ்சு கனக்கும். நடைப்பிணங்களாகத் தாய்மார்கள் வாழும் ஒரு சமுதாயம் எப்படிப்பட்டதாக இருக்கும், நடமாடும் பல்கலைக்கழகங்களாக அவர்கள் வாழ்ந்தால் இந்தச் சமுதாயம் எப்படிப்பட்டதொரு ஆரோக்கியமான சமுதாயமாக இருக்கும், என்பதை நீங்களே எண்ணிப்பார்க்க வேண்டுகிறேன்.

4. சமத்துவம்

கல்வி கற்பதன் மூலம் பெண்கள் ஆண்களுக்கு நிகரானவர்கள் என்ற நிலை உருவாகிறது. மேலும் பெண் பிள்ளைக்கும் தந்தையின் சொத்தில் பங்கு கிடைக்கிறது. ஆண்களுக்கும், பெண்களுக்கும் சம அளவிலான மரியாதையையும், அன்பையும் தரும் சமுதாயத்தில் தான் பெண்களுக்கு உரிய மரியாதை கிடைக்கிறது. பெண்கள் சமம் என்ற நிலை வந்தாலே அவர்களைக் கேலி செய்வதும், கிண்டல் அடிப்பதும் அவர்களைப் பாலியல் துன்புறுத்தலுக்கு உள்ளாக்குதலும் குறைந்துவிடும்.

மருத்துவக் கல்லூரியிலும், பொறியியல் கல்லூரியிலும் ஆண்களுக்குச் சரி சமமாகப் பெண்களும் போட்டிபோட்டுக் கொண்டு முதல் 100 இடங்களில் பாதிக்கும்மேல் மாணவியரே பிடித்து படிப்பதைப் பார்க்கும்போது மகிழ்ச்சியாக இருக்கிறது. ஒரு

பெண்ணுக்குக் கல்வி தருவது ஒரு தலைமுறைக்குக் கல்வி தருவதற்குச் சமம். அனைத்துக் குடும்பங்களுக்கும் போதுமான வசதிகளும், நியாயமான மகிழ்ச்சியும், எதிர்கால நம்பிக்கையும் இருக்கவேண்டும் என்றால், ஆண்களுக்கு இணையாகப் பெண்களும் கல்வி கற்க வேண்டும். அதிலும் அனைத்துப் பெண்களும் கல்வி கற்க வேண்டும். விவசாயக் கூலிவேலை செய்யும் பெண்ணிற்குக் கூட கல்வி கொடுக்கப்பட வேண்டும். அப்போதுதான் அவர்கள் அந்த வேலையை இன்னும் சிறப்பாகச் செய்வார்கள்.

5 பரந்த மனப்பான்மை

கல்வி கற்ற ஒரு பெண் தாயாகிறபோது அவளிடம் பரந்த மனப்பான்மை இருக்கும். அவள் மற்றவர்களை மதித்து நடப்பாள். பிறரிடம் வாய்ச்சண்டைக்குப் போக மாட்டாள். மாமனார், மாமியாரின் தேவை அவளுக்குத் தெரியும். அவர்களைத் தனது பெற்றோர்போலப் பாவிப்பாள். அதே பெண் தானே மாமியார் ஆகிவிட்ட நிலையிலும் அவள் தனது மருமகளின் தேவையை அறிந்து அவளுக்குத் தேவையான வசதிகளைச் செய்து கொடுப்பாள். மருமகளின் சுதந்திரத்தில் தலையிட மாட்டாள். பிறரிடம் அன்புடனும், இரக்கத்துடனும் நடந்து கொள்ளும் விதமாகப் பிள்ளைகளை வளர்ப்பாள். ஜாதி, மதம், இனம், மொழி என்ற பாகுபாட்டால் ஏற்படக்கூடிய வெறுப்பு, பொறாமை உணர்வுகளுக்கு உரமிட்டு வளர்க்க மாட்டாள். படித்த பெண்களால் நல்ல, இனிமையானதொரு சமுதாயம் மலரும்.

விளையாட்டு

பெர்லின் நகரில் 1936 ஆம் ஆண்டு ஹிட்லரின் முன்னிலையில் நடந்த ஒலிம்பிக் போட்டியில் 4 தங்கப் பதக்கங்கள் வென்று வெள்ளையர்கள் தான் உயர்வான இனம் என்று நினைத்துக் கொண்டிருந்தவர்களின் நம்பிக்கையை முறியடித்தவர். அதனால் அமெரிக்க அதிபரின் வெள்ளை மாளிகைக்கு அவரை அழைத்திருந்தனர். ஆனால் ஜனாதிபதியுடன் அவர் கைகுலுக்குவதற்கான ஏற்பாடுகள் எதுவும் அங்கு செய்யப்படவில்லை. ஒரு ஏழைக் குடும்பத்தில் பத்து பிள்ளைகளுடன் பிறந்த ஜெஸ்ஸி, சிறுவனாக இருக்கும்போது மூட்டை தூக்கி அதன் மூலம் வருமானம் ஈட்டியிருக்கிறார். விளையாட்டுப் பயிற்சியாளர் சார்லஸ் ரைலி என்பவர் அளித்த ஊக்குவிப்பால் பள்ளியில் நடந்த ஓட்டப் பந்தயங்களில் ஓட ஆரம்பித்தார். பின்னர் அவர் சாதித்துக் காட்டியவை எல்லாமே விளையாட்டுத் துறையைப் பொறுத்தவரை வரலாறு ஆனது. பெர்லின் ஒலிம்பிக் மைதானத்தில் ஒரு மணி நேரத்திற்குள் இவர் மூன்று உலக சாதனைகளை முறியடித்தார். இருப்பினும் அமெரிக்காவிற்குத் திரும்பிய பிறகு இவர் வருமானத்திற்கு வழி ஏதும் இல்லாமல் வாடினார். குதிரைகளுடன் போட்டி போட்டுக் கொண்டு ஓடுகின்ற கண்காட்சிகளை நடத்தித்தான் இவர் தன் வாழ்க்கையை ஓட்ட வேண்டியதாயிற்று. இருந்தாலும் இன்றும் தடகள விளையாட்டு மேடையின் ஒப்பற்ற வீரனாகவே திகழ்கிறார் ஜெஸ்லி ஓவன்ஸ்.

ஜெஸ்லி ஓவன்ஸ் (1913-1980)

"நம் அனைவருக்கும் கனவுகள் இருக்கும். ஆனால் அவற்றை நனவாக்க அர்ப்பணிப்பும், சுயக்கட்டுப்பாடும், முயற்சியும் தேவைப்படும்."

19. ஒலிம்பிக் போட்டிகள்

ஒலிம்பிக் விளையாட்டுகளை உலக விளையாட்டுத் திருவிழா என்றும் கூறலாம். 31வது ஒலிம்பிக் திருவிழா கடந்த ஆகஸ்ட் 5, 2016 முதல் ஆகஸ்ட் 21, 2016 வரை பிரேசில் நாட்டின் ரியோ டி ஜெனேரோவில் நடைபெற்றது. இதில் உலகிலுள்ள 207 குடியரசு நாடுகளிலிருந்து 6,217 வீரர்களும் 5086 வீராங்கனைகளும் கலந்து கொண்டனர். இந்தியாவிலிருந்து விளையாட்டு வீரர்களும், வீராங்கனைகளுமாகச் சேர்ந்து மொத்தம் 118 பேர் கலந்து கொண்டனர். அதிக எண்ணிக்கையில் பெண் போட்டியாளர்கள் இந்தியாவிலிருந்து பங்கு கொண்டதும் இந்த ஒலிம்பிக் போட்டியில்தான்.

அங்கு மொத்தம் 28 விளையாட்டுப் பிரிவுகளில், 975 பதக்கங்கள் (தங்கப் பதக்கம் 307, வெள்ளி பதக்கம் 307 மற்றும் வெண்கலப் பதக்கம் 361) வழங்கப்பட்ட போதிலும், இதில் இரண்டு பதக்கங்கள் மட்டுமே இந்தியாவிற்குக் கிடைத்தது. 21 வயது நிரம்பிய புசார்லா வெங்கட சிந்து (PV Sindhu) பெண்கள்

ஒற்றையர் இறகுப் பந்தாட்டப் போட்டியில் வெள்ளிப் பதக்கம் வென்றார். 24 வயது நிரம்பிய வீராங்கனை சாக்ஷி மாலிக் (*Sakshi Malik W*) மல்யுத்தப் போட்டியில் வெண்கலப்பதக்கம் வென்றார். இந்திய நாட்டின் பெயரைப் பதக்கப் பட்டியலில் முதலில் இடம்பெறச் செய்த பெருமை சாக்ஷி மாலிக்கையே சாரும். இந்த வெற்றிகள் இவர்களுக்கு எளிதாகக் கிடைக்கவில்லை. இவை அனைத்தையும் அவர்கள் போராடித்தான் பெற்றிருக்கிறார்கள். சிந்துவிற்கும், சாக்ஷிக்கும் நமது பாராட்டுகள். இந்திய தேசத்தின் சாதனை மகள்கள் இவர்கள்.

இந்த இரண்டு பதக்கங்களைக் கூட இவர்கள் வாங்கவில்லை என்றால் 138 கோடி மக்கள் வாழும் இந்தியா, உலகப் பதக்கப் பட்டியலில் இடமே பெற்றிருக்காது. நமக்கு உலகளவில் தலைகுனிவு ஏற்பட்டிருக்கும்.

இந்தியர்களில் இருவர் மட்டுமே பதக்கம் வென்றிருந்தாலும், நம்மில் இன்னும் மூவர் பதக்கத்தை நெருங்கினார்கள். ஜிம்னாஸ்டிக் பிரிவில் தீபா கர்மாகர் என்ற வீராங்கனை 4 வது இடத்தையும், டென்னிஸ் கலப்பு இரட்டையர் பிரிவில் இந்தியாவின் போபண்ணா - சானியா மிர்சா ஜோடி 4-வது இடத்தையும், 2008 ஆம் ஆண்டு பெய்ஜிங் ஒலிம்பிக் போட்டியில் தங்கம் வென்ற அபினவ் பிந்த்ரா 10 மீட்டர் ஏர் ரைபிள் பிரிவில் நான்காவது இடத்தையும் பிடித்தனர். மயிரிழையில் இவர்கள் அனைவரும் பதக்கத்தை நழுவ விட்டனர்.

நமது அணிகள்

தடகளப் பிரிவில் நமது வீரர்கள் 36 பேர் பங்கேற்றிருந்தாலும் இவர்களில் பெரும்பாலானவர்கள் இறுதிச் சுற்றுக்குக்கூடத் தகுதிபெறவில்லை. லலிதா பாபர் என்ற 27 வயது வீராங்கனை மட்டும் 3000 ஸ்டீபில் சேஸ் பிரிவில் இறுதிச் சுற்றுக்குத் தகுதி பெற்றார். இவரால் 10-வது இடத்தையே பிடிக்க முடிந்தது. தடகள விளையாட்டிலும் நாம் பின்தங்கி இருப்பது மகிழ்ச்சிக்குரிய விஷயம் இல்லை. இறுதிச் சுற்றிற்கு ஒரு இந்தியர் வந்துவிட்டால் அதுவே மிகப்பெரிய சாதனை என்ற நிலையில் தான் இந்தியத் தடகள அணியின் நிலை இருக்கிறது.

நமது கால்பந்து அணியால் ஒலிம்பிக் போட்டியில் விளையாடுவதற்கான தகுதியைக்கூடப் பெற முடியவில்லை. ஆனால் முன்னொரு காலத்தில் நமது கால்பந்து அணி உலகத்தரம் வாய்ந்ததாக இருந்தது. அது 1956 ஆம் ஆண்டு மெல்போன் நகரில் நடந்த ஒலிம்பிக் போட்டியில் ஆஸ்திரேலியாவைத் தோற்கடித்து அரை இறுதிப்போட்டி வரைக்கும் அது சென்றது.

▲ பி.வி.சிந்து

▲ சாக்ஷி மாலிக்

▲ அபிநவ் பிந்த்ரே

▲ தீபா கர்மாகர்

▲ சானியா மிர்சா - போபண்ணா

இந்தியா முழுவதும் விளையாடப்படும் ஒரு விளையாட்டு கையுந்துப் பந்து. இதைப் பொருத்தவரை இந்திய அணி உலகத் தர வரிசைப் பட்டியலில் தற்போது 38-வது இடத்தில் இருப்பதால் இது ஒலிம்பிக் போட்டிகளில் விளையாடுவதற்கான தகுதியைப் பெற முடியாமல் போனது. இத்தனைக்கும் 1962 ஆம் ஆண்டு ஜகர்தா ஆசிய விளையாட்டுப் போட்டியில் வெள்ளிப்பதக்கத்தை வென்றவர்கள் நாம்.

ஹாக்கி நமது தேசிய விளையாட்டு. இது நமது தேசியப் பெருமை. ஒலிம்பிக்கில் இதில் பல தங்கப்பதக்கங்களை நாம் வென்றுள்ளோம். 1980 ஆம் ஆண்டு மாஸ்கோ ஒலிம்பிக் போட்டியில் நாம் தங்கப்பதக்கம் வென்றோம். அதற்குப் பிறகு இதில் பதக்கம் எதையும் நாம் வெல்லவில்லை. இந்த ஒலிம்பிக்கில் அயர்லாந்து, அர்ஜென்டினா அணிகளைத் தோற்கடித்து, பின்னர் ஜெர்மனி, நெதர்லாந்து, பெல்ஜியம் அணிகளுடன் மோதித் தோல்வியுற்றோம். இது இந்திய ஆண்கள் ஹாக்கியின் வரலாறு. பெண்கள் ஹாக்கி அணி அர்ஜென்டினா நாட்டுடன் நடந்த போட்டியில் தோற்றுப்போய்விட்டது. அத்துடன் இந்தியாவின் ஹாக்கி பதக்கக் கனவு கலைந்துவிட்டது.

மல்யுத்த வீரர் யோகேஸ்வர் தாத் பதக்கம் வெல்வார் என்று எதிர்பார்க்கப்பட்டது. அவரும் முதல் சுற்றிலேயே மங்கோலிய வீரர் மான்டக்ரைன் கான்சோரிக் என்பவரிடம் (0.7) என்ற விகிதத்தில் ஏமாற்றமளிக்கும் வகையில் தோல்வியுற்றார்.

உசேன் போல்ட்

2016 ஆம் ஆண்டு நடந்த ரியோ ஒலிம்பிக் போட்டிகளின் கதாநாயகர்களைப் பற்றி இங்கே குறிப்பிட்டேயாக வேண்டும். ஜமைக்கா நாட்டு மின்னல் வேக வீரர் உசேன் போல்ட் 100 மீ மற்றும் 200 மீ விரைவோட்டம் 100X4 மீ தொடர் ஓட்டம் ஆகிய மூன்று போட்டிகளிலும் மூன்றாவது முறையாகத் தங்கம் வென்று “டிரிபிள் டிரிபிள்” என்ற பட்டத்தைத் தட்டிச் சென்றார். உலகிலேயே அதிக வேகமாக ஓடும் வீரரும் இவர்தான். 5,000 மீ மற்றும் 10,000 மீ தொடர் ஓட்டம் இரண்டிலும் இரண்டாவது முறையாகத் தங்கம் வென்று இங்கிலாந்து நாட்டைச் சார்ந்த முகமது பராக் என்பவர் “டபுள் டபுள்” என்ற பட்டப் பெயரை வென்றார். அமெரிக்காவின் நீச்சல் வீரர் மைக்கல் பெல்ப்ஸ் இந்த முறை 5 தங்கங்களும், 1 வெள்ளியும் வென்றார். இவர் இதுவரை நடந்த ஒலிம்பிக் போட்டிகளில் 28 பதக்கங்களை வென்றுள்ளார். இதில் ஒரு ஆச்சரியம், கடந்த ஒலிம்பிக் போட்டியில் இவரிடம் ஆட்டோகிராஃப் வாங்கிய இவரது ரசிகன் ஜோசப் ஸ்குளிங் என்ற சிறுவன் இவரை 100 மீ பட்டர்பிலே நீச்சல் போட்டியில் தோற்கடித்து விட்டான்.

▲ உசேன் போல்ட்

▲ யோகேஸ்வர் தத்

▲ ஜோசப் ஸ்குள்ளிங்

▲ மைக்கேல் பெல்ப்ஸ்

▲ முகமது பராக்

அமெரிக்கா 46 தங்கப்பதக்கம், 37 வெள்ளிப்பதக்கம், 38 வெண்கலப்பதக்கம் (மொத்தம் 121 பதக்கங்கள்) பெற்று முதலிடத்திலும், இங்கிலாந்து 27 தங்கப்பதக்கம், 23 வெள்ளிப்பதக்கம், 17 வெண்கலப்பதக்கம் (மொத்தம் 67 பதக்கங்கள்) பெற்று இரண்டாவது இடத்திலும், நமது அண்டை நாடு சீனா 26 தங்கப்பதக்கம், 18 வெள்ளிப்பதக்கம், 26 வெண்கலப்பதக்கம் (மொத்தம் 70 பதக்கங்கள்) பெற்று மூன்றாவது இடத்தையும் பிடித்தனர்.

என்ன ஆச்சு நமக்கு

ஆக, என்ன ஆச்சு நமக்கு என்று கேட்க வேண்டிய காலகட்டத்தில் நாம் இருக்கிறோம். அதற்கு என்னதான் செய்யலாம்...? நீங்களும் தீவிரமாகச் சிந்தியுங்கள். எனக்குத் தோன்றிய ஆலோசனைகள் இவை:

- குழந்தைகளை விளையாட அனுமதிக்க வேண்டும். அவர்களுடன் நாமும் சேர்ந்து விளையாட வேண்டும்.
- ஒலிம்பிக் விளையாட்டுகளுக்கு அதிக முக்கியத்துவம் தரவேண்டும். கிரிக்கெட், சிலம்பம், யோகா, கோகோ போன்றவை ஒலிம்பிக் விளையாட்டுகள் அல்ல.
- விளையாட்டு வீரர்களுக்கு உரிய மரியாதை தரவேண்டும். அவர்களைப் பாராட்ட வேண்டும்.
- விளையாட்டு மைதானங்கள் ஊர்கள் தோறும் அமைக்கப்பட வேண்டும். அவற்றை முறையாகப் பராமரிக்க வேண்டும். அதில் அனைவரும் விளையாட வேண்டும்.
- விளையாட்டுப் போட்டிகள், குறிப்பாக ஓட்டப்பந்தயம் நடந்தால் குடும்பத்தோடு சென்று திருவிழா போல அதைப் பார்த்து ரசிக்க வேண்டும்.
- நமக்குள் நடக்கும் விவாதங்கள் ஒலிம்பிக் விளையாட்டைப் பற்றியும், கல்வி பற்றியும் விஞ்ஞானம் பற்றியும் அதிக அளவில் இருக்க வேண்டும்.

முனைவர். செ. சைலேந்திரபாபு

- பல்கலைக்கழகங்களுக்கு இடையிலான விளையாட்டுப் போட்டிகளை சர்வதேசத் தரத்தில் நடத்த வேண்டும். அந்தப் போட்டிகளுக்கு அதிக முக்கியத்துவம் தரப்பட வேண்டும்.
- சர்வதேச விளையாட்டுகளை இந்தியாவில் அடிக்கடி நடத்தி, மக்களுக்கு விளையாட்டுகளின் மீது ஆர்வம் ஏற்பட வழிவகை செய்ய வேண்டும்.

உடல்நலமும், மனஉறுதியும், விளையாட்டில் ஆர்வமும், வெற்றிபெற வேண்டும் என்ற பிடிவாதமும் உள்ள சிந்து மற்றும் சாக்ஷி மாலிக் போன்ற ஆற்றல் மிக்கவர்கள் நம் நாட்டில் இருக்கத்தான் செய்கிறார்கள். இவர்களைப் போன்றவர்களைக் கண்டறிந்து அவர்களுக்குத் தகுந்த வசதிகளை ஏற்படுத்திக் கொடுத்தால், அவர்கள் புயலாக மாறிப் பல பதக்கங்களை ஒலிம்பிக் போட்டிகளில் வெல்வார்கள். உலக நாட்டு வீரர்கள் விளையாட்டு வீரர்கள் கலந்து கொள்ளும் அரங்கத்தில் நம் நாட்டவரும் வெற்றி பெறலாம். பெருமை உள்ள நாட்டவராக நாமும் நம்மை நினைத்து மகிழலாம். எனவே இன்றே நீங்கள் உடற்பயிற்சிகளைச் செய்ய ஆரம்பியுங்கள். நான்கு ஆண்டுகளுக்கு ஒருமுறை நடக்கும் ஒலிம்பிக் போட்டியில் பல பதக்கங்கள் நமக்குக் கிடைக்கச் செய்யுங்கள்.

ஐம்பெரும் ஒலிம்பிக் தத்துவங்கள்

1. ஒலிம்பிக் ஐந்து கண்டங்களையும் இணைக்கும் ஒரு விளையாட்டுத் திருவிழா. ஐந்து கண்டங்களிலிருந்து வரும் விளையாட்டு வீரர்களையும், பார்வையாளர்களையும் ஆர்வத்துடன் ஒரு ஊருக்கு வரவழைக்கும் உலகத் திருவிழா. இதன் சின்னம் ஒன்றோடொன்று இணைக்கப்பட்ட ஐந்து வளையங்கள். ஆசியா, ஐரோப்பா, ஆப்பிரிக்கா, அமெரிக்கா, ஆஸ்திரேலியா என்று ஐந்து கண்டங்களையும் இந்த வளையங்கள் குறிக்கும்.

2. விளையாட்டு என்பது மனிதனது அடிப்படை உரிமைகளில் ஒன்று. அதனால் எந்தவிதத் தடையுமின்றி ஒருவர் தான் விரும்பும் விளையாட்டை இதில் விளையாடப் போதுமான

வசதிகள் செய்யப்பட்டிருக்க வேண்டும். இதில் அனைவருக்கும் சமமாக வாய்ப்பளிக்கப்பட வேண்டும். ஜாதி, மதம், இனம், நிறம், நாடு என்று எந்தவிதப் பாகுபாடும் விளையாட்டில் காட்டப்படக்கூடாது. சமத்துவம் என்பதை ஒலிம்பிக் விளையாட்டுகளில் நாம் கண்கூடாகப் பார்க்க முடியும்.

3 ஒலிம்பிக் போட்டி என்பது உடல், மனம், ஆற்றல் என்ற மூன்றையும் ஒன்றாக இணைத்து ஒரு உன்னத இலக்கை நோக்கி நம்மை அழைத்துச் செல்லும் வாழ்க்கைத் தத்துவம் எனலாம். ஒலிம்பிக் போட்டியானது விளையாட்டையும், கலாச்சாரத்தையும் இணைக்கும் ஒரு தளமாக, பாலமாக இருக்கிறது. முயற்சியின் மகிழ்ச்சி, முன்மாதிரித்தன்மை, முக்கியத்துவம், சமுதாயப் பொறுப்பு, உலகப் பொது நெறி போன்றவற்றை உணர்த்தும் ஒலிம்பிக் ஒரு வாழ்க்கைத் தத்துவம். அதுவும் உலகில் உள்ள அனைவரும் மதித்து நடக்கும் ஒரு வாழ்க்கைத் தத்துவம் இது எனலாம். மனித இனத்தால் அதிகபட்சமாக எவ்வளவு உயரத்தை எட்ட முடியும் என்பதைப் பரிசோதிக்கும் இடம் ஒலிம்பிக் மைதானம். பழைய சாதனைகளை முறியடிப்பதே இதன் ஒரு முக்கிய நோக்கமாக இருக்கிறது.

4 விளையாட்டை மனிதனுடைய நல்வாழ்விற்காகவும், உயர்விற்காகவும் பயன்படுத்துவதற்கான ஒரு முயற்சியாகவே ஒலிம்பிக் போட்டிகள் நடத்தப்படுகின்றன. ஒருவரோடு ஒருவர் நட்பு பாராட்டவும், பகைமையைக் களையவும், ஒலிம்பிக் போட்டிகள் பெரிதும் துணை புரிகின்றன.

5 ஒலிம்பிக் விளையாட்டை நடத்திச் செல்லும் ஒவ்வொரு விளையாட்டுச் சங்கத்துக்கும் பல்வேறு பொறுப்புகள் பிரித்துத் தரப்படுகின்றன. அவர்கள் அந்தந்த விளையாட்டிற்கான விதிகளை வகுப்பதற்கும் விளையாட்டுப் போட்டிகளை நிர்வாகம் செய்வதற்கும் எந்தவிதக் குறுக்கீடும் இன்றித் தேர்தல் நடத்துவதற்கும் உரிமைகள் வழங்கப்பட்டுள்ளன. ஒலிம்பிக் போட்டிகளை சிறப்பாக நடத்தி முடிக்கும் பொறுப்பு இந்த நிர்வாகிகளுடையது. ஐந்து ஆண்டுகளுக்கு ஒரு முறை ஒலிம்பிக் போட்டிகள் எந்த அளவுக்குச் சிறப்பாகத் திட்டமிடப்பட்டு, உலகே வியக்கும்படியாக நடைபெறுகிறது என்பதிலிருந்து இதன் நிர்வாகத் திறனை அறிந்துகொள்ள முடிகிறது. ஒலிம்பிக் போட்டி நடக்கும் தினத்திற்கு 10 ஆண்டுகளுக்கு முன்னதாகவே அதற்கான வேலைகளைத் துவங்கி விடுகிறார்கள்.

விளையாட்டு

அமெரிக்கக் கூடைப்பந்து விளையாட்டை உலகம் முழுவதும் பிரபலப்படுத்திய கூடைப்பந்து விளையாட்டு வீரர். தேசியக் கூடைப்பந்துக் கழகத்தின் தலைவராகவும் இருந்தவர். கூடைப்பந்து வரலாற்றின் இணையற்ற விளையாட்டு வீரரும் இவர்தான். 1992 ஆம் ஆண்டு ஓய்வு பெறுவதாக அறிவித்த அவர், 1995 ஆம் ஆண்டு மீண்டும் விளையாடத் துவங்கி 2004 ஆம் ஆண்டு வரை விளையாடினார். இவர் 1984 மற்றும் 1992 ஒலிம்பிக் போட்டிகளில் தங்கம் வென்ற அணிகளில் இடம் பெற்றிருந்தார். இவருடைய சர்வதேசப் புகழ் இவருக்கு விளம்பர வாய்ப்புகளைப் பெற்றுத் தந்தது. ஆண்டுக்கு 600 கோடி ரூபாய் வருமானம் ஈட்டும் இவருடைய சொத்து மதிப்பு சுமார் 6000 கோடி ரூபாய் என்று கூறப்படுகிறது. விளையாட்டு உலகத்தில் இவரை MJ என்று அழைக்கின்றனர். விளையாட்டு மைதானத்தில் எப்போதுமே இவர் நேர்மையுடன் நடந்து கொண்டார். ஒருமுறை கூடப் பொய் சொல்லி யாரையும் ஏமாற்ற முற்படவில்லை என்பது இவரது சிறப்பு.

மைக்கல் ஜோடன் (பிறப்பு: 17 பிப்ரவரி, 1963)

"தடைகள் உங்களைத் தடுத்துவிட வேண்டும் என்ற நியதி எதுவும் இல்லை. நீங்கள் ஓடும் பாதையில் சுவர் இருந்ததென்றால் அப்படியே திரும்பிச்சென்று விடாதீர்கள். அதை எப்படித் தாண்டுவது என்று யோசியுங்கள்; அதன் மீது ஏறிக் குதியுங்கள் அல்லது அதைச் சுற்றிக்கொண்டு நடந்து செல்லுங்கள்."

20. விளையாட்டுக் கல்வி

விளையாட்டுக் கல்வி அவசியம்தானா? என்று சிலர் கேட்கிறார்கள். பிள்ளைகளுக்கு விளையாட்டுக் கல்வி அவசியம் தேவை. கட்டாயம் தேவை. எனவேதான் பள்ளிகளில் விளையாட்டுக் கல்விப் பாடத்திட்டம் இருக்கிறது. அதற்கென்று உடற்பயிற்சி ஆசிரியர்களையும் நியமித்திருக்கிறார்கள். ஆனால் விளையாட்டுக் கல்வியின் மேன்மை குறித்துப் பலருக்குத் தெரிவதில்லை. குறிப்பாகப் பெற்றோருக்குப் புரிவது இல்லை. அப்படித் தெரிந்தாலும் அவர்கள் அதில் கவனம் செலுத்துவது இல்லை. குழந்தைகளை விளையாட அனுமதிப்பதும் இல்லை. ஆகவே விளையாட்டுக் கல்வியின் அவசியம் குறித்து இங்கே விளக்குவது பயனுள்ளதாக இருக்குமென நினைக்கிறேன்.

முனைவர். செ. சைலேந்திரபாபு

உடல்நலம்

ஒரு மனிதனுக்கு உடலைவிடப் பெரிய சொத்து எதுவும் இருக்க முடியாது. உடல்நலம் பாதித்த மனிதனின் வாழ்க்கைத்தரம் குன்றி இருக்கும். அவனது வாழ்நாளும் குறைவானதாகவே இருக்கும். நாம் எல்லோரும் பல ஆண்டுகள் வாழவேண்டும் என்று ஆசைப்படுவது உண்மைதானே! அப்படி இருக்க அதற்காக நம் உடல்நலத்தை நாம் பேணுவது அவசியம்தானே! ஒரு பெரிய விஞ்ஞான உண்மை. உடற்பயிற்சி செய்யாமல் உடல்நலத்தைப் பேண முடியாது. முடியவே முடியாது.

உடற்பயிற்சி செய்யும் பழக்கம் இல்லை என்றால் சர்க்கரை நோய், இருதயநோய் போன்ற பலவிதமான நோய்கள் வரக்கூடிய அபாயமிருக்கிறது.

உடற்பயிற்சி இல்லை என்றால் திடீர் என்று நெஞ்சுவலி வந்து ஒருவர் இளம் வயதிலேயே இறந்து போவதற்கும் வாய்ப்பு உண்டு. உடல் நலம் கெட்டு, சர்க்கரை நோய், கால் மூட்டு வலி, இடுப்பு வலி என்று உடலில் பலவித வலிகள் ஏற்பட்டுவிட்டால் வாழ்க்கையே நரக வேதனை தரும் விஷயமாகிவிடும் அல்லவா? உடல் நலனைப் பேணிக் காத்தால் வேதனைகளை அனுபவிக்காமல் இனிமையாக வாழும் வாழ்க்கை அமையும். விளையாட்டுக் கல்விக்கும் உடல் நலத்திற்கும் நேரடித் தொடர்பு உள்ளது.

மனநலம்

உடல் நலத்தோடு தொடர்புடையது மனநலம். உடல் நலக்கேடு மனநலத்தையும் பாதிக்கத்தான் செய்யும். இதை *Somatopsychic disorder* என்றழைக்கிறார்கள். அதேபோல மனநலம் பாதித்தால் அதனால் உடல் நலமும் பாதிக்கும் என்பதும் உண்மைதான். அதை *Psychosomatic disorder* என்கிறார்கள். உற்சாகம் இல்லாமல் போவது, சோகமாக

இருப்பது, சாப்பிடாமலே இருப்பது போன்றவை மனநலக் கேட்டின் அறிகுறிகள் எனலாம். விளையாடும் பிள்ளைகளிடம் உற்சாகம் மிகுந்திருப்பதைக் காணலாம். அவர்கள் மகிழ்ச்சியுடன் இருப்பதையும் காணலாம். அவர்கள் சோகமாக இருப்பதை அவ்வளவு எளிதில் காண முடியாது. ஆக பிள்ளைகளை விளையாட்டில் ஈடுபடுத்தினால் அவர்களுக்கு உற்சாகம் பிறக்கும். மகிழ்ச்சி ஏற்படும். வாழ்வில் ஒரு பிடிப்பு ஏற்படும். விளையாடும் பிள்ளைகள் எவ்வளவு மகிழ்ச்சியாக இருக்கிறார்கள் என்பதைக் கவனியுங்கள். இந்த மகிழ்ச்சி மனப்பான்மை தான் சோகத்தின் முதல் எதிரி. மனச்சோர்வுக்கான இயற்கை மருந்தும் அதுதான். உடல் சோர்வடையும் வரை விளையாடினாலே நன்றாகத் தூக்கம் வரும். தூக்கம் வராமல் அவதிப்படுபவர்களும் ஒருவகையில் மனநோயாளிகள் தான் என்கிறார்கள் மருத்துவர்கள். அப்படிப்பட்ட மனநோய்க்கும் இயற்கையானதொரு மருந்து நல்ல நிம்மதியான தூக்கமே! ஆகவே மனநலத்திற்கும் விளையாட்டுக் கல்வி தேவைப்படுகிறது.

உடல் தோற்றம்

உடற்பயிற்சியினால் விளைவது நல்ல உடல் நலம் மட்டுமல்ல, நல்ல உடல் தோற்றமும் கூட. யார்தான் உடல் தோற்றத்தைப் பற்றிக் கவலைப்படுவதில்லை? உடல் பருமனாவதற்கு நாம் உண்ணும் உணவுதான் காரணமாக இருக்கிறது. அது கொழுப்பாக மாறித் தொப்பையில் தேங்கிவிடும். பார்ப்பதற்கு இளமையானவராக இல்லை என்றால் நம்மைப் பிறர் ஏளனம் செய்யக்கூடும். அளவுக்கதிகமாக உடல் பருமனாகிவிட்டால் ஓரிடத்தில் சவுகரியமாக உட்கார முடியாது. உட்கார்ந்த இடத்திலிருந்து சட்டென்று எழ முடியாது. சுறுசுறுப்பாக எந்த ஒரு வேலையையும் செய்ய முடியாது. மிடுக்கான தோற்றத்தைக் கொடுக்கக்கூடிய உடைகளை அணிய முடியாது. உடல் பருமன் ஆகிவிட்ட நபருக்கு உடற்பயிற்சி செய்வதில் விருப்பம் இல்லை என்றால் அவரது உடலைக் குறைக்க ஒரே ஒரு வழிதான் உண்டு. அது நேரடியாக அறுவை சிகிச்சை செய்து கொள்வது. ஆனால், அறுவைச் சிகிச்சை செய்வதும் ஆபத்தானது. சிலர் இத்தகைய அறுவைச் சிகிச்சைகளின்போதே இறந்துள்ளனர். எனவே இன்றிலிருந்து உடற்பயிற்சியைத் துவங்குங்கள்.

தலைமைப்பண்பு

இளைஞர்களுக்குத் தலைமைப்பண்பு இருக்க வேண்டியது மிக மிக அவசியம். மாணவர்களாக இருக்கும்போதும், வேலையில் சேர்ந்த பிறகும், குடும்பம் நடத்தும்போதும் ஒருவரிடத்தில் தலைமைப்பண்புகள் இருந்தால் தனக்களிக்கப்பட்ட பணிகளை அவரால் சிறப்பாகச் செய்து முடித்துவிட முடியும்.

சில தலைமைப்பண்புகள்

- குழு ஒற்றுமைத் திறன்
- தொடர்புத் திறன்
- முடிவு எடுத்தல்
- மற்றவர்களை மன்னித்தல், நம்மையும் மன்னித்தல்
- பிறரது பிரச்சனைகளைத் தெரிந்து கொள்ளுதல்
- வலியைத் தாங்கும் திறன்
- சுயக் கட்டுப்பாடு

மேற்கண்ட எல்லாப் பண்புகளும் புத்தகங்களைப் படிப்பதால் மட்டுமே வந்துவிடாது. மேற்கண்ட மனிதர்களிடம் பழகும்போதும், உறவாடும்போதும் கிடைக்கும் அனுபவத்தால் மட்டுமே நம்மால் இவற்றை வளர்த்துக்கொள்ள முடியும். அப்படி நற்பண்புகள் பலவற்றை வளர்க்கும் ஒரு இடம் தான் விளையாட்டு மைதானம். இங்குதான் தலைமைப்பண்புகளை வளர்த்துக் கொள்வதற்கான பயிற்சிகளை நாம் மேற்கொள்ள முடியும். எனவே விளையாட்டுக் கல்வி அவசியம்.

எந்த மாதிரியான உடற்பயிற்சிகள் செய்வது? எல்லா உடல் அசைவுகளும், உடற்பயிற்சிதான் என்றாலும் மனிதர்கள் ஒரு குறிப்பிட்ட அளவுக்குக் கடினமான உடற்பயிற்சிகளைச் செய்தால் மட்டுமே அவர்களுக்குப் பொலிவான உடல் தோற்றமும், நோயற்ற உடல் நலமும் சாத்தியமாகும் என்று மருத்துவ விஞ்ஞானிகள் கூறுகின்றனர்.

அவையாவன :

- குறைந்தது அரை மணி நேரம் ஓட்டம், முடிந்தால் 1 மணி நேரம்
- ஒரு மணி நேரம் சைக்கிள் மிதித்தல்
- அரை மணி நேரம் நீச்சல் பயிற்சி
- ஒரு மணி நேரம் பூப்பந்து விளையாட்டு
- ஒரு மணி நேரம் டென்னிஸ் விளையாட்டு

இவை வாரத்தில் மூன்று நாட்கள், இத்துடன் வாரத்தில் இரண்டு தினங்கள் ஜிம் சென்று பளு தூக்கும் பயிற்சி செய்ய வேண்டும். இதற்கு மேலே, *stretching* அல்லது யோகா இவற்றைத் தினமும் செய்யலாம்.

தேசத்தின் பெருமை

சர்வதேச விளையாட்டு அரங்குகளில் குடியரசு நாடுகள் வெற்றி நடைபோடுகின்றன. உலகத்திலுள்ள நாடுகள் எல்லாம் பங்கு பெறக்கூடிய மிகப் பெரியதொரு உலக அரங்கு ஒலிம்பிக் போட்டிகள் நடக்கக்கூடிய அரங்கு. 202 குடியரசு நாடுகளின் வீரர்கள் அங்கு நடைபெறும் போட்டிகளில் பங்கெடுக்கிறார்கள். பதக்கங்களுக்காகப் போட்டியிடுகிறார்கள். 2016 ரியோ ஒலிம்பிக் போட்டியில் இறகுப் பந்தில் பி.வி. சிந்து வெள்ளியும், மல்யுத்தத்தில் சாக்ஷி வெண்கலத்தையும் பெற்று நமது மானத்தைக் காப்பாற்றினார்கள் என்று முன்னர் ஓரிடத்தில் குறிப்பிட்டேன். இதை நினைத்து ஒரு பக்கம் மகிழ்ச்சியாக இருந்தாலும், மறுபக்கத்தில் நமது நிலை கவலையை அளிப்பதாக இருக்கிறது. நமக்கு ஏன் ஒலிம்பிக் விளையாட்டுப் போட்டியில் அதிகப் பதக்கங்கள் கிடைப்பதில்லை? நம் நாட்டில் உள்ளவர்கள் விளையாடுவதில் ஆர்வம் காட்டுவதில்லை. நாம் அனைவருமே விளையாட்டுகளில் பங்கெடுத்துக் கொள்ள ஆரம்பிக்கும்போது தான் நமது விளையாட்டு வீரர்களின் தரம் அதிகரிக்கும். நாமும் சர்வதேச அரங்கத்தில் போட்டியிட முன்வரும்போது அதிக அளவில் வெற்றி நம்மாலும் பெற முடியும்.

விளையாட்டு முன்னுரிமை

15 லட்சம் ஆண்டுகாலப் பரிணாம வளர்ச்சியில் உடல் அசைவுகளின் காரணமாக கொஞ்சம் கொஞ்சமாக மாறிக்கொண்டே வந்து இந்த நிலையை அடைந்திருக்கிறது மனித உடம்பு. தினமும் உடற்பயிற்சி செய்வது அல்லது

தினமும் உடலுக்கு வேலை தந்தால் மட்டுமே நம்மால் நலமுடன் வாழ முடியும் என்கிற வகையில்தான் நமது மனித உடல் வடிவமைக்கப்பட்டுள்ளது. உடற்பயிற்சி இல்லை என்றால் உடல் நலம் இல்லை. எனவே விளையாட்டுக் கல்வி அதற்கு அவசியமாகிறது. நீங்களும் உடற்பயிற்சி செய்யுங்கள். உங்கள் பிள்ளைகளையும் உடற்பயிற்சி செய்ய அனுமதி வழங்குங்கள்.

செல்பேசியிலும், தொலைக்காட்சியிலும், கம்ப்யூட்டர்களிலும் அதிக நேரத்தைச் செலவிடுவதால் குழந்தைகளுக்கு விளையாடுவதற்குப் போதுமான நேரம் கிடைப்பதில்லை. இந்தியாவில் உள்ள மூன்று குழந்தைகளுக்கு ஒரு குழந்தை மட்டும்தான் தினமும் விளையாடுகிறது என்று ஆய்வுகள் கூறுகின்றன. எல்லாப் பிள்ளைகளும் விளையாடுவதற்குப் பெற்றோரின் பங்களிப்பு அதில் பெரிய அளவில் இருக்கவேண்டும்.

ஐந்து அறிவுரைகள்

பிள்ளைகளை விளையாட அனுமதிக்க வேண்டும். அவர்கள் நிறைய விளையாட வேண்டும். விளையாட்டின் அருமை அனைவருக்கும் தெரிந்திருக்க வேண்டும். அதன் பலனை அனைவரும் அனுபவிக்க வேண்டும் என்பதற்காகவே இந்த ஆலோசனைகள்:

1. டாக்டரிடம் ஆலோசனை கேளுங்கள்

   டாக்டர்களுக்கு உங்கள் குழந்தையின் தனிப்பட்ட பலம், பலவீனம் இரண்டைப் பற்றியுமே தெரியும். அதனால் அவர்கள் பரிந்துரை செய்யும் விளையாட்டில் உங்கள் குழந்தையை ஈடுபடுத்துங்கள்.

2. ஒரு விளையாட்டைத் தேர்வு செய்யுங்கள்

உங்கள் பிள்ளைக்குப் பிடித்த அதுவும் அவன் வேடிக்கையானது என்று நினைக்கும் ஒரு விளையாட்டைத் தேர்வு செய்யுங்கள். குழந்தையுடன் சேர்ந்து விளையாடுங்கள். அந்த விளையாட்டிற்குத் தேவையானதை அவர்களுக்கு வாங்கிக் கொடுங்கள்.

3. பாதுகாப்பை உறுதிப்படுத்தவும்

விளையாடும் இடம், விளையாட்டுப் பொருட்கள், உடன் விளையாடும் நபர்கள் இவற்றிலெல்லாம் குழந்தையின் பாதுகாப்பு குறித்து ஆராயுங்கள். அவர்கள் விளையாடும்போது உடனிருங்கள். நீச்சல் குளம் போன்ற இடங்களில் கவனக்குறைவாகப் பெற்றோர் இருக்கும்போது குழந்தைகளுக்கு ஆபத்துகள் ஏற்பட வாய்ப்புகள் அதிகம்.

4. குடும்பமாக விளையாடுங்கள்

குழந்தைகள் தொலைக்காட்சிப் பெட்டி, கம்ப்யூட்டர், செல்போன் இவற்றை ஒரு மணி நேரத்திற்கு மேல் பார்ப்பது, விளையாடுவது, பயன்படுத்துவது ஆபத்தான விஷயம் என்று உளவியல் வல்லுநர்கள் கூறுகிறார்கள். எனவே குழந்தைகள் இவற்றில் செலவிடும் நேரப் பயன்பாட்டை கட்டுக்குள் கொண்டு வந்து விளையாட்டு மைதானத்திற்கு அவர்களை நீங்களே அழைத்துச் செல்லுங்கள். குடும்பத்தோடு நீங்களும் உங்கள் குழந்தையுடன் விளையாடுங்கள். நீங்களே உங்கள் குழந்தைக்குப் பயிற்சியும் கொடுங்கள். அதன் மூலம் நீங்கள் உங்கள் குழந்தைகளின் கதாநாயகனாக மாறுவீர்கள்.

5. தொழில்முறை விளையாட்டு வீரனாக்குங்கள்

உங்களது பிள்ளைக்கு விளையாட்டில் அதிக ஆர்வம் இருக்கிறது. அவனின் உடல் தகுதியும் சிறப்பாக இருக்கிறது. தேசிய அளவில் பதக்கம் பெறும் திறமையும் அவனுக்கு இருக்கிறது என்றால் அவனை ஒரு தொழில்முறை விளையாட்டு வீரனாக உருவாக்கத் தயங்காதீர்கள். தேசிய அளவில் விளையாடத் தகுதிபெறும் விளையாட்டு வீரர்களுக்கு அரசுத் துறைகளில் உடனே வேலை கிடைக்கும். அடுத்தடுத்து சர்வதேச விளையாட்டுப் போட்டிகளில் கலந்து கொள்கிற வாய்ப்பும், பதக்கம் பெறும் வாய்ப்பும் உண்டாகும்.

பொது

இங்கிலாந்து ஏகாதிபத்திய நாடு புகழின் உச்சியில் இருந்தபோது அதை ஆண்ட கன்சர்வேட்டிவ் கட்சியை வளர்த்து வலுப்படுத்திய ராஜதந்திரி. சூரியன் மறையாத இங்கிலாந்து நாட்டின் பிரதம மந்திரியாக இருமுறை தேர்ந்தெடுக்கப்பட்டவர். உலக விவகாரங்களில் அவரின் பங்களிப்பு இன்றும் நினைவுகூரப்படுகிறது. புகழ்பெற்ற ஏராளமான நாவல்களை எழுதியவர். அரசியல், பொருளாதாரம், சரித்திரம் பற்றியும் பல நூல்கள் எழுதியுள்ளார். இறந்த பின்பும் இங்கிலாந்து நாட்டின் அரசியல் கதாநாயகனாகவே போற்றப்பட்டார் டிஸ்ரேலி. தொழில்புரட்சியை இங்கிலாந்தில் அறிமுகப்படுத்திய பெருமையும் இவரைச் சாரும். ஒரு யூதராக இருந்து இங்கிலாந்தில் உயர்ந்த இடத்தைப் பிடித்தவர். கப்பல்கள் கடந்து செல்லும் சூயஸ் கால்வாய் நிர்வாகத்தின் பாதிப் பங்குகளை இங்கிலாந்திற்காக வாங்கிச் சாதனை படைத்தவர். இதற்குப் பெரிய எதிர்ப்பு இருந்தபோதும் அதைப்பற்றி அவர் கவலைப்படவில்லை. வெற்றியின் ரகசியம் என்ன என்று கேட்டபோது 'வாய்ப்பு வந்தடையும்போது நாம் தயாராக இருப்பதுதான்" என்றார்.

பெஞ்சமின் டிஸ்ரேலி (1804-1881)

"தூய்மையும், ஒழுக்கமும் கல்வியின் வெளிப்பாடு மட்டும் ஆகாது. அவை நீங்கள் ஏற்படுத்திக் கொள்ளும் உயர்ந்த லட்சியங்களும் ஆகும்."

21. தூய்மை

'**தூ**ய்மை இந்தியா' என்ற திட்டம் அக்கறையோடு செயல்படுத்தப்பட்டு வருகிறது. நாட்டைத் தூய்மைப்படுத்த அரசு திட்டம் ஒன்றை அறிவிக்க வேண்டிய தேவை ஏற்படுகிறது என்பதிலிருந்தே இங்கே தூய்மையின்மை என்பது ஒரு பெரிய பிரச்சனையாக இருக்கிறது என்பது புரிகிறது. அதாவது நாடும், வீடும், நீரும், காற்றும், மனிதர்களும் இங்கே தூய்மையாக இல்லை.

ஒரு தூய்மையற்ற சமுதாயம் எப்படி இருக்கும் என்பதற்கு ஒரு உதாரணமாக நமது சமுதாயம் இன்று இருக்கிறதோ என்ற ஐயம் ஏற்படுகிறது. ஒருவேளை இதைவிடத் தூய்மையற்ற சமுதாயங்களாக சில ஆப்பிரிக்க நாடுகள் இருக்கக்கூடும். ஆனால் உலகில் வேறெங்கும் இப்படிப்பட்ட ஒரு நிலை இல்லை.

நாம் காணும் காட்சிகள்

காட்சி : 1

ஆறுகளில் மணல் அள்ளப்பட்டு, அவை சிறிய ஓடைகளாக மாறி இப்போது அவை சாக்கடைகளாகிவிட்டன. 1911 ஆம் ஆண்டு இராணுவ வீரர்கள் தங்கள் கைகளால் தண்ணீர் அள்ளிக் குடித்த கூவம் நதி இன்று கழிவுநீர் கலந்து சாக்கடையாகி துர்நாற்றம் வீசுகிறது. கூவம் என்ற வார்த்தைக்குச் சாக்கடை என்பதுதான் பொருள் என்று ஆகிவிட்டது. நம் நாட்டிலுள்ள அனைத்து நதிகளும் சாக்கடையின் நிலைக்கு வந்துவிட்டன.

இந்த நதிகளில் வீசப்படும் பிளாஸ்டிக் குப்பைகள் கடலுக்குச் சென்று அதில் கலந்து விடுவதால் இன்று கடற்கரைகள் கூடக் குப்பை மேடுகளாகிவிட்டன. அதனால் என்னைப் போன்ற கடல் நீச்சல் விளையாட்டு வீரர்கள்கூடக் கடலுக்கு 10 கி.மீ. தூரத்திற்கு அப்பால் போய்த்தான் நீந்த வேண்டியிருக்கிறது. சென்னைக்கு அருகில் கடல்நீர் சாக்கடைகளின் சங்கமமாக இருக்கிறது. அவ்வளவு துர்நாற்றம் கடலில்!

காட்சி : 2

திறந்த வெளியில் மலம் கழிக்கும் பழக்கத்தால் ஊர்களும், நகரங்களும் தொடர்ந்து அசுத்தமாகவே உள்ளன. இதனால்

மிகப்பெரிய சுகாதாரக் கேடுகள் ஏற்படுகின்றன. அமீபா, கொக்கிப்புழு, வைரஸ், பாக்டீரியா போன்ற நோய்க்கிருமிகள் பரவுவதும் கூட இதன் மூலம்தான். முந்தைய காலங்களில் காலரா என்ற கொடிய நோயால் மனிதர்கள் இறந்தார்கள். குடிக்கும் நீரில் இருக்கும் பாக்டீரியாவால் தான் இந்த நோய் வருகிறது. இந்த பாக்டீரியா மனித மலத்தின் மூலமாகத்தான் பரவுகிறது. அதைக்கூட வெள்ளைக்காரன் சொல்லித்தான் நமக்கே தெரியும்! தண்ணீரைக் காய்ச்சிக் குடியுங்கள், அதில் உள்ள கிருமிகள் செத்துவிடும் என்று சொன்னான் வெள்ளைக்கார டாக்டர். ஆனால் அதைக்கூட ஏற்றுக்கொள்ள முடியாமல் கடவுளுக்குக் கோபம் வந்துவிட்டதுதான் நோய் வந்ததற்கான காரணம் என்று நம்பி அதற்கான பரிகாரங்களைச் செய்து கொண்டிருந்தனர் நமது முன்னோர்கள்! இன்று மக்களுக்கு எல்லாமே புரிந்துவிட்டது. கழிப்பிடத்தில் மலம் கழித்து அந்தக் கழிவை நிலத்தடிக்கு எடுத்துச் சென்று சுத்திகரிக்கிறார்கள். ஆனால் இன்றுவரை இந்தியாவில் 20 சதவீதம் மக்களுக்கு மட்டுமே இந்தச் சுகாதாரக் கழிப்பிட வசதி வாய்த்திருக்கிறது. மீதமுள்ள 80 சதவீத மக்களுக்குக் கழிப்பிட வசதிகள் இல்லாததால் அவர்கள் கடற்கரைகள், நதிக்கரைகள், சாலையோரங்கள் என்று எல்லா இடத்தையும் மனிதக் கழிப்பிடமாக்கிவிட்டார்கள். மனிதக்

கழிவுகளை மனிதர்களே அள்ளும் அவலமும் நம் நாட்டில்தான் நடந்து கொண்டிருக்கிறது.

காட்சி : 3 - உணவு விடுதி

ஒரு உணவு விடுதியில் உணவருந்துகிறீர்கள். இரண்டு நாட்கள் கழித்து உங்களுக்கு வாந்தி, பேதி ஏற்பட்டு அவதிப்படுகிறீர்கள். வீட்டில் அன்று மதியம் சாப்பிட்ட சிக்கன் குழம்பு தான் அதற்குக் காரணம் என்று எண்ணுவீர்கள். ஆனால் உண்மை அதுவல்ல. இரண்டு நாட்களுக்கு முன் உணவு விடுதியில் நீங்கள் சாப்பிட்ட கெட்டுப்போன உணவுதான் அதற்குக் காரணமாக இருக்கும். ஒரு நோய்க்கிருமி நமது உடலில் புகுந்து அங்கேயே இனப்பெருக்கம் செய்து நமது எதிர்ப்பாற்றல் செல்களைத் தாக்கி அழிக்கக் குறைந்தது 48 மணி நேரமாவது ஆகும். உணவு வகைகள் அது பாலாகவே இருந்தாலும் கெட்டுப்போனபின் அதை உண்டால் அதிலுள்ள நோய்க்கிருமிகள் நம் உடலுக்குள் சென்று நமது உடலிலுள்ள செல்களைத் தாக்கும். அதுவும் அந்த உணவைத் தயாரித்தவருக்கு அல்லது பரிமாறியவருக்கு என்புருக்கி நோய் (TB) இருந்தால் அது நம்மையும் தொற்றிக்கொண்டு விடும். ஜுரம், காய்ச்சல், சளி போன்ற நோய் அறிகுறி உள்ளவர்கள் நம்மிடம் வந்து பேசினாலே அவருக்குள்ள நோய் நம்மையும் தொற்றிக்கொள்ளும். இதுகூடப் பலருக்குத் தெரியாத நிலை இருக்கிறது!

காட்சி : 4

காலையில் பிரஷ் மற்றும் பற்பசை கொண்டு பல் துலக்காதவர்களின் வாய் சுத்தமாக இருக்காது. அவர்கள்

வாயில் துர்நாற்றம் இருக்கும். அதற்குமேல் வெற்றிலை பாக்கு போடுபவர்கள் சதா துப்பிக் கொண்டிருப்பார்கள். அவர்கள் துப்பும் உமிழ்நீரின் மீது மிதிப்பவர்களுக்கு அவரிடம் இருக்கும் நோய் தொற்றிக் கொள்ளும். சுத்தமாக உடம்பை வைத்துக் கொள்ளாதவர்களுக்குத் தோல் நோய்கள் ஏற்படும். அவர்கள் பயன்படுத்திய துணிகளைப் பயன்படுத்துபவர்களுக்கும் அந்தத் தோல் நோய் தொற்றிக்கொள்ளும். ஆற்றில் குளிப்பவர்களுக்கும், குளத்தில் குளிப்பவர்களுக்கும் இந்த நோய்கள் வந்துவிடும்.

இந்தக் காட்சிகளைப் பார்க்கும்போது நமக்கு வேதனையாக இருக்கிறது. இந்த நிலைமையை எப்படியாவது மாற்றவேண்டும் என்ற எண்ணமும் நமக்கு ஏற்படுகிறது.

தூய்மைச் சமுதாயம் எது?

உலகில் தூய்மையான பல சமுதாயங்கள் கடந்த 300 ஆண்டுகளில் உருவாகிவிட்டன. அது அமெரிக்கா அல்லது ஐரோப்பிய நாடுகள் மட்டுமல்ல, ஜப்பான், சிங்கப்பூர், மலேசியா, தென்கொரியா, ஹாங்காங், துபாய், ஷார்ஜா போன்ற ஆசிய நாடுகள் கூடத் தூய்மைச் சமுதாயங்களாக இருக்கின்றன. அவர்களால் மட்டும் தங்கள் நாட்டை எப்படி சுத்தமாக வைத்திருக்க முடிகிறது?

- **ஒரு ஆற்றைப் பார்த்தவுடனேயே அவர்கள் அதில் குளிப்பதற்கு இறங்கிவிடுவது இல்லை. சாத்திர சடங்குகள், சம்பிரதாயங்கள் செய்தபின் இறந்தபின் உடலைச் சொர்க்கத்திற்கு அனுப்பி வைக்கிறோம் என்று அதை நதிகளில் வீசுவதும் இல்லை. வீட்டின்**

குப்பைகளை ஆறுகளில் வீசி எறிவது இல்லை. ஆற்றில் துணி துவைப்பதும் இல்லை. கால்நடைகளைக் கழுவுவதும் இல்லை. நகரில் சாக்கடையைத் திறந்து விடுவதும் இல்லை.

- உடலைத் தூய்மையாக வைத்துக்கொள்ள அவர்கள் பல் துலக்குகிறார்கள். தூய்மையான உடைகளை அணிகிறார்கள். பல் டாக்டரிடமும், தோல் டாக்டரிடமும் அப்போதைக்கப்போது கலந்தாலோசிக்கிறார்கள். கரண்டியைப் பயன்படுத்தித் தங்கள் உணவை உண்கிறார்கள். கைகளால் உணவைத் தொடுவது இல்லை. கைகளை சோப்பால் அடிக்கடி கழுவிக்கொள்கிறார்கள்.

- தெருக்களில் குப்பையை வீசி எறிவது இல்லை.

- அனைவருக்கும் வீடு இருக்கிறது. அதில் கழிப்பறை வசதிகள் இருக்கிறது. அதை அவர்கள் தாங்களாகவே தூய்மையாக்கிக் கொள்கிறார்கள். அவரவர் துணிமணிகளை அவரவர்களே துவைத்துக் கொள்கிறார்கள்.

- தங்கள் நாட்டு முன்னோர்கள் மிகவும் தூய்மையானவர்கள் என்று பொய் பேசுவதில்லை. தங்கள் நாடு வறுமையால் வாடுவதற்குக் காரணம் வேறொரு நாட்டவர்கள் தான் என்று மற்றவர்கள் மீது பழி போடுவதும் இல்லை! தங்களது கலாச்சாரம் தான் உலகிலேயே சிறந்த கலாச்சாரம் என்று பேசித்திரிவதும் இல்லை! ஆனால் இதை எல்லாமே நாம் செய்து கொண்டிருக்கிறோம்.

தூய்மையின் காரணம்

ஒரு தூய்மையான சமுதாயத்தில் கீழ்க்கண்டவற்றை நாம் காண்கிறோம்:

மக்கள் தொகையைக் கட்டுப்படுத்தி எல்லாருக்கும் எல்லாமும் கிடைக்கும் வண்ணம் செய்துள்ளார்கள்.

தூய்மை விதிகளை மீறுபவர்களுக்குக் கடுமையான தண்டனை வழங்குகிறார்கள்.

பிள்ளைகளுக்குத் தூய்மையாக இருப்பதற்குப் பயிற்சிகள் தருகிறார்கள். ஜப்பானில் குழந்தைகளே வகுப்பறைகளையும், கழிப்பறைகளையும் சுத்தம் செய்கிறார்கள். நம்மூரில் உள்ள ஒரு தலைமை ஆசிரியர் மாணவர்களுக்கு இதற்குப் பயிற்சி தருவதற்கு முயன்றால் அவர் என்ன கதிக்கு ஆளாவார்

என்பதை எண்ணிப்பாருங்கள்! ஆனால் ஒரு குறிப்பிட்ட பிரிவுக் குழந்தைகளை மட்டும் சுத்தம் செய்யும் பணியைச் செய்யச் சொல்வது தவறு. அது தண்டனைக்குரிய ஒரு குற்றம். அதை அனுமதிக்கவே கூடாது.

சுத்தம் செய்வது இழிவான செயல் என்று அவர்கள் நினைப்பதில்லை! அங்குள்ள எல்லோருமே அவர்கள் வீட்டையும், தெருவையும் தவறாமல் சுத்தம் செய்கிறார்கள். சில பிரிவினர் மட்டும் தான் சுத்தம் செய்ய வேண்டும் என்ற ஒரு நியதியை அவர்கள் ஏற்படுத்தவில்லை! அந்தக் கொடிய விதி நமது முன்னோரால் நமக்குத் தவறாகக் கற்பிக்கப்பட்டுள்ளது.

தூய்மையாக இருப்பதால் உள்ள நன்மைகள்

ஒரு சமுதாயம் தூய்மையாக இருந்தால் அங்கு நோய்கள் குறையும். அங்குள்ளவர்களின் உடல்நலம் மேம்படும். அதனால் மருத்துவச்செலவு குறையும். அவர்களது வாழ்க்கைத்தரம் உயரும். ஊரும், வீதியும் வீடும் சுத்தமாக இருக்கும்போது வெளிநாட்டுப் பயணிகள் வந்து குவிவார்கள். அன்னிய செலவாணி (foreign Exchange) பல மடங்கு உயரும். வெளிநாடுகளில் வாழும் நம் நாட்டு மக்கள் பலரும் தாய் நாட்டிற்குத் திரும்புவார்கள். மக்கள்/விடுதிக்குச் சென்று தைரியமாக உணவு உண்பார்கள். நமது ஆறுகள் சுத்தமாகும். அவற்றில் மீன்கள் துள்ளும். இந்தக் காட்சிகளை மீண்டும் நாம் காணலாம்.

தூய்மையான சமுதாயம் என்பதுதான் ஒரு வளர்ச்சியடைந்த சமுதாயத்திற்கான அடையாளம். ஆனால் அப்படிப்பட்ட ஒரு மறுமலர்ச்சி நமது சமுதாயத்தில் வருமா? நாம் ஒவ்வொருவரும் வீட்டிலும் தூய்மையாக இருந்துகொண்டு, தெருவிலும் தூய்மைப்

முனைவர். செ. சைலேந்திரபாபு

பழக்கவழக்கங்களைக் கடைப்பிடித்தால் நமது சமுதாயம் முழுவதுமே தூய்மையானதாகிவிடும். அத்தகைய ஒரு நிலையை உருவாக்கத் தடையாக இருப்பது ஏழ்மை, சோம்பல், சாதி, மதம் மற்றும் தவறான நம்பிக்கை ஆகியவைதான். அதில் மாற்றத்தை ஏற்படுத்த உங்களைப் போன்ற இளைஞர்களின் பங்களிப்பு மிக மிக அவசியம்.

தூய்மையான ஐந்து நாடுகள்

இயற்கைச் சூழல் மிக்க, தூய்மையாக உள்ள நாடுகளில் வாழவே மக்கள் விரும்புகிறார்கள். யேல் மற்றும் கொலம்பியா பல்கலைக்கழகங்கள் நடத்திய ஆய்வுகளின் அடிப்படையில் பார்க்கும்போது முதல் 5 இடங்களில் இருக்கும் தூய்மையான நாடுகள் இவை.

1 ஐஸ்லாந்து

உலகிலேயே மிகவும் தூய்மையான நாடு. பெயர் ஐஸ் நாடு என்றாலும் இது மிகுந்த வளத்துடனும், பச்சைப்பசேலென்று குளிர்ச்சியாகவும் இருக்கும். இங்குள்ள காற்று மாசுபடுவதில்லை. தண்ணீரும் சுத்தமாகத் தெளிவாக உள்ளது. நார்வே நாட்டைச் சேர்ந்த நாடோட் என்பவர் தான் முதலில் இங்கு வந்து குடியேறியவர். அந்த நாட்டின் தற்போதைய மக்கள் தொகை 33 லட்சம். இது தமிழ்நாட்டில் உள்ள ஒரு மாவட்டத்தின் மக்கள் தொகைக்குச் சமம்.

▲ ஆல்பர்ட் நோபல்

▲பெர்சீலியஸ்

▲கார்ல் லின்னேயஸ்

▲ஆன்டர்ஸ் செல்சியஸ்

▲கார்ல் வில்கெல்ம் ஷீலி

2 ஸ்வீடன்

91 லட்சம் மக்கள் தொகை கொண்ட தூய்மையான நாடு இது என்பது மட்டுமல்லாமல் இது மிகவும் வளர்ச்சியடைந்த நாடும் ஆகும். மரங்கள் வளர்ப்பதில் மிகவும் ஆர்வமுள்ள ஸ்வீடன் நாட்டு மக்கள் அதே அளவுக்கு அறிவியலுக்கும் அதிக முக்கியத்துவம் தந்துள்ளனர். அறிவியலை ஊக்குவிக்கும்

நோபல் பரிசு இங்குதான் தரப்படுகிறது. அதன் நிறுவனர் ஆல்பர்ட் நோபலும் இந்த ஊர்க்காரர்தான். உலகின் மிகச்சிறந்த விஞ்ஞானிகளான பெர்சீலியஸ், ஆல்பர்ட் நோபல், கார்ல் லின்னேயஸ், ஆன்டர்ஸ் செல்சியஸ், கார்ல் வில்கெல்ம் ஷீலி இவர்கள் எல்லாருமே இந்த நாட்டவர்கள்தாம்.

3 சுவிட்சர்லாந்து

ஐரோப்பாவின் விளையாட்டு மைதானம் என்று அழைக்கப்படும் சுவிட்சர்லாந்து இன்று சுற்றுலா சொர்க்கமாகத் திகழ்கிறது. இயற்கையை மிகவும் நேசிக்கும் இம்மக்கள் ஆறு, குளம், மலை, வனவிலங்குகள், காடுகள் போன்ற தங்கள் நாட்டின் இயற்கை வளங்களை மிகச் சிறப்பாகப் பாதுகாக்கிறார்கள். உலகின் முதல் பணக்கார நாடும் இதுதான். ஸ்வீஸ் வங்கிகளும் இங்கேதான் உள்ளன.

4 நார்வே

உலகில் உள்ள மக்கள் மிகவும் விரும்பி வாழப் போய்ச்சேரும் நாடு நார்வே என்பதை அடிக்கடி செய்திகளில் படித்திருப்பீர்கள். அந்த அளவுக்கு இயற்கை வளங்கள் இங்கே உள்ளன. உலகில் இங்குதான் கச்சா எண்ணெய்,

▲கூலும்

▲லூயி பாஸ்டர்

▲லாமார்க்

▲ரூசோ

▲ஆம்பியர்

நிலக்கரி போன்றவை அதிக அளவில் கிடைக்கின்றன. இருந்தாலும் அவற்றைத் தோண்டி எடுத்து இயற்கையை இவர்கள் அழிக்கவில்லை. 47 லட்சம் மக்கள் தொகை கொண்ட இந்நாட்டு மக்கள் உலகின் மற்ற இடங்களைத் தூய்மையாக்க அவர்களால் இயன்ற உதவிகளைச் செய்து வருகிறார்கள். மிகவும் அமைதியான, பாதுகாப்பான நாடு என்றால் அது நார்வேதான் என்று தயங்காமல் சொல்லலாம்.

5. பிரான்ஸ்

சமூகத்திற்கு சுதந்திரம், சமத்துவம், சகோதரத்துவம் இவை வேண்டும் என்று முதல் முதலில் குரல் எழுப்பிய ரூசோ வாழ்ந்த நாடு. 620 லட்சம் மக்கள் வாழும் நாடு. தூய்மையான காற்றும், நீரும் சூழ வாழ்வது இவர்களது பலம். இங்கு பல தொழிற்சாலைகள் இருந்த போதிலும் மாசுக்கட்டுப்பாடு விதிகளை விடாப்பிடியாகப் பின்பற்றி நாட்டைத் தூய்மையாக வைத்து இருக்கிறார்கள். ஆம்பியர், கூலும், லூயி பாஸ்டர், லாமார்க் போன்ற தலைசிறந்த விஞ்ஞானிகளை உருவாக்கிய பிரான்ஸ் நாடு உலகத் தூய்மைக்கும் தன்னாலான பங்களிப்பைச் செய்து வருகிறது.

பொது

அமெரிக்க நாட்டு எழுத்தாளர், கவிஞர், இயற்கை ஆர்வலர் மற்றும் வரலாற்று ஆசிரியர். இவர் எழுதிய கட்டுரைகள் மிகவும் புகழ் வாய்ந்தவை. சுற்றுச்சூழல், உயிரியல், வாழ்க்கைச்சூழல் போன்றவை சம்பந்தப்பட்ட நூல்களை எழுதியுள்ளார். அரசுகள் குடிமக்கள் மீது செலுத்தும் அதிகாரம் பெரிதும் குறைக்கப்பட வேண்டும் என்ற கொள்கையை உடையவர். அதாவது, அதிகாரம் செய்யாத அரசுகள் தான் வேண்டும் என்றார் இவர். இவரது ஒத்துழையாமைத் (Civil Disobediance) தத்துவம் மகாத்மா காந்தியை இவர் பக்கம் ஈர்த்தது. உப்புச் சத்தியாகிரகத்தின் போது நேரடி நடவடிக்கை (Direct Action) என்று காந்தியார் 1930 ஆம் ஆண்டு அறிவித்ததும் இவரது கொள்கையை நடைமுறைப்படுத்தும் விதமாகத்தான். இவரும் "எண்ண இணைப்பு" (Transscendentalism) கொள்கையின் தூதுவராக இருந்தார். இந்தக் கொள்கை பகுத்தறிவுக் கொள்கைக்கு எதிரானது எனலாம். ரால்ப் வால்டு எமர்சன் தனது ஆசான் என்று இவரை ஏற்றுக்கொண்டார்.

பணி நிறைவுக்குப் பின்னரும் உங்களது கனவுகளை நோக்கி நகருங்கள். நீங்கள் கற்பனை செய்து வைத்திருக்கும் வாழ்க்கையை முழுவதுமாக வாழுங்கள்.

ஹென்றி டேவிட் தோரியோ (1817-1862)

22. பணி ஓய்வு:

பணி ஓய்வு காலம் வருவது என்பது அனைவருக்கும் பொதுவான ஒன்று. ஓய்வு பெறப்போகிற வயதிலும் அல்லது விருப்ப ஓய்வு பெறும் மனநிலையிலும் உள்ளவர்கள் வசதியான, பாதுகாப்பான பணி ஓய்வுக்குப் பின்னான வாழ்க்கையை அமைத்துக்கொள்ள வேண்டிய கட்டாயத்தில் இருக்கிறார்கள்.

மாநில அரசுப் பணியாளர்களின் ஓய்வு வயது 58 என்றும், மத்திய அரசுப் பணியாளர்கள் ஓய்வு வயது 60 என்றும் உள்ளது. தனியார் நிறுவனங்களில் 70 வயது வரை கூடப் பணியாற்றலாம். சிலர் அரசுப் பதவிகளிலிருந்து தாங்கள் ஓய்வு பெறவேண்டிய நாளுக்கு முன்னதாகவே மனதளவில் ஓய்வு பெற்று விடுகிறார்கள்.

ஓய்வு வேண்டாம்

ஓய்வு வயதை எட்டிய பலரும் உண்மையிலேயே ஓய்வு எடுக்கச் சென்று விடுகிறார்கள். ஆனால் ஒரு சிலர் ஓய்வு பெற்ற பின்னரும் பல ஆண்டுகள் தொடர்ந்து வேலை செய்கிறார்கள். 58 வயது என்பது ஒரு பெரிய வயதே இல்லை. ஜெர்மன், சுவிட்சர்லாந்து, நார்வே, ஸ்வீடன், பின்லாந்து, ஜப்பான் போன்ற

நாடுகளில் மனிதர்கள் சராசரியாக 88 வயது வரை வாழ்கிறார்கள். அவர்கள் தாங்கள் உயிர்வாழும் அந்த 88 வயது வரையும் உழைக்கிறார்கள். உடல் மிகவும் சோர்வடையும்போது மட்டுமே ஓய்வு எடுக்கிறார்கள். முடிந்தவரைத் தங்களது வேலைகளைத் தாங்களே செய்கிறார்கள்.

இன்று நீண்டகாலம் வாழ்கிறோம்

அரசுப் பணியாளர்களுக்கான ஓய்வு வயது 58 என்பது பல ஆண்டுகளுக்கு முன் முடிவான ஒன்று. அப்போது நமது மக்கள் தொகையில் பெரும்பாலோர் சிறு வயதிலேயே இறந்துபோனார்கள். நமது முன்னோர்கள் நீண்ட ஆயுளுடன் வாழ்ந்தார்கள் என்பது உண்மை அல்ல. அதற்கு எந்தவிதமான ஆதாரமும் இல்லை. ஒரு சிலர் வேண்டுமானால் நீடித்த ஆயுளுடன் வாழ்ந்திருக்கலாம். ஆனால் பெரும்பாலும் நம் மக்கள் சிறிய வயதிலேயே இறந்தார்கள் என்பதுதான் உண்மை. 1947-ஆம் ஆண்டு இந்தியர்களின் சராசரி வயது 32 தான். ஆனால் இன்று அது மருத்துவ சேவை அனைவருக்கும் கிடைப்பதாலும், பெருவாரியான மக்களுக்குப் போதுமான உணவு கிடைப்பதாலும் சராசரி வயது ஆண்களுக்கு 67 என்றும், பெண்களுக்கு 68 என்றும் உயர்ந்துள்ளது. இந்திய விவசாயிகளும், அறிவியல் மருத்துவர்களும் இணைந்து நமது வாழ்நாளை அதிகரிக்கச் செய்துள்ளார்கள். அவர்களுக்கு நன்றி சொல்லலாம்.

அரசுத் துறையில் வேலை செய்து ஓய்வு பெற்றபிறகு நிறைய ஓய்வு நேரம் இருக்கும். அந்த நேரத்தை ஆக்கப்பூர்வமாகச் செலவு செய்வது மிகவும் அவசியம். அப்படிச் செய்யாமல் ஓய்ந்து சோர்ந்து போய் உட்கார்ந்து விட்டால், மனச்சோர்வு அல்லது மனத்தளர்ச்சி ஏற்பட்டு மனநோயாளி ஆவதற்கு வாய்ப்பு உண்டு. 80 வயதைத் தாண்டியும் மனதளவில் புத்துணர்ச்சியுடன் இன்றும்

▲ எம்.எஸ். சுவாமிநாதன்

களப்பணியாற்றும் "டாக்டர். எம். எஸ். சுவாமிநாதன்" அவர்களையும், அவரைப்போன்ற பலரையும் நாம் பார்த்துக் கொண்டுதான் இருக்கிறோம்.

சும்மா இருக்கக்கூடாது

ஓய்வு என்றால் சும்மா இருப்பது என்றுதான் பலரும் நினைத்துக் கொண்டுள்ளார்கள். வேலை செய்யாமல் சும்மா இருப்பது நல்லது. அதுவும் பணி ஓய்வு பெற்றபின் அல்லது முதிய வயதில் பக்திமானாக ஒருவர் இருந்தால் போதும், அதுவே அவர் செய்த பெரும் பாக்கியம் என்று நினைக்கிறார்கள். அதைப் பலரும் நம்பவும் செய்கிறார்கள். எந்த ஒரு வேலையும் செய்யாமல் சும்மா இருந்துகொண்டே சாப்பிடுபவர்களுக்கு ஒரு காலத்தில் சமுதாயத்தில் மிகுந்த மரியாதை இருந்தது. ஜமீன்தாரர்கள் அப்படித்தான் சுகபோக வாழ்க்கை வாழ்ந்தார்கள். இன்று காலம் மாறிவிட்டது. சும்மா இருக்கும் வீணர்களுக்கு இந்தச் சமுதாயத்தில் எந்த மரியாதையும் இருப்பதில்லை. அவர்களிடம் சொத்து இருந்தாலும் அதுவெகு விரைவிலேயே தேய்ந்து மறைந்துவிடும் அல்லது ஏமாற்றக்காரர்களிடம் பறிபோய்விடும். சும்மா இருப்பது உடலுக்கும், மனதுக்கும் குடும்பத்துக்கும் மிகவும் ஆபத்தானது.

சும்மா இருந்தால் வரும் கேடுகள்

- உடல்நலம் கெடும்
- மனநலம் கெடும்
- வருமானம் குன்றும்
- மனிதர்களுடனான உறவு முறியும்
- சுயமதிப்பு குறையும்
- மகிழ்ச்சி மறையும்
- தூக்கம் வராது
- பிறரை வெறுக்கும் மனநிலை வரும்
- தீய எண்ணங்கள் வளரும்
- நிம்மதி பறி போகும்

பணி நிறைவு

ஆக, ஒருவர் ஓய்வு பெற்றுவிட்டார் என்பது, அவர் தன் அலுவலகத்திலிருந்து பணிநிறைவு பெற்றிருக்கிறார் என்பதைக் குறிக்கிறது. அவ்வளவுதான். ஆனால் உண்மையில் மனிதனுக்கு உடலியக்கம் நிற்கும் வரை ஓய்வு என்பதே இருக்காது. எனவே பணிநிறைவு பெற்றவர்கள் ஏதாவது ஆக்கப்பூர்வமான செயல்களில் ஈடுபட வேண்டும். எந்தத் துறையில் அவர் பணியில் ஈடுபட்டிருந்தாரோ அந்தத் துறை சார்ந்த பணிகளிலேயே கூட அவர் ஈடுபடலாம்.

ஓய்வு பெற்ற இராணுவ வீரர், ஒரு செக்யூரிட்டி நிறுவனம் துவங்கலாம் அல்லது அது சார்ந்த ஏதாவதொரு துறையில் பணியாற்றலாம்.

ஓய்வு பெற்ற ஆசிரியர், ஒரு தனியார் பள்ளியில் தொடர்ந்து பணியாற்றலாம் அல்லது பள்ளிக்கூடம் ஒன்று தொடங்கலாம்.

ஓய்வுபெற்ற சிவில் இன்ஜினியர் சுயமாக ஒரு கட்டுமான நிறுவனம் துவங்கலாம் அல்லது அது சம்பந்தப்பட்ட ஒரு நிறுவனத்தில் பணியில் சேரலாம்.

ஓய்வுபெற்ற அரசு மருத்துவர், அதைத் தொடர்ந்து தனியாக ஒரு மருத்துவமனை தொடங்கலாம். மரணம் தழுவும் வரை மருத்துவர்களுக்கு ஓய்வு என்பதே இல்லை.

ஓய்வு பெற்ற நூலக ஊழியர், நூல் அச்சிடலாம் அல்லது நூல் எழுதலாம் அல்லது ஒவ்வொரு ஊரிலும் நூலகக் கிளைகளைத் திறக்கலாம்.

விவசாயம்

மேற்கண்டவர்களுக்கு இதுபோன்ற பல பணிகள் காத்திருக்கத்தான் செய்கின்றன. அவற்றைச் செய்வதற்கு இவர்களுக்கு ஆர்வம் இருக்க வேண்டும், அவ்வளவுதான். அப்படிச் செய்வதற்கு ஒன்றுமில்லை என்றால் இவர்கள் சொந்த ஊருக்குச் சென்று விவசாயம் செய்யலாம். அதையும் தீவிரமாகச் செய்யலாம். மற்ற விவசாயிகள் பார்த்து வியக்கும்படியாகவும், கற்றுக்கொள்ளும்படியாகவும் விவசாயம் செய்யலாம். நானும் அதைத்தான் செய்யலாம் என்று இருக்கிறேன். ஆனால் அதற்கு நிலம் வேண்டுமே. என்னிடம் இப்போதைக்கு நிலம் எதுவும் இல்லை. ஆனால் கட்டாயம் வாங்கவேண்டும். பணிநிறைவுக்குப் பிறகு எனக்கு அந்த வாய்ப்பு கிடைக்கும் என்று நம்புகிறேன். பார்ப்போம்.

பணி நிறைவு பெற்றவர்கள் இப்படி உருப்படியாக ஏதாவது ஒன்றில் தங்களை ஈடுபடுத்திக் கொண்டால் அவர்களுக்கு மகிழ்ச்சியாகப் பொழுது போகும். அதனால் அவர்களது மனநலம் மற்றும் உடல்நலம் காக்கப்படும். அவர்களது வருமானமும் பெருகும். ஆனால் அவர்கள் தங்கள் உள்ளம் மகிழ வேண்டும் என்றால் ஒன்றைக் குறிப்பாகச் செய்ய வேண்டும். அதுதான் இலவசச் 'சேவை'. அந்தச் சேவைதான் அவர்களுக்கு [illegible]மையான மனமகிழ்ச்சியையும், மனநிறைவையும், சுய[illegible]பையும் மக்கள் மத்தியில் ஒரு உயர்ந்த இடத்தையும் பெற்றுத்தரும். அது தான் நமது வாழ்க்கைக்கு ஒரு அர்த்தத்தைக் கொடுக்கும். உயர்ந்த நோக்கத்துடன் வாழும் வாழ்வைத் தரும். ஆனந்தத்தை அள்ளித்தரும். இந்த இலவசச் சேவைகள் எவையெவை என்பதைப் பார்ப்போம்.

என்னென்ன இலவசமாகத் தரலாம்?

ஒரு ஆசிரியர், 100 மாணவர்களுக்கு இலவசப் பயிற்சி தரலாம். அதுவும் ஆங்கிலம், கணிதம், அறிவியல் பாடங்களில் பயிற்சி தரப்படுவது மிகவும் அவசியம்.

ஒரு டாக்டர், இலவசமாகச் சிகிச்சை தரலாம். அதனால் பல்லாயிரம் ஏழைகள் பயனடைவார்கள். டாக்டர் பூரணி ரவிச்சந்திரன் என்ற மகப்பேறு மருத்துவர் கோத்தகிரி பகுதியில் தங்கியிருந்து மலைவாழ் பெண்களுக்கு இலவசச் சிகிச்சைகள் அளித்து வருகிறார்.

விளையாட்டுத் துறையில் வேலை பார்த்தவர்கள், பிள்ளைகளுக்கு ஓட்டம், சைக்கிள், நீச்சல், கைப்பந்து, கால்பந்து போன்ற விளையாட்டுகளில் பயிற்சிகள் தரலாம். விளையாட்டு கிளப் ஒன்றை நிறுவலாம். ஒரு உடற்பயிற்சி மையத்தையும் தொடங்கலாம்.

பத்து ஏழைக் குழந்தைகளைப் படிக்க வைக்கலாம். அதற்காக நிதி திரட்டலாம்.

இப்படிப் பயனுள்ள பல வழிகளில் ஓய்வு நேரத்தைச் செலவழிக்கலாம். எந்த நிதி முதலீடுகளுக்கும் தேவை இல்லாமலே சில தொழில்களைச் செய்யலாம். எனக்கும் ஒரு ஆசை உண்டு. பணி நிறைவு பெற்ற பின்னர் இளைஞர்களுக்கு அறிவியலைப் போதிக்க வேண்டும் என்பதே அது. அதற்காக இப்போதே அறிவியல் நூல்களை அதிகமாகப் படித்து வருகிறேன்.

அறிவியலைப் புரிந்துகொண்ட பிள்ளைகள் நல்வழியில் நடப்பார்கள், நாகரீகமாக வாழ்வார்கள். இவர்கள் பிறரை எளிதில் வெறுக்கவும், குறை கூறவும் மாட்டார்கள். அவர்களது செயல்பாடு சிறப்பாக அமையும் என்பது எனது நம்பிக்கை. அறிவியலை ஒவ்வொரு வீட்டிற்கும் எடுத்துச் செல்லும் தொண்டுதான் மிகப்பெரிய தொண்டு என்பது எனது இத்தனை ஆண்டுகால ஆராய்ச்சியின் முடிவு.

என்ன செய்யக்கூடாது

பணிநிறைவு பெற்றவர்கள் என்னென்னவெல்லாம் செய்யக்கூடாது என்பதும் இங்கே முக்கியம்.

- இளைஞர்களைக் குறைகூறிக்கொண்டு இருக்கக்கூடாது
- எல்லாம் கெட்டுப்போய்விட்டது என்று கூச்சலிடக்கூடாது
- சாதி மத அமைப்புகள் உருவாக்கிக் கலவரம் செய்யக்கூடாது
- மூடநம்பிக்கைகளைப் பரப்பக்கூடாது

முதுமை வியாதி

பணி நிறைவடைந்த அரசு அதிகாரிகள் தொடர்ந்து மக்களுக்குச் சேவை செய்ய இயலாமல் போவதற்கு ஒரு முக்கியக் காரணமாக இருப்பது அவர்களது உடல் நலக்குறைவு இன்மைதான் எனலாம். சர்க்கரை வியாதி, இருதய நோய், சிறுநீரக செயலிழப்பு, கண்பார்வை இல்லாதது போன்ற பிரச்சனைகள் இவர்களில் பலருக்கு வந்துவிடுகிறது. ஆகையால் பணி நிறைவடையும் நிலையில் உள்ளவர்கள், உடலினை உறுதி செய்துகொள்ளும் செயல்களில் ஈடுபட வேண்டும்.

அறிவியல் மருத்துவத்தின் மீது இவர்கள் கவனம் செலுத்தவேண்டும். அறிவியல் கண்டுபிடிப்புகளை நம்பவேண்டும். ஆராய்ச்சிசெய்து மெய்ப்பிக்கப்பட்ட உடல்நலக் குறிப்புகளைத் தெரிந்துகொண்டு, அதன் வழியில் உடல்நலம் பேணினால் இவர்கள் 88 வயது வரை வாழலாம். ஏன் செஞ்சுரி கூட அடிக்கலாம். பணிநிறைவு பெற்ற பின்னர், 30 ஆண்டுகாலம் வரை சேவை செய்யலாம்.

அதற்குப் பிறகு ஒரு உயர்ந்த நோக்கத்தோடு வாழ்ந்தோம் என்ற திருப்தியுடன் கண்களை மூடலாம். நமது உடம்பில் இருக்கும் அணுக்களும், மூலக்கூறுகளும், கார்பன், ஹைட்ரஜன் உள்ளிட்ட 118 தனிமங்களும் நாம் இறந்த பின்னர் மண்ணோடு மண்ணாகக் கலந்துவிடும். அதற்குப் பிறகு அங்கே எதுவுமே இருக்காது. எல்லாமே இருட்டு என்ற நிலைதான். இறந்தவர்களைப் பொறுத்தவரை வேறு எதுவும் அவர்களுக்கு இல்லை. எனவே சொர்க்கத்தைத் தேடி அலைவது வீண் வேலை. ஒரு வேளை சொர்க்கம் உண்டு என்று ஒருவர் நம்பினால், நான் மேலே சொன்ன இலவசச் சேவைகளை அவர் செய்தாலே போதுமானது. அதுதான் அவர் சொர்க்கத்தை அடைவதற்கான ஒரே வழி.

நாம் நமது வாழ்நாளின் முதல் 25 ஆண்டுகளைக் கற்பதற்காகச் செலவிடுகிறோம். அடுத்த 25 ஆண்டுகளை நம் கடமைகளை யாற்றுவதற்காகச் செலவழிக்கிறோம். இறுதி 25 ஆண்டுகளை சமுதாயத்திற்கு நாம் ஆற்ற வேண்டிய நமது பங்கைத் திருப்பித் தருவதற்காகச் செலவழிக்கிறோம். இதுவே நல்ல ஒரு கோட்பாடு. இதில், இறுதி 25 ஆண்டுகள் நாம் ஆற்றும் நற்பணிகள் இந்த நாட்டிற்காக நாம் செய்யக்கூடிய கூடுதல் பங்களிப்பு. அது மாதிரி யான பெரியதொரு பரிசை இந்தச் சமுதாயத்திற்கு வழங்க இன்றே நம்மை நாம் தயார்படுத்திக்கொள்ள வேண்டும்.

பணி நிறைவு பெற்றவருக்கான ஐந்து தங்க விதிகள்

பணி நிறைவு பெற்றவர்களுக்கான தங்க விதிகள் ஐந்தை இங்கே குறிப்பிட்டே ஆக வேண்டும். இவை முதலில் சொன்ன கருத்துகளோடு தொடர்புடையவையாகக் கூட இருக்கலாம். இருந்தாலும் அதை இங்கே மறுபடியும் வலியுறுத்திச் சொல்ல வேண்டியிருக்கிறது.

1 நான்கு பொழுதுபோக்குகள்

பணிநிறைவு பெற்ற உடனேயே குறைந்தது நான்கு பொழுதுபோக்குகளிலாவது ஈடுபட வேண்டும். நடத்தல், நூல் வாசித்தல், சுற்றுலா, சொற்பொழிவு, தன்னார்வத்தொண்டு என்று பலவிதமான வேலைகளில் நீங்கள் ஈடுபட்டால் பல நபர்களை உங்களால் சந்திக்க முடியும். அதனால் உங்களுக்கு நேரம் போவதும் தெரியாது. மனச்சோர்வும் ஏற்படாது. சில பொழுதுபோக்குகள் மூலமாக எதிர்பாராத விதமாக வருமானம் கூட வரலாம்.

2 தெரிந்த வேலைகளைச் செய்யுங்கள்

பணிநிறைவு பெற்றவர்கள் முதலில் நான் குறிப்பிட்டதுபோலத் தங்களுக்குத் தெரிந்த வேலைகளைச் செய்தால் அதிக அளவில் அவர்களுக்கு மனநிறைவு கிடைக்கும். பயமும், கவலையும் இந்த வேலைகளைச் செய்வதால் உங்களிடம் இருக்காது. விவசாயம் என்பது அனைவருக்கும் தெரிந்தது. அதை விட்டுவிட்டு தெரியாத ஒரு பணியைச் செய்ய முயல்வது மனக்கவலையை அதிகரிப்பதில் போய் முடியும்.

3 போதுமான வருமானம்

பணி நிறைவுக்குப் பின்னால் ஒருவருக்கு நிதிப் பற்றாக்குறை ஏற்படலாம். அது அவரைத் தீவிரமான பல பிரச்சனைகளில் கொண்டு விடலாம். அதுவும் இவரது பிள்ளைகள் பாதுகாப்பானதொரு வாழ்க்கையை ஏற்படுத்திக் கொள்ளவில்லை என்றால் அல்லது அவர்களுக்குத் திருமணம் ஆகவில்லை என்றால் அவரது குடும்பச் செலவுகள் அதிகமாகும். எனவே தொடர்ந்து பொருள் ஈட்டிக்கொண்டே இருக்க வேண்டிய அவசியம் இவருக்கு இருந்து கொண்டே இருக்கும். குழந்தைகளுக்காக

முனைவர். செ. சைலேந்திரபாபு

மட்டுமல்ல, இவரது நலத்தைப் பேணுவதற்கான செலவுகளும் கூட அதிகமாகும். மருத்துவச் செலவு, வீடு பராமரிப்பு, வீட்டு வாடகை என்று செலவுகள் அனைத்தையும் இவர்தான் ஏற்க வேண்டும். விலைவாசி கூடிக்கொண்டு போகும். பணமதிப்புக் குறைந்துகொண்டு இருக்கும். எனவே போதுமான வருமானம் ஈட்ட இவரைப் போன்றவர்கள் ஒரு வேலையில் சேரவேண்டும் அல்லது சுயமாக ஒரு தொழிலைத் துவங்க வேண்டும்.

4 மோசமான முதலீடு

பணி நிறைவின்போது ஒரு பெரிய தொகை கிடைக்கும் என்பது உண்மைதான். ஆனால் அதை அறிவுப்பூர்வமாக முதலீடு செய்ய வேண்டும். வங்கியில் வைப்புத் தொகையாகப் போட்டு வைக்கலாம். அதிக வட்டி தருகிறேன் என்று ஆசை வார்த்தை சொல்லி உறவினர் எவரும் அதைக் கேட்டால் தயவுசெய்து கொடுத்துவிடாதீர்கள். பணம் திரும்பி வராது. பிறகு உங்களது மனநிம்மதி போய்விடும். தனியார் நிதி நிறுவனங்கள் கூட ஆபத்தானவைதான்.

5 அதீத நம்பிக்கை அதிக ஆபத்து

உறவினர்கள் உங்கள் கூடவே இருந்து உங்களது பொழுதைக் கழிக்க உதவுவார்கள் என்று நம்பாதீர்கள். அவர்களுக்கு வேறுபல வேலைகள் இருக்கும். எனவே உங்களைக் கவனிப்பதற்கெல்லாம் அவர்களுக்கு நேரம் இருக்காது. அத்துடன் அவர்களைத் தவிர்ப்பதும் நல்லது. சில உறவுக்காரர்கள் உங்களது வருமானத்தை அவர்களுக்கும் பகிர்ந்து தரவேண்டும் என்று எதிர்பார்ப்பார்கள். அவர்களிடம் உங்கள் கையிருப்பு எல்லாவற்றையும் கொடுத்துவிட்டு திவாலாகிப்போகாதீர்கள். உங்களுக்குத் தேவையான பணத்தை உங்களிடமே வைத்துக் கொள்ளுங்கள். இறுதி மூச்சுவரை அது உங்கள் கைகளிலேயே இருக்கட்டும்.

உங்களது வாழ்வு எப்போதும் பாதுகாப்பானதாகவும், மகிழ்ச்சியானதாகவும் இருக்கட்டும்.

●